ஆஸாதி
சுதந்திரம் · பாசிசம் · புனைவு

அருந்ததி ராயின் பிற நூல்கள்
காலச்சுவடு வெளியீடுகள்

+ சின்ன விஷயங்களின் கடவுள்
+ பெருமகிழ்வின் பேரவை
+ காஷ்மீர்: சீற்றம் பொதிந்த பார்வை
+ வெட்டுக்கிளிகளை உற்றுக் கேட்டல்
+ நொறுங்கிய குடியரசு

ஆஸாதி
சுதந்திரம் • பாசிசம் • புனைவு

அருந்ததி ராய் (பி. 1961)

இந்தியாவின் நட்சத்திர எழுத்தாளர், களப்பணியாளர்.

அவரது முதல் நாவலான 'The God Of Small Things' ('சின்ன விஷயங்களின் கடவுள்') புக்கர் பரிசு பெற்றதும் உலகப்புகழை அடைந்தார்.

இந்திய அரசின் அணு ஆயுதக் கொள்கை எதிர்ப்பு, இந்திய அரசமைப்பால் ஒடுக்கப்படும் கஷ்மீரிகள், ஆதிவாசிகள் ஆகியோருக்கு ஆதரவான போராட்டங்கள், அமெரிக்க ஏகாதிபத்திய எதிர்ப்பு போன்ற களப் போராட்டங்களில் ஈடுபட்டும், காத்திரமான கட்டுரைகள் எழுதியும் வருபவர். இந்துத்துவத்தின் கடுமையான விமர்சகர். தலித் விடுதலையில் ஆழ்ந்த கரிசனம் கொண்டவர்.

ஆய்வின் வலுக்கொண்ட அவரது கட்டுரைகள் அவற்றின் கருத்துகளுக்காகவும் நடைக்காகவும் உலகக் கவனம் பெற்றவை.

முதல் நாவல் வெளிவந்து இருபது ஆண்டுகள் கழித்து வெளிவந்திருக்கும் அவரது இரண்டாவது நாவலான 'The Ministry of Utmost Happiness' ('பெருமகிழ்வின் பேரவை') உலக இலக்கிய அரங்கில் முக்கிய இடத்தைப் பெற்றுள்ளது.

ஜி. குப்புசாமி (பி. 1962)
மொழிபெயர்ப்பாளர்

அயல் மொழி இலக்கிய மொழிபெயர்ப்பில் ஈடுபட்டுவரும் இவர் முக்கியமான சமகால எழுத்தாளர்கள் பலரின் எழுத்துக்களைத் தொடர்ந்து தமிழாக்கம் செய்துவருகிறார்.

'என் பெயர் சிவப்பு' மொழிபெயர்ப்புக்காக கனடா இலக்கியத் தோட்டம் விருதும், எஸ்.ஆர்.எம். பல்கலைக் கழகத்தின் தமிழ்ப்பேராய விருதும் (2012) பெற்றுள்ளார். 'கடல்' நாவல் மொழிபெயர்ப்புக்காக அயர்லாந்து அரசின் இலக்கிய நல்கையையும் 2018ஆம் ஆண்டிற்கான தமிழக அரசின் சிறந்த மொழிபெயர்ப்பாளர் விருதையும் பெற்றுள்ளார்.

முகவரி : 74/26 பிள்ளையார் கோவில் தெரு
ஆரணிப் பாளையம், ஆரணி
திருவண்ணாமலை மாவட்டம் 632 301

தொலைபேசி : 97915 61654, 94433 05456

மின்னஞ்சல் : *gkuppuswamy62@yahoo.com*

அருந்ததி ராய்

ஆஸாதி
சுதந்திரம் · பாசிசம் · புனைவு

தமிழில்
ஜி. குப்புசாமி

காலச்சுவடு பதிப்பகம்

● அன்பார்ந்த வாசகருக்கு,

வணக்கம்.

காலச்சுவடு நூலை வாங்கியமைக்கு நன்றி.

நூலின் உள்ளடக்கம், உருவாக்கம், அட்டைப்படம் இன்ன பிற அம்சங்கள் பற்றிய உங்கள் கருத்துகளையும் ஆலோசனைகளையும் காலச்சுவடு வரவேற்கிறது. தகவல், எழுத்து, வாக்கியப் பிழைகள் தென்பட்டால் கட்டாயம் தெரிவித்து உதவுங்கள். நூல் தயாரிப்பில் கடும் குறைபாடு இருப்பின் மாற்றுப் பிரதி உங்களுக்குக் கிடைக்கக் காலச்சுவடு ஏற்பாடு செய்யும்.

மின்னஞ்சல்: publisher@kalachuvadu.com

காலச்சுவடு நாகர்கோவில் தலைமையகத்துக்கும் கடிதம் அனுப்பலாம்.

தங்கள்

எஸ்.ஆர். சுந்தரம் (கண்ணன்)

பதிப்பாளர் — நிர்வாக இயக்குநர்

AZADI: FREEDOM · FASCISM · FICTION
© 2020 by Arundhati Roy

ஆஸாதி: சுதந்திரம் · பாசிசம் · புனைவு ✦ கட்டுரைகள் ✦ ஆசிரியர்: அருந்ததி ராய் ✦ ஆங்கிலத்திலிருந்து தமிழில்: ஜி. குப்புசாமி ✦ முதல் பதிப்பு: பிப்ரவரி 2022, இரண்டாம் (குறும்) பதிப்பு: டிசம்பர் 2022 ✦ வெளியீடு: காலச்சுவடு பப்ளிகேஷன்ஸ் (பி) லிட்., 669, கே.பி. சாலை, நாகர்கோவில் 629001

aacaati: Sudanthiram · Paasisam · Punaivu ✦ Essays ✦ Tamil Translation of Azadi ✦ Author: Arundhati Roy ✦ Translated by: G. Kuppuswamy ✦ Language: Tamil ✦ First Edition: February 2022, Second (Short) Edition: December 2022 ✦ Size: Demy 1x8 ✦ Paper: 18.6 kg maplitho ✦ Pages: 224

Published by Kalachuvadu Publications Pvt. Ltd., 669 K.P. Road, Nagercoil 629001, India ✦ Phone: 91-4652-278525 ✦ e-mail: publications@kalachuvadu.com ✦ Printed at Clicto Print, Jaleel Towers, 42 KB Dasan Road, Teynampet Chennai 600018

ISBN: 978-93-5523-132-1

12/2022/S.No. 1033, kcp 4089, 18.6 (2) rss

நாளை என்பது இன்றைய இன்னொரு பெயர் என்பதற்கு மேலானதாக இருக்கட்டும்.

– எடுவார்டோ காலியானோ, *'Children of the Days'*

பொருளடக்கம்

முன்னுரை 11

1. வதைக்கப்பட்ட நகரங்களின் மீது
   எந்த மொழியில் மழை பொழிகிறது? 17
2. அபாயகரமான ஜனநாயகச் சூழலில் தேர்தல் காலம் 57
3. காயமுற்றுப் பிடிபட்ட நம் இதயங்கள் 66
4. இலக்கியத்தின் மொழி 75
5. நிசப்தமே பேரொலி 93
6. முடிவை அறிவிக்கும் சமிக்ஞைகள்:
   எழுச்சி கூடிவரும் இந்து ராஷ்டிரம் 107
7. இடுகாடு பதில் அளிக்கிறது: பொய்ச் செய்திகளின்
   காலத்தில் புனைவிலக்கியம் 145
8. ரத்த நாளங்களில் நெருப்பு,
   அழிந்துகொண்டிருக்கும் அமைப்பு 187
9. பெருந்தொற்று ஒரு தலைவாயில் 194

   Acknowledgements 205

   Notes 206

   பின்னுரை 223

முன்னுரை

இந்தப் புத்தகத்துக்கான தலைப்பை என்னுடைய பிரிட்டன் பதிப்பாளரான சைமன் பிராஸரோடு ஆலோசித்துக்கொண்டிருக்கையில், அவர் ஆஸாதி என்ற சொல்லை நினைக்கும்போது எனக்குத் தோன்றுவது என்ன என்று கேட்டார். ஒரு கணமும் தயங்காமல், 'ஒரு நாவல்' என்று நான் சொன்ன பதில் என்னையே வியப்புக்குள்ளாக்கியது. ஏனென்றால் ஓர் எழுத்தாளர் எந்த அளவுக்குச் சிக்கலாக இருக்க விரும்புகிறாரோ, அந்த அளவுக்குச் சொற்கள், மொழிகள், காலம் ஆகியவற்றின் வழியாகச் சமுதாயங்களின், இனங்களின், அரசியலின் நடுவே பயணிக்கும் சுதந்திரத்தை ஒரு நாவல் அவருக்கு அளிக்கிறது. ஒரு நாவல் முழுக்கச் சிக்கலானதாகவும், பல அடுக்குகள் கொண்டதாகவும் இருக்கலாம். ஆனால் அது தெளிவற்றதாக, தளர்வானதாக, தொடர்பற்றதாக இருப்பதல்ல. ஒரு நாவல் என்பது என்னைப் பொறுத்தவரை பொறுப்புடன்கூடிய சுதந்திரம். நிஜமான, தளைகள் அற்ற ஆஸாதி – சுதந்திரம். இத்தொகுப்பில் உள்ள சில கட்டுரைகள்

ஒரு நாவலாசிரியரின் பார்வையிலிருந்தும், அவருடைய நாவல்களில் முழுப்பரப்பிலிருந்தும் எடுத்து எழுதப்பட்டவை. அவற்றில் சில கட்டுரைகள் புனைவானது எப்படி உலகத்தோடு இணைந்து, பின் உலகமாகவே மாறிவிடுகிறது என்பதைப் பற்றியவை. எல்லாக் கட்டுரைகளும் இருநூறு

ஆண்டுகள்போல இந்தியாவில் தோன்றவைத்த 2018லிருந்து 2020 வரையிலான இரண்டு ஆண்டுகளில் எழுதப்பட்டவை. இந்த இரண்டு ஆண்டுகள் இந்தியாவுக்கு இருநூறு ஆண்டுகளாகக் கழிந்த காலகட்டம். கோவிட்-19 பெருந்தொற்று நம்மிடையே கொழுந்துவிட்டு எரிந்துகொண்டிருந்தது. நமது உலகம் ஒரு நுழைவாயிலைக் கடந்துசென்றுகொண்டிருக்கும் காலகட்டம் இது. நாம் திரும்பிவருவதற்கு வாய்ப்பில்லாத இடத்துக்குப் பயணப்பட்டுவிட்டோம். திரும்பிவர நேர்ந்தாலும் கடந்த காலச் சமுதாய, அரசியல், பொருளாதார, இலட்சியவாதத் தளங்களில் சில மிகக் கடுமையாகச் சிதைவுற்றிருக்கப் போகிறது. இத்தொகுப்பின் கடைசிக் கட்டுரை அதைப் பற்றியதுதான்.

கொரோனா வைரஸ் தன்னோடு ஆஸாதி பற்றிய மிகப் பயங்கரமான புரிதலையும் சேர்த்துக்கொண்டுவந்திருக்கிறது. அது சர்வதேச எல்லைகளை அர்த்தமற்றதாக்கிவிட்டு, மொத்த மக்கள் தொகையையும் சிறைப்படுத்தி, நவீன உலகை இதற்கும்முன் கண்டிராத வகையில் ஸ்தம்பிக்க வைத்திருக்கிறது. இதுவரை நாம் வாழ்ந்துவந்த வாழ்க்கையின்மீது வேறுவிதமான தொரு வெளிச்சத்தைக் கவியவைத்திருக்கிறது. எதை வணங்குவது, எதை ஒதுக்கித் தள்ளுவது என்பது போன்ற நமது நவீன சமுதாயங்களைக் கட்டமைத்த மதிப்பீடுகளைக் கேள்விக்குட்படுத்த நம்மைக் கட்டாயப்படுத்தியிருக்கிறது. இந்த நுழைவாயிலைக் கடந்து வேறொரு விதமான உலகுக்குள் நாம் நுழையும்போது எவற்றையெல்லாம் நம்மோடு எடுத்துச்செல்ல வேண்டும், எவற்றையெல்லாம் விட்டுச்செல்ல வேண்டும் என்று நம்மை நாமே கேட்டுக்கொள்ள வேண்டியிருக்கிறது. தேர்வு செய்ய நமக்கு எப்போதும் வாய்ப்பிருக்கும் என்று சொல்ல முடியாது; அதைப்பற்றிச் சிந்திக்காமல் இருப்பது ஒரு தேர்வாக இருக்கவும் முடியாது. இதைப்பற்றிச் சிந்திப்பதற்கு, நம்மை விட்டுவிலகிச் சென்றுவிட்ட உலகத்தைப் பற்றியும், இந்தப் பூமிக்கு நாம் செய்திருக்கும் அட்டூழியங்களைப் பற்றியும், சக மனிதர்களிடையே நிலவும் அநீதிகளைக் கேள்வி கேட்காமல் நாம் ஒப்புக்கொண்டிருப்பதைப் பற்றியும் ஆழமான புரிதல்கள் நமக்குத் தேவைப்படுகின்றன.

இக்கட்டுரைகளில் ஒன்றைத் தவிர மற்றவை இப்பெருந்தொற்று நம்மைப் பீடிப்பதற்கு முன் எழுதப்பட்டவை. இச் சிதைவுகளை எதிர்கொள்வதற்கு இவை ஏதோவொரு சிறிய விதத்தில் நமக்கு உதவக்கூடும். வேறு எதுவாக இல்லாமற் போனாலும், நம்மை ஏதோவொரு அநாமதேய இடத்துக்குக் கூட்டிச்செல்லும் விமானம் பறக்கத் தொடங்குவதற்கும்முன் ஓர் உருவக ஓடுதளத்தில் காத்திருக்கும் வரலாற்றுத்

தருணத்தை இக்கட்டுரைகள் பதிவுசெய்திருக்கின்றன. எதிர்கால வரலாற்றாய்வாளர்களின் கல்விப்புல ஆய்வுகளுக்கு இவை பயன்படக்கூடும்.

முதல் கட்டுரை இலக்கிய மொழிபெயர்ப்பு பற்றிய டபிள்யூ. ஜி. ஸீபால்ட் உரை. ஜூன் 2018இல் லண்டனில் பிரிட்டிஷ் நூலகத்தில் இவ்வுரையை நிகழ்த்தினேன். இது முக்கியமாக இந்துஸ்தானி என்ற பெயரில் நாம் அறிந்திருந்த ஒரு மொழி எப்படி இரண்டு மொழிகளாக, இரண்டு வரிவடிவங்களில் தனித்தனியாக அபத்தமாகப் பிரித்து வைக்கப்பட்டிருக்கிறது என்பதைப் பற்றிய உரை. இவ்விரு மொழிகளும் இந்தி என்றும் உருது என்றும் (இந்தியை இந்துக்களோடும் உருதுவை முஸ்லிம்களோடும் இணைத்து) நியாயமற்ற வகையில் பெயரிடப்பட்டுத் தற்போதைய செயல்திட்டமான இந்துதேசியவாதத்துக்கான முன்னறிவிப்பாக நூறு வருடங்களுக்கும் முன்பே செயல்படத் தொடங்கி யிருக்கிறது.

எம்மில் பெரும்பாலோர் 2018ஆம் வருடம்தான் நரேந்திர மோடியின் ஆட்சிக்கும் அவரது இந்து தேசியவாதக் கட்சியின் ஆட்சிக்கும் கடைசி ஆண்டாக இருக்கும் என்று நம்பிக் கொண்டிருந்தோம். இத்தொகுப்பின் ஆரம்பக் கட்டுரைகள் இந்த நம்பிக்கையைப் பிரதிபலிக்கின்றன. 2019ஆம் ஆண்டின் பொதுத் தேர்தல் நெருங்கிவந்தபோது, கருத்துக் கணிப்புகள் மோடிக்கும் அவரது கட்சிக்கும் மக்களிடையே செல்வாக்கு பெருமளவில் சரிந்திருப்பதைக் காட்டின. இது மிகவும் அபாயகரமான நிலை என்று அப்போது எங்களுக்குத் தோன்றியது. நாட்டின் மனப்போக்கை மாற்றுவதற்காக நிச்சயமாக ஒரு நாடகத் தாக்குதலோ அல்லது யுத்தமோ கூட நிகழ்த்தப்படும் என்று எதிர்பார்த்தோம். 'அபாயகரமான ஜனநாயகச் சூழலில் தேர்தல் காலம்' (3, செப்டம்பர் 2018) என்ற கட்டுரையில் வேறு பல விஷயங்களோடு எங்களுடைய அச்சம் வெளிப்படுகிறது. எல்லாரும் மூச்சை அடக்கிக்கொண்டு காத்திருந்தோம். பொதுத் தேர்தலுக்குச் சில வாரங்கள் இருக்கும்போது, பிப்ரவரி 2019இல் அந்தத் தாக்குதல் நிகழ்ந்தது. காஷ்மீரில் ஒரு மனித வெடிகுண்டு நடத்திய தாக்குதலில் நாற்பது ராணுவ வீரர்கள் கொல்லப்பட்டனர். நாடகத் தாக்குதலோ அல்லது உண்மையான தாக்குதலோ, நிகழ்த்தப்பட்ட காலத்திட்ட அமைப்பு மிகத் துல்லியமாக இருந்தது. மோடியும் பாரதிய ஜனதா கட்சியும் மீண்டும் வெற்றி பெற்றனர்.

பாஜக இரண்டாவது முறையாக ஆட்சியில் அமர்ந்து ஓராண்டு கழிந்துவிட்ட நிலையில், இந்தியா அடையாளம்

தெரியாத அளவுக்கு இப்போது மாறிவிட்டிருப்பதை இந்நூல் அலசும் நிகழ்வுத்தொடர்ச்சியின் மூலம் பார்க்க முடியும். அரசமைப்புச் சட்டம் உருவகித்திருந்த மதச்சார்பற்ற, நாட்டின் அனைத்து இனங்களையும் உள்ளடக்கிய குடியரசு என்பது அரைகுறையாகச் சாத்தியப்பட்டிருந்தாலும், அது முழுமையாக நிறைவேறிவிடுமென்று நம்மில் பலர் கனவு கண்டுகொண்டிருந்தோம் (அந்த நம்பிக்கையை இப்போதும் முற்றிலுமாகக் கைவிட்டுவிடவில்லை என்பதை இக்கட்டுரைகள் சொல்கின்றன). ஆனால் இப்போது அஸ்திவாரமே அசையத் தொடங்கியிருக்கிறது. பாசிசத்தின் கட்டமைப்பு நம் முகத்துக்கெதிரே முறைத்துப் பார்க்கிறது. பெருந்தொற்று தன் பங்குக்கு இந்தச் செயல்திட்டத்தைக் கற்பனை செய்ய இயலாத அளவிற்கு விரைவாக்கிக்கொண்டு வருகிறது. ஆனால் இப்போதும் அதை வெளிப்படையாக ஒப்புக்கொள்வதற்குத் தயங்கிக்கொண்டிருக்கிறோம்.

நான் இந்த முன்னுரையை அமெரிக்க ஜனாதிபதியும் அவருடைய குடும்பத்தினரும் அரசுமுறைப் பயணமாக இந்தியாவுக்கு வருகை தந்த 2020, பிப்ரவரி கடைசி வாரத்தில் எழுதத் தொடங்கினேன். அதனால் இதுவும் சிதைவுகளுக்குக் கிடையே பெருந்தொற்றின் நுழைவாயிலைக் கடந்து வர வேண்டியிருந்தது. இந்தியாவில் கோவிட்–19 முதலில் கண்டறியப் பட்டது ஜனவரி 30ஆம் தேதி. அரசு உட்பட யாரும் அதை அப்போது பொருட்படுத்தவில்லை. அதற்குக் கிட்டத்தட்ட இருநூறு நாட்களுக்கு முன்புதான் ஜம்மு காஷ்மீரின் சிறப்புத் தகுதி ரத்து செய்யப்பட்டு, எந்தச் செய்தியும் அங்கு உள்ளே செல்லாமலும் வெளியே வராமலும் ஆக்கப்பட்டிருந்தது. அரசியலமைப்புச் சட்டத்துக்கு எதிரானதாகப் பலராலும் கருதப்பட்ட முஸ்லிம்களுக்கு எதிரான குடியுரிமைச் சட்டம் லட்சக்கணக்கான போராட்டக்காரர்களை வீதிகளுக்கு வரவழைத்து இரண்டு மாதங்களுக்கும் மேலாகியிருந்தது. ஒரு பொதுக்கூட்டத்தில் மோடியும் ட்ரம்பும் இருக்கும் படத்தை அச்சிட்ட முகக்கவசத்தை அணிந்துகொண்டிருந்த கூட்டத்தினரிடையே டொனால்ட் ட்ரம்ப் பேசினார். இந்தியர்கள் கிரிக்கெட் ஆடுவதாகவும், தீபாவளி கொண்டாடுவதாகவும், பாலிவுட் திரைப்படங்களைத் தயாரிப்பதாகவும் இந்தியர்களிடம் தெரிவித்தார். நம்மைப் பற்றிய தகவல்களை அவரிடமிருந்து அறிந்துகொண்டதில் மகிழ்ச்சியடைந்தோம். பேச்சுக்கு இடையில் மூன்று பில்லியன் மதிப்பிலான MH-60 ஹெலிகாப்டர்களை நமக்கு விற்றார். ஒரு பொதுமேடையில் இந்தியா இப்படி அவமானப்படுத்தப்பட்டது மிகவும் அரிதாகவே நிகழ்ந்திருக்கிறது.

ட்ரம்ப் தில்லியில் தங்கியிருந்த நட்சத்திர ஓட்டலுக்கும், அவர் மோடியுடன் வர்த்தகப் பேச்சுவார்த்தை நடத்திய ஹைதராபாத் இல்லத்துக்கும் சற்று அருகில்தான் தில்லி எரிந்து கொண்டிருந்தது. நகரின் வடகிழக்குப் பகுதியில் வசிக்கும் முஸ்லிம் தொழிலாளர்கள்மீது தாக்குதல்கள் நடந்துகொண் டிருந்தன. அதற்கும் முன்பிருந்தே வன்முறை வெடிக்க இருப்பதன் சமிக்ஞைகள் தெரிந்துகொண்டிருந்தன. புதிய குடியுரிமைச் சட்டத்தை எதிர்த்து அமைதியான முறையில் சாலையில் அமர்ந்து போராட்டத்தில் ஈடுபட்டிருந்த முஸ்லிம் பெண்களை அரசியல்வாதிகள் வெளிப்படையாகவே மிரட்டிக்கொண் டிருந்தார்கள். தாக்குதல் தொடங்கியதும் முஸ்லிம்களும் திருப்பித் தாக்கினார்கள். ஒரு காவலர் உட்படப் பலர் கொல்லப்பட்டனர். குண்டுக் காயத்துடன் பலர் மருத்துவமனைகளில் சேர்க்கப்பட்டனர். இணையத்தில் பயங்கரக் காணொளிக் காட்சிகள் வெளிவந்தன. அதில் ஒன்றில் சில முஸ்லிம் இளைஞர்கள் அடிப்பட்டுக் கீழே விழுந்திருக்கிறார்கள். அவர்களைச் சுற்றிச் சீருடை அணிந்த காவலர்கள் நின்றுகொண்டு அவர்களைத் தேசியகீதம் பாடிக் காட்டச் சொல்லி அடிக்கிறார்கள் (அந்த இளைஞர்களில் ஒருவரான ஃபைஸான் என்பவர் பிறகு இறந்துபோனார். The Huffington Post அவர் எப்படிச் சித்திரவதைக்குள்ளாக்கப்பட்டார் என்பதை விவரித்து முதுகுத்தண்டைச் சில்லிடவைக்கும் கட்டுரையை வெளியிட்டிருந்தது. ஒரு போலீஸ்காரர் அவருடைய தொண்டைக்குள் லத்தியைச் செருகியிருக்கிறார்).

தன்னைச் சுற்றி நடந்துகொண்டிருந்த பயங்கர சம்பவங் களைப் பற்றி ட்ரம்ப் எதுவும் பேசவில்லை. அதற்குப் பதிலாக நரேந்திர மோடிக்கு 'தேசப்பிதா' என்ற பட்டத்தைச் சூட்டினார். சமீபகாலம்வரை அது காந்தியின் பட்டப்பெயராக இருந்தது. நான் காந்தியின் அபிமானி அல்ல. ஆனாலும் அவருக்கு இந்த இழுக்கு நேர்ந்திருக்க வேண்டாம் என்று தோன்றியது.

ட்ரம்ப் கிளம்பிச்சென்றபிறகு வன்முறைகள் மேலும் பல நாட்களுக்குத் தொடர்ந்தன. ஐம்பதுக்கும் மேற்பட்டவர்கள் உயிரை இழந்தார்கள். முந்நூறு பேருக்கும் மேல் கடுமையான காயங்களுடன் மருத்துவமனைகளில் சேர்க்கப்பட்டார்கள். ஆயிரக்கணக்கானவர்கள் அகதிகள் முகாம்களுக்குக் கொண்டு செல்லப்பட்டார்கள். நாடாளுமன்றத்தில் உள்துறை அமைச்சர் தன்னைத்தானே பாராட்டிக்கொண்டு, காவல்துறையையும் பாராட்டினார். வேறுசில அரசியல்வாதிகள் முஸ்லிம்கள் வன்முறையைத் தூண்டியதாகவும், தம்மைத்தாமே தாக்கிக்கொண்டு தமது கடைகளுக்கும் வீடுகளுக்கும்

தீவைத்துக்கொண்டதாகவும், தமது சடலங்களைத் தெருவோரச் சாக்கடைகளில் அவர்களே எறிந்துகொண்டதாகவும் பேசினார்கள். அதைக் கேட்ட தொண்டர்கள் கைகொட்டி ஏளனமாகச் சிரித்தார்கள். முக்கிய ஊடகங்கள் இந்த வன்முறையை இந்து-முஸ்லிம் 'கலவரம்' என்றே சித்திரிப்பதற்கு முயன்றுகொண்டிருந்தன. இதைக் 'கலவரம்' என்று நான் சொல்லமாட்டேன். முஸ்லிம்களுக்கு எதிராக ஆயுதமேந்திய பாசிஸ்ட் கும்பலால் திட்டமிட்டுத் தொடுக்கப்பட்ட தாக்குதல் என்பேன்.

சாக்கடைச் சகதியிலிருந்து மேலும் சடலங்கள் வெளிப்பட்டுக் கொண்டிருக்கையில், வைரஸ் குறித்து அதிகாரிகள் கூட்டத்தை இந்திய அரசு நடத்தியது. மார்ச் 24ஆம் தேதி நாடு தழுவிய பொது முடக்கத்தை மோடி அறிவித்தபோது இந்தியா தனது பயங்கர ரகசியங்களை மொத்த உலகமும் பார்க்கும்படியாக வெளிப்படுத்தியது.

எதிர்காலம் எப்படி இருக்கப்போகிறது?

உலகம் மறு உருவாக்கமடைந்துகொண்டிருக்கிறது; அது மட்டும் உறுதி.

1

வதைக்கப்பட்ட நகரங்களின் மீது எந்த மொழியில் மழை பொழிகிறது?

பெருமகிழ்வின் பேரவையின் ஆதார வானிலை*

எனது முதல் நாவல் *சின்ன விஷயங்களின் கடவுள்* வெளிவந்து ஒரு வாரம் கழித்து கொல்கத்தாவில் நடைபெற்ற புத்தக அறிமுக நிகழ்ச்சியில் பார்வையாளர்களில் ஒருவர் எழுந்து மிகவும் கடுமையான தொனியில் என்னிடம் கேட்டார்: "எந்த எழுத்தாளராவது அந்நிய மொழியில் ஒரு மாஸ்டர் பீஸைப் படைத்திருக்கிறாரா? அதாவது, தனது தாய்மொழி அல்லாத இன்னொரு மொழியில்?"

நான் ஒரு மாஸ்டர்பீஸை எழுதிவிட்டதாக எப்போதும் பிரகடனம் செய்திருக்கவில்லை, எனினும் இந்தியாவில் வாழ்கின்ற எழுத்தாளராக இருந்துகொண்டு ஆங்கிலத்தில் எழுதி, அபத்தமான கவன ஈர்ப்பைப் பெற்றிருக்கும் என்மீது அவருக்கு இருக்கும் கோபத்தைப் புரிந்துகொண்டேன் அவரது கேள்விக்கு நான் அளித்த பதில் அவரை மேலும் கோபப்படுத்தியது: "நபக்கோவ்," என்றேன். அவர் கோபமாக அரங்கை விட்டு வெளியேறினார்.

---

* இலக்கிய மொழிபெயர்ப்பு பற்றிய W.G. ஸீபால்ட் உரை. 2018ஆம் ஆண்டு ஜூன் 5ஆம் தேதி லண்டன், பிரிட்டிஷ் நூலகத்தில் நிகழ்த்திய உரை. இது முதலில் *Literary Hub* இதழிலும் (2018, ஜூலை 25) *Raiot* இதழிலும் (2018, ஜூன் 27) பிரசுரமானது.

இன்று அந்தக் கேள்விக்கான பதில் 'படிமுறையியல்' – அல்காரிதம் – என்பதாக இருக்கும். மாஸ்டர்பீஸ்களைச் செயற்கை நுண்ணறிவு எந்த மொழியிலும் எழுதும் என்றும், மாஸ்டர்பீஸ்களை எந்த மொழியிலிருந்தும் மொழிபெயர்க்கும் என்றும் சொல்கிறார்கள். நாம் நன்றாக அறிந்துள்ள, ஓரளவு புரிந்துவைத்துள்ள இந்த யுகம் முடிவை நெருங்கிக்கொண்டிருக்கிறது. இந்தத் தருணத்தில் நாம், அதாவது, பிறரைவிடக் கூடுதலாக வசதி வாய்ப்புகளைப் பெற்றிருக்கும் நாமேகூட, மொழிகுறித்த விளங்கிக்கொள்ள இயலாத ஆர்வம் கொண்ட, தேவையற்ற குழு என்றுதான் தோன்றுகிறது. இந்த ஆர்வத்தை நம்மிடையே தூண்டியவர்களும் நம்மைப் போலவே தேவையற்றவர்கள்தான்.

தாய்மொழி/மாஸ்டர்பீஸ் சம்பவம் நடந்த சில வாரங்கள் கழித்து லண்டனில் நேரடி வானொலி நிகழ்ச்சி ஒன்றில் கலந்துகொண்டேன். உடன் இருந்த இன்னொரு விருந்தினரான ஆங்கிலேய வரலாற்றாய்வாளர் தனது பேச்சின் இடையே பிரிட்டிஷ் ஏகாதிபத்தியத்துக்கு எல்லோரும் எந்த அளவுக்கு நன்றிகடன் பட்டிருக்க வேண்டும் என்று வாகைப்பாடல் பாடிவிட்டு, என்னிடம் திரும்பி, அதிகாரத் தொனியோடு, "நீங்கள் ஆங்கிலத்தில் எழுதுவதே பிரிட்டிஷ் சாம்ராஜ்ஜியம் உங்களுக்கு அளித்த கொடைதானே," என்றார்.

வானொலி நிகழ்ச்சிகளுக்கு அப்போது பழகியிருக்காததால் கொஞ்ச நேரத்துக்கு நல்ல நடத்தை கொண்ட, சமீபத்தில் நாகரீகமடைந்துவிட்ட காட்டுமிராண்டியைப் போலச் சற்று அமைதி காத்தேன். சீக்கிரமே அந்த ஒப்பனை கலைந்துவிட, மிகமிக வன்மையான சொற்களைக் கொட்டத் தொடங்கி விட்டேன். அந்த வரலாற்றாய்வாளர் மனம் புண்பட்டுவிட்டார், நிகழ்ச்சி முடிந்ததும் என்னிடம் வந்து அவர் அதைப் பாராட்டாகவே சொன்னதாகவும், என் புத்தகம் அவருக்கு மிகவும் பிடித்திருந்ததென்றும் சொன்னார். நான் அவரிடம், ஜாஸ், ப்ளூஸ் இசை, ஆப்பிரிக்க அமெரிக்கர்களின் எழுத்துக்கள், கவிதைகள் அனைத்துமே உண்மையில் அடிமைமுறை அளித்த கொடை என்று அவர் நினைக்கிறாரா என்று கேட்டேன். லத்தீன் அமெரிக்க இலக்கியங்கள் ஸ்பானிய, போர்ச்சுக்கீசிய காலனி ஆதிக்கத்துக்குப் பாராட்டுரை வழங்குபவையா என்றேன்.

நான் கோபமாகப் பதிலளித்திருந்தாலும் மேற்சொன்ன இரண்டு சம்பவங்களிலும் என்னுடைய எதிர்வினைகள் தற்காப்புச் சார்ந்ததாக இருந்தனவேயொழிய போதுமான பதில்களாக இருக்கவில்லை. காலனியாதிக்கம், தேசியவாதம், நம்பகத்

தன்மை, உயரடுக்கு அரசியல், சாதி, கலாச்சார அடையாளம் குறித்து இச்சம்பவங்களில் கேட்கப்பட்ட கேள்விகள் கோபத்தைத் தூண்டுவனவாக, சுயமரியாதை கொண்ட எந்த எழுத்தாளரையும் எரிச்சலில் வெடிக்க வைப்பனவாக இருந்தன. ஆனால் என்னிடம் விவாதத்துக்கு வந்த இந்த இரு மனிதர்களும் மொழியை உருவகப்படுத்தும் விதம் ஸ்தம்பிக்கவைக்கிறது. இந்நிலையில் எழுதப்பட்டவை அனைத்தும் முக்கியமற்றுப் போய்விடுகின்றன. இதைப்போன்ற விவாதங்களில் வழக்கமாக நடப்பதுதான் இது. ஆனால் இதனோடு உடன்படுவதற்குத்தான் எனக்கு மிகவும் கடினமாக இருக்கிறது. இருந்தும் மொழி என்பது மிகவும் அந்தரங்கமானது என்றும், அதே நேரத்தில் அனைவருக்கும் பொதுவானது என்றும் எனக்குத் தெரியும் – தெரிந்திருந்தது. அப்போது என்மீது தொடுக்கப்பட்ட சவால்கள் நேர்மையானவை, நேரடியானவை என்பதை அறிந்திருக்கிறேன். இன்றுவரை அதனால்தான் அவற்றைப்பற்றிப் பேசிக்கொண்டிருக்கிறேன், அவற்றைப் பற்றிச் சிந்தித்துக்கொண்டிருக்கிறேன்.

புத்தக அறிமுகம் நடந்த கொல்கத்தா, என் உறவறுந்த தந்தையாரின் நகரம். நீண்டு சிவந்த நாவும் பல கரங்களும் கொண்ட காளி என்ற தாய்த் தெய்வத்தின் நகரம். அங்கு அன்றிரவு என் தாய்மொழி உண்மையில் எதுவென்று சிந்தித்துக்கொண்டிருந்தேன். நான் சிந்திக்கவும் எழுதவும் வேண்டிய அரசியல் ரீதியாகச் சரியான, கலாச்சார ரீதியாக இசைவான, அறப் பொருத்தமான மொழி எதுவாக இருந்தது? இருக்கிறது? என் தாய் உண்மையில் ஓர் அந்நியர் என்று எனக்குத் தோன்றியது. காளியைவிடக் குறைவான கரங்களும், ஆனால் அதிகமான நாவுகளும் கொண்டிருப்பவள். நிச்சயமாக ஆங்கிலம் என்பது அவற்றில் ஒன்று. எனது ஆங்கிலம் என் அந்நியத் தாயின் மற்ற நாவுகளின் தாளங்களாலும் தொனியாலும் விஸ்தரிக்கப்பட்டது, ஆழமாக்கப்பட்டது. ‘அந்நியர்’ என்று நான் சொல்வதற்குக் காரணம் அவளிடம் உயிர்பொருட்கூறானதாக அதிகம் எதுவும் இல்லை. தேச வடிவிலான அவள் உடம்பு முதலில் வலுக்கட்டாயமாக ஒருமைப்படுத்தப்பட்டு, அதன் பின்னர் ஒரு பிரிட்டிஷ் ஏகாதிபத்திய அரிவாளால் தனித்தனியாக வெட்டப்பட்டது. அவளை ‘அந்நியர்’ என்று நான் சொல்வதற்கு மற்றொரு காரணம் அவளுக்குச் சொந்தமானவர்களாக இருக்க விரும்பாத சிலர் மீதும் (உதாரணமாக, காஷ்மீரிகள்) அவளுக்குச் சொந்தமானவர்களாக இருக்க விரும்புவர்கள் மீதும் (உதாரணமாக, இந்திய முஸ்லிம்கள், தலித்துகள்) அவள் பெயரால் நிகழ்த்தப்படும் வன்முறை. இவையெல்லாம் அவளைப் பெரிதும் தாய்மையற்ற தாயாக்குகின்றன.

அவளுக்கு எத்தனை நாவுகள்? கணக்கெடுப்பின்படி சுமார் 780. இவற்றில் இருபத்தி இரண்டு மட்டுமே அதிகாரப்பூர்வமாக இந்திய அரசியலமைப்புச் சட்டத்தில் அங்கீகரிக்கப்பட்டுள்ளன. மேலும் முப்பத்தியெட்டு மொழிகள் அங்கீகாரத்துக்காகக் காத்திருக்கின்றன. ஒவ்வொன்றுக்கும் அவற்றுக்கே உரிய குடியேற்ற அல்லது குடியேற்றப்பட்ட வரலாறுகள் உண்டு. அவற்றில் சில இந்த மாற்றத்தில் பலியானவை, சில கொன்றழிக்கப் பட்டவை. தேசிய மொழியென்று எதுவும் இல்லை. இதுவரை இல்லை. இந்தியும் ஆங்கிலமும் 'ஆட்சி மொழிகள்' என்றுதான் குறிப்பிடப்பட்டுள்ளன. இந்திய அரசியலமைப்புச் சட்டத்தின்படி (இதுவே ஆங்கிலத்தில்தான் எழுதப்பட்டிருக்கிறது என்பதை இங்கே குறிப்பிட வேண்டும்). அது அமலுக்கு வந்த 15 வருடங்கள் கழித்து, அதாவது 26, ஜனவரி, 1965ஆம் தேதியுடன் மாநிலங்களில் ஆங்கிலத்துக்கான ஆட்சிமொழி அந்தஸ்து முடிவுக்கு வந்து, தேவநகரி வரிவடிவத்தில் உள்ள இந்தி மட்டுமே ஆட்சிமொழியாகத் தொடர வேண்டும் என்று வகுக்கப்பட்டிருந்தது.[1]

ஆனால் இந்தியைத் தேசிய மொழியாக மாற்றுவதற்கு எடுத்த முயற்சிகள் இந்தி பேசாத மாநிலங்களில் பெரும் கலவரங்களை மூட்டத் தொடங்கின (ஐரோப்பா முழுவதிலும் ஒரே மொழியைத் திணித்தால் எப்படி இருக்கும் என்று கற்பனை செய்து பாருங்கள்). இவ்வாறாகக் குற்றவுணர்வோடு, அதிகாரபூர்வமற்ற வகையில், வேறு வழியில்லாமல் ஆங்கிலம் தனது இருப்பைத் தக்கவைத்துக் கொண்டதோடு அல்லாமல் வலுவாக்கிக்கொண்டது. இந்த விஷயத்தில் குற்றவுணர்வு என்பது எதற்கும் பலனளிக்காத உணர்வு. எனவே ஆங்கிலம் என்ற கருத்தாக்கம் இந்தியா என்ற கருத்தாக்கத்தைப் போலவே சரியானது அல்லது சரியில்லாதது. அந்த பிரிட்டிஷ் ஏகாதிபத்திய வரலாற்றாய்வாளர் சொல்ல முயன்றதைப்போல ஆங்கிலத்தில் எழுதுவதோ பேசுவதோ பிரிட்டிஷ் சாம்ராஜ்ஜியம் அளித்த கொடை அல்ல; அது இந்தியாவில் ஏற்படுத்திச் சென்ற சூழ்நிலையில் நடைமுறை சார்ந்த ஒரே தீர்வு.

அடிப்படையில் இந்தியா இன்னும் ஒரு சாம்ராஜ்ஜிய மாகத்தான் பலவிதங்களில் இருந்துவருகிறது. அதன் பல பகுதிகள் ஆயுதப் படைகளால் கட்டுக்குள் வைக்கப்பட்டு, தில்லியிலிருந்து நிர்வகிக்கப்பட்டு வருகின்றன. பெரும்பாலான இப்பகுதிகளுக்கு தில்லி என்பது ஏதோ ஒரு தூர தேசத்துப் பெருநகரத்தைப் போலவே இருந்துவருகிறது. ஐரோப்பிய நாடுகளைப்போல இந்தியாவும் மொழிவாரியான குடியரசுகளாக உடைந்து போயிருந்தால், ஆங்கிலம் என்பது இல்லாமல் ஆக்கப்பட்டிருக்கும்.

ஆனால் அது இப்போதைக்கு நடப்பதற்குச் சாத்தியமில்லை. இப்போது ஆங்கிலம் அதிகபட்சமாகச் சுமார் ஒரு கோடிப் பேரால் மட்டுமே பேசப்படுகிற மொழியாக இருந்தாலும் அதுதான் வளர்ச்சிக்கான, வாய்ப்புகளுக்கான மொழியாக இருந்துவருகிறது. நீதிமன்றங்கள், தேசிய ஊடகங்கள், சட்டகுழுக்கள், அறிவியல், பொறியியல், சர்வதேசத் தொடர்புத் துறைகள் ஆகியவற்றின் மொழியாக இருக்கிறது. கௌரவத்துக்கும் தனித்துவத்துக்கும் அடையாளமாக மாறியிருக்கிறது. அடிமை ஒழிப்புக்கான மொழியாகவும் இதுதான் இருக்கிறது. ஆதிக்கச் சக்திகளை மிகக் கூர்மையான மொழியில் இடித்துரைத்திருப்பதும் ஆங்கிலத்தில்தான்.

இந்து சாதியமைப்பை மிகக் கடுமையாகத் தாக்கியும், பகிரங்கமாகக் கண்டித்தும், டாக்டர் பி.ஆர். அம்பேத்கர் ஆங்கிலத்தில் எழுதிய *சாதி அழித்தொழித்தல்* மிகப் பரவலாக வாசிக்கப்பட்ட, பல மொழிகளில் மொழிபெயர்க்கப்பட்ட ஒரு நூல். உலகில் வேறெந்தச் சமுதாயத்திலும் நினைத்துப் பார்க்கவே முடியாத அளவுக்குக் கொடூரமான, நிறுவனமயமாக்கப்பட்ட சமூக அமைப்புமுறை மீது மிகவும் புரட்சிகரமான எதிர்வாதங் களை இந்நூல் முன்வைத்தது. அம்பேத்கரின் சாதியையும் இனத்தையும் சேர்ந்தவர்களுக்கு மட்டும் தெரிந்த மொழியில் இது எழுதப்பட்டிருந்தால் ஆதிக்கச் சாதிகள் இந்நூலைத் தடைசெய்து காணாமலாக்கிவிட்டிருப்பார்கள். அம்பேத்கரால் உத்வேகம் பெற்ற தலித் செயல்பாட்டாளர்கள் பலரும் (தேசியவாதம் அல்லது காலனிய எதிர்ப்பு என்ற பெயரில்) ஒடுக்கப்பட்டவர்களுக்குத் தரமான ஆங்கிலக் கல்வி மறுக்கப்படு வதை, சூத்திரர்கள் என்றும் கீழோர் என்றும் பிராமணர்களால் கருதப்பட்டவர்களுக்குக் கல்வி கற்கவும் பொருள் சேர்க்கவும் உரிமை இல்லை என்பதைப் பண்டைக்காலம் முதலாக மரபாக்கி வைத்திருந்த பிராமணிய ஆதிக்கத்தின் தொடர்ச்சியாகவே பார்க்கின்றனர். இக்கருத்தை வலியுறுத்துவதற்காக தலித் ஆங்கிலப் பெண் கடவுளுக்கு 2011ஆம் வருடம் தலித் அறிஞர் சந்திர பான் பிரசாத் கிராமத்துக் கோயில் ஒன்றைக் கட்டினார். "இந்தத் தெய்வம் தலித் மறுமலர்ச்சிக்கான அடையாளம்," என்றார். "நாங்கள் ஆங்கிலத்தை ஏணியாகக் கொண்டு முன்னேறி நிரந்தர விடுதலை பெறுவோம்," என்று தெரிவித்தார்.[2]

புது உலகப் பொருளாதாரப் படிநிலை செயல்படத் தொடங்கிச் சிலரை வெளிச்சத்தை நோக்கியும், சிலரை இருட்டை நோக்கியும், நகர்த்தும்போது, ஆங்கிலத்தை 'அறிந்திருப்பதும்', 'அறியாதிருப்பதும்' வெளிச்சத்தையும் இருட்டையும் யார் யாருக்கு ஒதுக்குவது என்பதை நிர்ணயிக்கும் காரணியாகிவிடுகிறது.

மனக்கோணலின் வெளிப்பாடான இந்தப் பல்வண்ண ஒட்டுத் துண்டின் மீதுதான் தற்போதைய இந்து தேசிய ஆளும் வகுப்பாட்சி அதன் 'ஒரே தேசம், ஒரே மதம், ஒரே மொழி' கண்ணோட்டத்தையும் பொருத்திவைக்க முயன்றுக்கொண்டிருக்கிறது. இந்து தேசியவாதத்தை முதலீடாகக் கொண்டிருக்கும் கம்பெனியும், இன்று இந்தியாவில் உள்ள மிக வலுவான அமைப்புமான ஆர் எஸ் எஸ், அது துவங்கப்பட்ட 1920களிலிருந்து தனது பிரச்சார முழக்கமாக 'இந்தி – இந்து – இந்துஸ்தான்' என்பதையே வைத்துக்கொண்டிருக்கிறது. இதில் உள்ள முரண் என்னவென்றால், இம்மூன்று சொற்களுமே பாரசீக – அரபுச் சொல்லான *அல்–ஹிந்த்* என்பதிலிருந்து பெறப்பட்டவை என்பதுதான். இந்துஸ்தான் என்பதில் உள்ள 'ஸ்தான்' (இடம்) என்ற பின்னொட்டைச் சமஸ்கிருதமாக நினைத்துக் குழப்பிக் கொள்ளக் கூடாது. சமஸ்கிருதத்திலும் 'ஸ்தான்' என்பது இடத்தையே குறிக்கும். இந்துஸ்தான் என்பது சிந்து நதிக்குக் கிழக்கில் உள்ள பிரதேசத்தைக் குறிப்பது. 'இந்துக்கள்' (மதம் அல்ல) என்போர் அங்கு வசிப்பவர்கள். மற்ற நாடுகளைப் பார்த்துக் கற்றுக்கொள்வார்கள் என்று ஆர்எஸ்எஸ்ஸிடம் எதிர்பார்ப்பது வீண்தான், ஆனாலும் பாகிஸ்தானிய இஸ்லாமியக் குடியரசு அதன் வங்கமொழி பேசும் கிழக்குப் பாகிஸ்தானியக் குடிமக்களிடம் உருதுவைத் திணிக்க முயன்று, அதன் ஒரு பாதியை இழந்தது. இலங்கை அதன் தமிழ்க் குடிமக்களிடம் சிங்களத்தைத் திணிக்க முயன்று பல வருடங்களாகத் தொடர்ந்து ரத்தம் தோய்ந்த உள்நாட்டு யுத்தத்தில் சீரழிய நேர்ந்தது.

இவற்றையெல்லாம் சொல்வதற்குக் காரணம் இந்தியாவில் உள்ள நாங்கள் வாழ்வதும் பணியாற்றுவதும் (எழுதுவதும்) ஒரு சிக்கலான நிலத்தில் என்பதால்தான். இங்கு எதுவும் எப்போதும் அமைதியாக அடங்கப் போவதில்லை. முக்கியமாக மொழி என்ற விஷயத்தில். அதாவது மொழிகள் என்ற விஷயத்தில்.

ஸூஸன் ஸொன்டாக் 2002ஆம் வருடம் டபிள்யூ.ஜி. ஸீபால்ட் உரையை நிகழ்த்துகையில் இந்தச் சிக்கல்களை உணர்ந்தே இருந்தார் என்பது தெரிகிறது. அவரது உரையின் தலைப்பு 'இந்தியா எனும் உலகம்: இலக்கியச் சமுதாயத்துக்குள் மொழிபெயர்ப்பு என்னும் கடவுச்சீட்டு.' நான் இங்கே உரையாற்றப்போவது 'கடவுச்சீட்டுகள் இல்லாச் சமுதாயத்தில் எழுத்தாக்க உத்தியாக மொழிபெயர்ப்பு என்பதைப்பற்றி.'

சின்ன விஷயங்களின் கடவுள் வெளிவந்து 20 வருடங்கள் கழித்து என்னுடைய இரண்டாவது நாவல் *பெருமகிழ்வின்*

பேரவையை எழுதி முடித்தேன். இதை நான் சொல்லக்கூடாது, ஆனாலும் ஒரு நாவலுக்கு எதிரி என்று ஏதேனும் இருக்கும் என்றால், இந்நாவலுக்கான எதிரி 'ஒரே தேசம், ஒரே மதம், ஒரே மொழி' என்ற கொள்கையாகத்தான் இருக்க முடியும். என் கையெழுத்துப் பிரதியை நிறைவுசெய்து அதன் முகப்புப் பக்கத்தை வடிவமைக்கும்போது, ஆசிரியர் என்ற இடத்தில் 'மூலத்திலிருந்து (மூலங்களிலிருந்து) மொழிபெயர்த்தவர் அருந்ததி ராய்' என்று எழுதவேண்டுமென்று பெரிதும் விரும்பினேன். *பெருமகிழ்வின் பேரவை* ஆங்கிலத்தில் எழுதப்பட்டிருந்தாலும் அது பல மொழிகளில் கற்பனை செய்யப்பட்டது. மொழிபெயர்த்தல் என்பது இப்படைப்பு உருவாவதற்கு அடிப்படையான வடிவமாக இருந்திருக்கிறது (இங்கு நான் குறிப்பிடுவது தொடக்க நிலையிலும், குதலை மொழியிலும் பேசப்படுவதை வார்த்தைகளாகப் பெயர்த்தெடுப்பதை அல்ல). *பெருமகிழ்வின் பேரவை* எந்த மொழியில் (யாருடைய தாய் மொழியில்) எழுதப்பட்டிருந்தாலும் இக்குறிப்பிட்ட பிரபஞ்சத்தில் உள்ள, இக்குறிப்பிட்ட மக்களைப் பற்றிய, இக்குறிப்பிட்ட கதை பல்வேறு மொழிகளில் உருப்பெற வேண்டியிருந்தது. இது, மொழிகளின் பெருங்கடல் ஒன்றிலிருந்து எழுந்துவந்த கதை. ஆட்சி மொழி – மீன்களும், அதிகாரமற்ற திசைவழக்கு – நத்தைகளும், பெரும் கூட்டமாக வருகின்ற கொச்சை – மீன்களும், பல்வேறு உயிரினங்களும் ஒன்றாக வாழ்ந்திருக்கும் சூழியல் மண்டலம் இப்பெருங்கடல். இவ்வுயிரிகளில் சில மற்றவையுடன் நட்பாக உள்ளவை; சில வெளிப்படையாகவே எதிர்த்துக் கொண்டிருப்பவை; சில இரக்கமற்ற உயிர்க்கொல்லிகள். ஆனாலும் இவை எல்லாமே இப்பெருங்கடல் வழங்கும் உணவை உண்டு உயிர்த்திருப்பவை. இவை எல்லாமே 'பேரவை'யில் உள்ள மனிதர்களைப்போல, சகவாழ்வு வாழ்ந்து, வளர்ந்து, ஒருவரையொருவர் புரிந்துகொண்டு ஜீவித்திருப்பதைத் தவிர வேறு வழி இல்லாதவை.

இவர்களுக்கெல்லாம் மொழிபெயர்ப்பு என்பது நுண்ணயம் வாய்ந்த பன்மொழி அறிஞர்கள் உருவாக்கும் உயர்மட்டக் கலை இலக்கிய வடிவம் அல்ல. மொழிபெயர்ப்பு இவர்களுக்குத் தினசரி வாழ்வு, தெருப் பிழைப்பு, எளிய மனிதர்கள் பிழைத்திருப்பதற்கான சாதனம். எனவே பல மொழிகளாலான இந்நாவலில், இந்நாவலாசிரியர் மட்டுமல்லாது எல்லாக் கதாபாத்திரங்களும் உன்னதமான குறைபாடுகளால் உருவான மூளிப்பெருங்கடலில் நீந்தியபடி, ஒருவருக்காக மற்றவர் பரஸ்பரம் தொடர்ந்து மொழிபெயர்த்துக்கொண்டு, எல்லா மொழிகளிலும் இடைவிடாது உரையாடிக்கொண்டும் இருக்கின்றனர். ஒரே மொழியைப் பேசுபவர்கள் எல்லோரும் ஒருவரையொருவர்

முழுமையாக ஒத்துணர்ந்திருப்பவர்களாக இருப்பதில்லை என்பது திரும்பத்திரும்ப அவர்களுக்கு உணர்த்தப்படுகிறது.

பெருமகிழ்வின் பேரவை நாற்பத்தியெட்டு மொழிகளில் மொழிபெயர்க்கப்பட்டிருக்கிறது, மொழிபெயர்க்கப்பட்டுக் கொண்டிருக்கிறது. எல்லா மொழிபெயர்ப்பாளர்களும் பல்வேறு வகையான மொழிகளின் கலவையாக எழுதப்பட்டிருக்கும் இந்நாவலின் மொழியோடு போராட வேண்டியிருக்கிறது. இந்த நாவலின் மொழியில் பலவிதமான 'ஆங்கிலங்கள்' கலந்திருக் கின்றன (சரியான சொல்லைப் பயன்படுத்த வேண்டுமென்றால் 'சமூகக் கொச்சைகள்' எனலாம். ஆனால் 'ஆங்கிலங்கள்' என்ற பிரயோகமே அழகான தப்பாகத் தெரிகிறது). இந்த கலவை மொழி யிலிருந்து, வேறு பலவிதமான மொழிகள் ஊறிக் கலந்திருக்கும் இன்னொரு மொழியில் மொழிபெயர்க்க வேண்டிய சவால் மொழிபெயர்ப்பாளர்களுக்கு இருக்கிறது. 'ஊறிக் கலந்திருத்தல்' என்ற சொல்லை மிகவும் கவனத்துடனே பயன்படுத்தியிருக்கிறேன். பிற மொழிகளில் உள்ள மேற்கோள்களை அல்லது சொற்களை மேம்போக்கான விதத்தில் கவனயீர்ப்பு உத்தியாக, அல்லது சொல்லணியாக ஒரு பிரதியில் பயன்படுத்துவதைப் பற்றியோ, அல்லது இந்திய ஆங்கிலத்தைக் கிண்டல் செய்யும் பீட்டர் செல்லர்ஸ்தனமான விளையாட்டைப் போலவோ அல்லாமல், மொழிகளுக்கு இடையே ஒரு தோழமையை உண்டாக்கும் முயற்சியாகவே இவ்வுத்தியைப் பயன்படுத்துகிறேன்.

நாற்பத்தியெட்டு மொழிபெயர்ப்புகளில் உருதுவும் இந்தியும் அடக்கம். இந்தியையும் உருதுவையும் தனித்தனி மொழிகளாக்கி, இரண்டு தனி நூல்களாக இரண்டு வரிவடிவங்களில் வெளியிடும் தேவை ஏற்பட்டதன் வரலாறு 'பேரவை'யின் கதையில் பொதிந்திருக்கிறது. இந்நாவலின் கதைக் களத்தை வைத்துப் பார்க்கும்போது இந்தி, உருது மொழிபெயர்ப்புகள் ஒரு விதத்தில் தாய்வீட்டிற்குத் திரும்புவதைப்போல என்று சொல்லலாம். ஆனால் இது ஒன்றும் இம்மொழிபெயர்ப்பாளர்களின் பணியை எளிதாக்கியிருக்கவில்லை என்று பின்னர் அறிந்துகொண்டேன். உதாரணத்துக்கு ஒன்றைச் சொல்கிறேன்: 'பேரவை'யில் மனித உடலும் அதன் அங்கங்களும் முக்கியப் பங்கை வகிக்கின்றன. மிகவும் எழிலார்ந்த மொழியான உருதுவில் வேறெந்த மொழியில் இருப்பதைவிடவும் காதலைக் குறிப்பதற்கு அதிகமான சொற்கள் இருக்கின்றன, ஆனால் யோனி என்பதற்கு ஒரு சொல்லும் இல்லை. அரபிச் சொல்லான 'ஃபுர்ஜ்' இருக்கிறது. ஆனால் அது ஏறத்தாழ வழக்கொழிந்துபோன சொல். ஆனால் இடக்கரடக்கலாக 'மறையுறுப்பு', 'மூச்சுவிடும் துவாரம்', 'புழைவாய்', 'கர்ப்பவழி'

என்ற பொருட்களில் சில சொற்கள் உருதுவில் இருக்கின்றன. அதிகமாகப் பயன்படுத்தப்படுவது 'அவுரத் கி ஷராம்காஹ்'. இதற்குப் பொருள் 'ஒரு பெண்ணின் அவமானப் பகுதி.' எனவே இங்கு நமக்குப் பிரச்சினை முளைப்பதைப் பார்க்கிறோம். இதைப்பற்றி நாம் தீர்ப்பு எழுதுவதற்கு முன் *Pudenda* என்றால் லத்தின் மொழியில் 'அவமானப்பட வேண்டிய அங்கம்' என்பதை யும் நினைவில் கொள்ள வேண்டும். டேனிஷ் மொழியில் அப்பகுதிக்கு 'அவமான உதடுகள்' என்ற சொற்றொடர்தான் உள்ளதாக என்னுடைய மொழிபெயர்ப்பாளர் கூறினார். எனவே ஆதாமும் ஏவாளும் இப்போதும் அத்தி இலைகளை உடுத்திக் கொண்டு உயிரோடுதான் இருக்கிறார்கள் என்று தெரிகிறது.

பெருமகிழ்வின் பேரவை மற்ற மொழிகளில் மொழிபெயர்க்கப்படுவதன் இன்பங்களையும் சிக்கல்களையும் சொல்வதற்கு விருப்பமாக இருந்தாலும் 'பின் –எழுத்தாக்க' மொழி பெயர்ப்புகளை விட 'முன் –எழுத்தாக்க' மொழிபெயர்ப்பைப் பற்றியே இன்று பேச விரும்புகிறேன். இது எதுவுமே முன் கூட்டியே விஸ்தாரமாகத் திட்டமிட்டு செய்ததல்ல. இயல்பூக்கத்தில் எழுதுவதுதான் என் வழக்கம். இந்த உரையைத் தயாரித்துக்கொண்டிருக்கும் போதுதான் எந்தளவுக்கு மொழிகளை அங்குமிங்கும் இடம்பெயர இசையச் செய்து பரஸ்பரம் மற்ற மொழிகளோடு இடப்பகிர்வு செய்துகொள்ள வைப்பது முக்கியம் என்று புரியத் தொடங்கியது. குறைபாடுகளின் பெருங்கடலுக்குள் குதித்து, நமது வரலாற்றுச் சிறப்புமிக்க ரத்தக்களரியான குழுச் சண்டைகளும் மொழிப்போர்களுமான சுழற்காற்றிலும் நீர்ச்சுழல்களிலும் நாம் சிக்கிக்கொள்வதற்கு முன், அப்பிரதேசத்தைப் பற்றிய ஒரு மேலோட்டமான சித்திரத்தை உங்களுக்கு அளிப்பதற்காக இந்தக் கடற்கரையின் இக்குறிப்பிட்ட நிலப்பரப்புக்கு நான் வந்துசேர்ந்த வழித்தடத்தைச் சுருக்கமாகக் காட்டிவிடுகிறேன்.

என் அம்மா மலையாளத்தைத் தாய்மொழியாகக் கொண்ட, கேரளாவைச் சேர்ந்த சிரியன் கிறிஸ்துவர். என் அப்பா கொல்கத்தாவைச் சேர்ந்த வங்காளி. அசாமில் ஒரு தேயிலைத் தோட்டத்தில் உதவி மேலாளராக இருந்த அவர் கொல்கத்தாவுக்கு வந்திருந்தபோதுதான் என் அம்மாவைச் சந்தித்தார். அவர்களிடையே பொதுவாக இருந்த மொழி ஆங்கிலம். நான் பிறந்தது ஷில்லாங் நகரில் வெல்ஷ் மிஷன் மருத்துவமனையில். அப்போது அஸ்ஸாம் மாநிலத்திலிருந்த ஷில்லாங் இப்போது மேகாலயா மாநிலத்தின் தலைநகராக உள்ளது. இங்கு வசிப்பவர்கள் காஸி என்ற மலைவாழ் பழங்குடியினர். அவர்கள் பேசுவது கம்போடியனும் மியான்மரின் மோன் மொழியும் கலந்த ஓர் ஆஸ்ட்ரோ

ஆசியாட்டிக் மொழி. இந்தியாவெங்கிலும் மிஷனரிகள் பைபிளை மொழிபெயர்ப்பதற்காகவும் அச்சிடுவதற்காகவும் வரிவடிவம் இல்லாத பேச்சு மொழிகளையெல்லாம் எழுத்துமொழிகளாக மாற்றிக் கொண்டிருந்தபோது, வெல்ஷ் மொழியை ஆங்கிலப் பேரலையிலிருந்து பாதுகாத்துக் காலூன்றி நிற்கவைப்பதற்காக ஷில்லாங்கில் இருக்கும் வெல்ஷ் மிஷனரிகளும் தம் பங்குக்கு காஸி மொழியை ரோமன் வரிவடிவில் எழுதி, அதன் எழுத்துக்கூட்டு முறையை வெல்ஷ் பாணியில் அமைத்துவிட்டனர்.

என் வாழ்க்கையின் முதல் இரண்டு வருடங்கள் அஸ்ஸாமில் கழிந்தன. நான் பிறப்பதற்கு முன்பாகவே என் பெற்றோர்களுக்கிடையிலிருந்த உறவு சீர்படுத்த முடியாதபடிக்குச் சிதைந்திருந்தது. அவர்கள் சண்டையிடும்போதெல்லாம் என்னை தேயிலைத்தோட்டத் தொழிலாளர்களின் குடியிருப்புக்கு அனுப்பிவிடுவார்கள். என் முதல் மொழியை அங்குதான் கற்றுக்கொண்டேன். அம்மொழியை ஒருவகையான இந்தி என்று என் அம்மா சொல்வார். சொற்பக் கூலிக்குப் பணியாற்றும் இத்தேயிலைத் தோட்டத் தொழிலாளர்கள் இந்தியாவிலேயே மிகவும் மிருகத்தனமாக ஒடுக்கப்பட்ட, சுரண்டப்பட்ட தொழிலாள வர்க்கத்தினர். இந்தியாவின் கிழக்கு, மத்தியப் பகுதிகளைச் சேர்ந்த பூர்வகுடிகளின் வழிவந்த இவர்களின் மொழிகள் உடைந்து உபஇனமாக 'பகானியா' என்ற மொழி யாகியது. 'தோட்ட மொழி' என்ற பொருள் கொண்ட இம்மொழி இந்தி, ஆக்ஸோமியா ஆகியவற்றுடன் அவர்களுடைய பூர்வ மொழிகள் கலந்த ஒரு கொச்சை மொழி. நான் பேசிய முதல் மொழி பகானியாதான்.

எனக்கு மூன்று வயதாவதற்கு முன்பே என் பெற்றோர்கள் பிரிந்துவிட்டனர். என் அம்மாவும் என் சகோதரனும் நானும் தென்னிந்தியாவுக்குக் குடிபெயர்ந்தோம். முதலில் உதகமண்டலத்துக்கு. பிறகு அழையா விருந்தாளியாக கேரளாவில் அய்மனம் என்ற கிராமத்தில் – எனது *சின்ன விஷயங்களின் கடவுள்* நாவலின் கதைக்களம் – என்னுடைய பாட்டியின் வீட்டுக்கு. அதன் பின் பகானியாவை வெகுசீக்கிரத்திலேயே மறந்துவிட்டேன். (பல வருடங்கள் கழித்து, நான் இருபதுகளில் இருந்தபோது என் அப்பாவை மீண்டும் பார்த்தேன். உற்சாகமான மனிதர். ஆனால் சகிக்க முடியாதபடிக்கு பெருங்குடிகாரராக மாறியிருந்தார். அவர் என்னிடம் கேட்ட முதல் கேள்வியே, "நீ இன்னும் கெட்டவார்த்தைகள் பேசிக்கொண்டிருக்கிறாயா?". அவர் என்ன சொல்கிறார் என்று எனக்குப் புரியவில்லை. "ஓ, நீ சின்னப் பெண்ணாக இருந்தபோது ரொம்பவும் அசிங்கமான பேச்செல்லாம் பேசுவாய், தெரியுமா?" என்றார். அவர் புகைத்துக்

கொண்டிருந்த சிகரெட் ஒருமுறை தவறுதலாக என் கையின் மேல் பட்டுவிட, நான் அவரை 'ச்சூ... யா' என்றேனாம். லத்தீனின் Pudendaவிலிருந்து தோன்றிய இந்த வசைச்சொல் பகானியா உள்ளிட்ட பல மொழிகளில் உண்டு.)

எனக்கு ஐந்து வயதாக இருக்கும்போது என் அம்மா ஒரு பள்ளிக்கூடம் தொடங்க முடிவெடுத்தார். அவரிடம் அப்போது கையில் சுத்தமாகப் பணமே இல்லை. அய்மனத்திலிருந்து கொஞ்சநேரப் பேருந்துப் பயணத்தூரத்தில் இருந்த கோட்டயம் நகரில் ரோட்டரி கிளப்புக்குச் சொந்தமான ஒரு சிறிய கூடத்தை வாடகைக்கு எடுத்து அதில் தனது பள்ளிக்கூடத்தைத் தொடங்கினார். ஒவ்வொரு நாளும் பள்ளி முடிந்ததும் மாலையில் எல்லா மேசை, நாற்காலிகளையும் கட்டிவைத்துவிடுவோம். அடுத்த நாள் காலை மீண்டும் அவற்றைப் பிரித்துவைப்போம். ஷேக்ஸ்பியர், கிப்ளிங், கதகளி, 'The Sound of Music' திரைப்படம், மலையாள, தமிழ்த் திரைப்படங்கள் என்று ஒரு கலவையான கலாச்சார ஊட்ட முறையில் வளர்ந்துவந்தேன். பதின்வயது தொடங்குவதற்கு முன் ஷேக்ஸ்பியரின் நீண்ட வசனங்களை ஒப்பிக்கவும், கிறிஸ்துவக் கீதங்களைச் சோகமான மலையாள பாணியில் பாடவும், 'ஜீஸஸ்' என்ற ஒரு விநோதமான தமிழ்த் திரைப்படத்தில் மேரி மகதலேனா ஒரு விருந்து நிகழ்ச்சியில் ஏசுவைக் கவர்வதற்காகப் பாடும் ஒரு காபரே பாடலை அதே பாவத்தில் பாடவும் கற்றுத் தேர்ந்திருந்தேன்.

அம்மாவின் பள்ளிக்கூடம் வெற்றிகரமாக நடக்கத் தொடங்கியது. என் எதிர்கால வளர்ச்சிக்கு நல்லது என்றெண்ணி என்னை எப்போதும் ஆங்கிலத்திலேயே பேச வேண்டுமென்று உத்தரவிட்டார்.[3] பள்ளியில் இல்லாத நேரத்திலும் இந்த உத்தரவு அமலில் இருந்தது. நான் மலையாளத்தில் பேசுவதைக் கண்டுபிடித்துவிட்டால், 'I will Speak in English, I will speak in English' என்று ஆயிரம் முறை எழுதவைத்தார். பல பிற்பகல்களின் பல மணி நேரங்கள் இந்தத் தண்டனையிலேயே எனக்குக் கழிந்தன. (ஆனால் வெகு சீக்கிரத்திலேயே இந்த அப்பியாசங்களை மறுசுழற்சி செய்யும் உத்தியைக் கற்றுக்கொண்டேன்). பத்து வயது ஆனதும் உதகமண்டலம், லவ்டேலில் உள்ள ஓர் உறைவிடப் பள்ளியில் சேர்க்கப்பட்டேன். இப்பள்ளி பிரிட்டிஷ் ராணுவ அதிகாரி சர் ஹென்றி லாரன்ஸ் என்பவரால் துவங்கப்பட்டது. இவர் 1857இல் 'சிப்பாய் கலக'த்தில் லக்னோ நகர முற்றுகையின் போது, பிரிட்டிஷ் குடியிருப்புகளைப் பாதுகாக்கும் நடவடிக்கை யின் போது கொல்லப்பட்டார். பஞ்சாபில் கொத்தடிமை முறை, சிசுக்கொலை, உடன்கட்டை ஏறுதல் போன்றவற்றைத் தடை செய்யும் சட்ட வரைவை இயற்றியவர் இவர். ஒப்புக்கொள்வதற்குக்

கடினமாக இருக்கலாம்; ஆனால் சட்டங்கள் இயற்றப்பட்டாலும் அந்தப் பழக்கங்களை முற்றிலுமாகத் தடுத்து நிறுத்த முடிந்திருக்க வில்லை.

எங்கள் பள்ளியின் குறிக்கோள் வாசகம் 'Never Give In'. ஒரு போதும் விட்டுக்கொடுக்காதே. லாரன்ஸ் உண்மையில் சொன்னது 'இந்திய நாய்களிடம் ஒருபோதும் விட்டுக் கொடுக்காதே' என்றுதான் என (எந்தவொரு ஆதாரமும் இல்லாமல்) மாணவர்கள் பலரும் நம்பிக்கொண்டிருந்தார்கள். உறைவிடப் பள்ளியில் மலையாளம், ஆங்கிலத்தோடு இந்தியும் கற்றுக் கொண்டேன். என் இந்தி ஆசிரியை ஒரு மலையாளி. அவர் இந்தியை ஒருவிதமான மலையாளம் போலவே கற்றுத்தந்தார். எங்களுக்கு எதுவும் புரிந்த தில்லை. கற்றுக்கொண்டது மிகவும் சொற்பமாகவே இருந்தது.

பதினாறு வயதில் பள்ளிப் படிப்பை முடித்துவிட்டு டில்லிக்கு ரயிலில் தனியாகப் பயணப்பட்டேன் (என்றென்றைக்குமாக ஊரை விட்டுச் செல்கிறேன் என்பதை அப்போது உணர்ந்திருக்க வில்லை). கட்டட வடிவமைப்பியல் கல்லூரியில் சேர்வதற்காக மூன்று பகல்களும் இரண்டு இரவுகளுமாக நீளும் பயணத்தில் சென்றுகொண்டிருந்தேன். கைவசம் ஒரேயொரு இந்தி வாக்கியம் இருந்தது. அது 'ஸவாமிபக்த் குடியா' என்ற பாடத்தில் வருகின்ற ஒரு வரி. ஒரு நன்றியுள்ள நாய், தனது எஜமானரை ஒரு பாம்பிடமிருந்து காப்பாற்றி, கடிபட்டுச் செத்துப்போகும் கதை அது. அந்த வாக்கியம்: *சுபா உத் கே தேக்கா தோ குட்டியா மரி படி தி.* 'காலையில் நான் எழுந்து பார்த்தபோது நாய் செத்துக் கிடந்தது.' தில்லியில் முதல் சில மாதங்களுக்கு உரையாடல்களி லும், கேட்கப்பட்ட கேள்விகளுக்கும் என்னுடைய ஒரே பங்களிப்பாக இந்த ஒரு வாக்கியம்தான் இருந்தது. வருடங்கள் செல்லச்செல்ல இந்தப் பலவீனமான அஸ்திவாரத்தின்மீது எனது இந்திச் சொல்வளம் வளர்ந்துகொண்டேயிருக்க, எனது மலையாளம் துருப்பிடிக்கத் தொடங்கியது.

கல்லூரி விடுதியில் தங்கியிருந்த மாணவ மாணவிகள் பெரும்பாலும் சிற்றூர்களிலிருந்து வந்தவர்கள். அனேகமாக அனைவரும் இந்தி தெரியாதவர்கள். அஸ்ஸாம், நாகாலாந்து, மணிப்பூர், நேபாளம், சிக்கிம், கோவா ஆகிய பகுதிகளிலிருந்து வந்தவர்கள், வங்காளிகள், தமிழர்கள், மலையாளிகள், ஆப்கானிஸ்தானியர்கள். என் முதல் அறைத்தோழர் ஒரு காஷ்மீரி. இரண்டாவதாக ஒரு நேபாளி. என் மிக நெருங்கிய நண்பனாக ஒரிஸாவைச் சேர்ந்த ஒருவன் இருந்தான். அவன் ஆங்கிலமும் பேசமாட்டான், இந்தியும் பேசமாட்டான். முதல் வருடத்தில் பெரும்பாலும் எங்கள் உரையாடல்கள் கஞ்சா சிகரெட்டுகள்,

உருவரைச் சித்திரங்கள், கார்ட்டூன்கள், கடித உறைகளின் பின்னால் வரையப்பட்ட வரைபடங்கள் ஆகியவற்றைப் பகிர்ந்துகொள்வதன் மூலம் நடந்தது. அவன் மிகப் பிரமாதமாக வரைவான், நான் மிகச் சுமாராக வரைவேன். நாட்கள் செல்லச்செல்ல நாங்கள் எல்லோருமே தில்லிப் பல்கலைக்கழக வளாகத்தின் பொதுமொழியான ஆங்கில – இந்திக் கலவையில் பேசக் கற்றுக்கொண்டோம். இந்தக் கொச்சை மொழியில்தான் எனது முதல் திரைக்கதையை – *'In Which Annie Gives it Those Ones'* – எழுதினேன். இது 1970களில் கற்பனையான கட்டட வடிவமைப்பியல் கல்லூரியில் கஞ்சா புகைக்கும், பெல்பாட்டம் அணிந்த மாணவர் காலகட்டத்தில் நடக்கும் கதை. ஆனி என்பது ஆனந்த் குரோவர் என்ற, கடைசி வருடப் படிப்பை நான்காவது முறையாகப் படிக்கும் மாணவன் ஒருவனின் சுருக்க பெயர். *'Giving it those ones'* என்றால் 'ஒருவன் / ஒருத்தி வழக்கமாகச் செய்கின்ற விஷயங்களையே செய்துகொண்டிருப்பது' என்று பொருள். ஆனியைப் பொருத்தவரை அது அவனுடைய அபிமான திட்டத்தைப் பற்றிப் பேசிக்கொண்டிருப்பது. இந்தியாவில் பல்லாயிரக்கணக்கான மைல் நீளத்திற்குப் பின்னியிருக்கும் இருப்புப் பாதைகளின் இருமருங்கிலும் கனிதரும் மரங்களை நட்டு, அதன்மூலம் கிராமப் பொருளாதாரத்தை மேம்படுத்தி, கிராமத்திலிருந்து பெருநகரங்களுக்கு இடப்பெயர்வு நடப்பதைத் தடுத்து, பெருநகரவாசிகளைக் கிராமங்களுக்குக் குடிபெயர வைப்பது. சரி, எதற்காக இருப்புப் பாதைகளைத் தேர்ந்தெடுக்க வேண்டும்? "ஏனென்றால் 'பொது ஐந்தர்' (பொதுச்சனங்கள்) இருப்புப் பாதையோரமாகத்தானே மலம் கழிக்கிறார்கள்? அதனால் அங்கு மண் வளம் செறிவாக இருக்கும்," என்பான். பிரதீப் க்ருஷன் இயக்கிய அப்படம் மிகச் சொற்பமான பட்ஜெட்டில் எடுக்கப்பட்டது. ஒரு சாதாரண ஹாலிவுட் திரைப்படத் தயாரிப்பில் பயன்படுத்தப்படும் கிளாப் போர்டுகளுக்கான மதிப்பில் அதன் மொத்தச் செலவும் அடங்கிவிட்டது.

எங்கள் திரைப்படத்திற்கான விளம்பரச் சிற்றேடில் (அதை யாருமே பொருட்படுத்தவில்லை) கீழ்க்கண்ட மேற்கோள் காட்டப்பட்டிருந்தது:

> 'படத்தின் தலைப்பை நீங்கள் மாற்றியே ஆக வேண்டும். *"Giving It Those Ones"* என்பதற்கு ஆங்கிலத்தில் எந்தப் பொருளும் இல்லை.'

– *கார்டியன்* இதழில் டெரெக் மால்கம்,
படத்தின் பாதியில் தூக்கத்திலிருந்து எழுந்து சொன்னது.

‘இங்கிலாந்தில் நீங்கள் இப்போதெல்லாம் ஆங்கிலத்தில் பேசுவதேயில்லையே, திரு மால்கம்.’

– இது முதலிலேயே தோன்றவில்லையே என்று பிற்பாடு அருந்ததி ராய் சொன்னது.

இத்திரைப்படம் ஒரே ஒருமுறை அரசு தொலைக்காட்சியான தூர்தர்ஷனில் ஒளிபரப்பானது. பிறகு இரண்டு தேசிய விருதுகள் வென்றது. ஒன்று சிறந்த திரைக்கதைக்காக. இன்னொன்று–நான் எனக்குக் கிடைத்த விருதுகளிலேயே மிகவும் பிடித்தமானதாகக் கருதும்–இந்திய அரசியலமைப்புச் சட்டம், ஷெட்யூல் VIIIஇல் இடம்பெறாத மொழிகளில் வெளியாகும் திரைப்படங்களுக்கான பிரிவில் சிறந்த திரைப்படத்துக்கான விருது. (இங்கே ஒன்றைக் குறிப்பிட்டாக வேண்டும். 2015ஆம் ஆண்டு, பல எழுத்தாளர்களும் முற்போக்கு அறிவுஜீவிகளும் வரிசையாகப் படுகொலை செய்யப்பட்டுவந்ததையும், பட்டப்பகலில் முஸ்லிம்களையும் தலித்துகளையும் மதவெறிக் கும்பல்கள் கொன்றழித்துக் கொண்டிருந்ததையும் மத்திய அரசு மௌனமாக வேடிக்கை பார்த்துக்கொண்டிருந்ததைக் கண்டித்து எங்கள் எதிர்ப்பின் அடையாளமாக இவ்விரு விருதுகளையும் திருப்பியளித்தோம். ஆனால் எந்தப் பலனும் கிடைக்கவில்லை. படுகொலைகள் தொடர்கின்றன. திருப்பியளிப்பதற்கு மேலும் எந்தத் தேசிய விருதுகளும் கைவசம் இல்லை.[4]

திரைக்கதைகள் எழுதுவது – நான் இரண்டு எழுதியிருக்கிறேன் – எனக்கு வசனங்கள் எழுதக் கற்றுத்தந்தது. எப்படிச் சுருக்கமாக, சிக்கனமாக எழுதுவதென்று கற்றுத்தந்தது. ஆனால் அதன் பிறகு விஸ்தாரம் என்னைக் கவர்ந்திழுக்கத் தொடங்கியது. என் இளம்பிராயத்தின் நிலப்பகுதியை, அம்மனத்து மனிதர்களை, அதனூடே பாயும் ஆற்றை, அதில் குனிந்திருக்கும் மரங்களை, நிலவை, வானத்தை, மீன்களை, பாடல்களை, சரித்திர இல்லத்தை, அதில் சூழ்ந்திருக்கும் பெயரற்ற பயங்கரங்களை எழுதுவதற்கு ஏங்கினேன். Scene I. Ext. Day. River என்று எழுதத் தொடங்குவது சலிப்பூட்டத் தொடங்கியது. வலுவான காட்சித்தன்மை கொண்ட, ஆனால் திரைப்படமாக்க முடியாத, புத்தகத்தை எழுத விரும்பினேன். அதுதான் *சின்ன விஷயங்களின் கடவுள்* என உருவாகியது. அதை ஆங்கிலத்தில் எழுதினாலும், கற்பனை செய்தது ஆங்கிலத்திலும் மலையாளத்திலும். அந்த நிலப்பரப்பும் மொழிகளும் எஸ்தப்பன், ராஹேல் என்ற ஏழு வயது இரட்டையர்களின் தலைக்குள் மோதி, ஒன்று கலந்து, ஒரு தனியான மொழியாக உருவாகியது. உதாரணத்துக்கு அம்மு தன்னுடைய இரட்டைப் பிள்ளைகள் பொது இடங்களில்

அவளுக்குக் கீழ்படியாமல் நடந்துகொண்டால், 'அவர்களை ஏதாவது சரியான ஓர் இடத்துக்கு – Jolly Well – ஒழுங்காக நடக்கக் கற்றுக்கொள்ள' அனுப்பிவிடுவதாக மிரட்டுவாள். கேரளாவில் பெரும்பாலான வீடுகளில் ராட்டினம், கயிறு, ஒரு வாளியோடு, பாசி படர்ந்த சுவரோடு இருக்கும் ஆழமான கிணறு. அதிலிருந்து தண்ணீர் இறைக்குமளவுக்குப் பெரியவர்களாக வளரும்வரை சிறுபிள்ளைகள் அந்தக் கிணற்றின் அருகே போகவே கூடாது. Jolly Well என்றால் எப்படி இருக்கும்? சந்தோஷமான மனிதர்கள் உள்ளே இருக்கும் கிணறு. ஆனால் கிணற்றுக்குள் மனிதர்கள் என்றால்? அவர்கள் இறந்துபோனவர்களாகத்தான் இருப்பார்கள். எனவே எஸ்தாவுக்கும் ராஹேலுக்கும் அவர்களுடைய கற்பனையில் Jolly Well என்பது செத்துப்போனவர்கள் உரக்கச் சிரித்துக்கொண்டிருக்கும் ஒரு கிணறு. ஒழுங்காக நடந்துகொள்வதைக் கற்றுக்கொள்ளச் சிறுவர்களை அனுப்பும் இடம். மொத்த நாவலும் ஆங்கிலம் அறிந்த, மலையாளம் அறிந்த, மொழியைக் கவ்விப் பிடித்துக்கொண்டு, அதில் மல்யுத்தம் நடத்திக்கொண்டு, நடனமாடிக்கொண்டு, களித்துக் கொண்டிருக்கும் சிறுவர்களையும் பெரியவர்களையும் வைத்துக் கட்டமைத்த ஒன்றாக இருந்தது.

இங்கு எழுதிக்கொண்டிருக்கும் பெரும்பாலான சமகால எழுத்தாளர்களைப் போலவே எனக்கும் மொழி என்பது கையளிக்கப்பட்டவொன்றாக ஒருபோதும் இருக்க முடியாது. அது உருவாக்கப்பட வேண்டியது. சமைக்கப்பட வேண்டியது. இளஞ்சூட்டில் மெதுவாகச் சமைக்கப்பட வேண்டிய ஒன்று.

சின்ன விஷயங்களின் கடவுளை எழுதி முடித்ததற்குப் பிறகுதான் என் நாளங்களில் ரத்தம் தடையில்லாமல் ஓடுவதை உணர்ந்தேன். என்னைப் போலவே ஜாடையில் ஒத்திருந்த ஒரு மொழியைக் கண்டடைந்துவிட்டது நம்ப முடியாத அளவுக்கு ஆசுவாசத்தை அளித்தது. நான் நினைக்கும் விதத்திலேயே என்னால் எழுதமுடிந்த ஒரு மொழி. என்னை விடுவித்த ஒரு மொழி. இந்த ஆசுவாசம் வெகுநாளைக்கு நீடிக்கவில்லை. எஸ்தா எப்போதுமே சொல்வதைப்போல 'விஷயங்கள் ஒரேநாளில் மாறிவிடலாம்.'[5]

சின்ன விஷயங்களின் கடவுள் வெளிவந்து ஒரு வருடத்துக் குள் 1998ஆம் வருடம் மார்ச்சில் இந்து தேசியவாத அரசு பதவிக்கு வந்தது. அது முதலில் செய்த வேலையே வரிசையாக அணு ஆயுதச் சோதனைகளை நடத்தியதுதான். சூழல் உடனே மாறியது. ஏதோ நடுங்கியது. ஏதோ மாறியது. அது மீண்டும் மொழியைப் பற்றியதாகவே இருந்தது. அது எழுத்தாளரின் தனிப்பட்ட

மொழியாக இல்லாமல் ஒரு தேசத்தின் பொதுமொழியாக இருந்தது. அதன் பொதுச் சிந்தனைக்கான மொழியாக இருந்தது. இதுநாள் வரை பொதுவில் பேசத் தயங்கிக்கொண்டிருந்த விஷயங்கள் தைரியமாக வெளியே கேட்கத் தொடங்கின. அரசின் அங்கீகாரத்தோடு. அன்பின் அடிப்படையில் அல்லாமல் வெறுப்பைக் கொண்டு உருவான திமிர்பிடித்த தேசியப் பெருமித உணர்வு. அது எரிமலைக் குழம்பைப்போல வீதிகளில் ஓடியது. சற்றும் எதிர்பாராத தரப்புகளிலிருந்தெல்லாம் கிளம்பிவந்த கொண்டாட்டங்களைக் கண்டு திகைத்துப்போயிருந்த நான், எனது முதல் அரசியல் கட்டுரையை எழுதினேன். The End of Imagination. கற்பனையின் முடிவு. எனது மொழியும் மாறியிருந்தது. அது நிதானமாகச் சமைக்கப்பட்டதாக இருக்கவில்லை. அது ரகசியமான, நாவல் எழுதும் மொழியில் இருக்கவில்லை. அது வேகமாக, அவசரமாக வெளிவந்ததாக, எல்லோருக்கும் பொதுவானதாக இருந்தது. நேரடியான, முகத்தில் அறையும் ஆங்கிலத்தில்.

இப்போது 'கற்பனையின் முடி'வைத் திரும்ப வாசிக்கும் போது, அபாய எச்சரிக்கை அறிகுறிகள் எவருக்கும், எல்லோருக்கும், அக்கறையோடு கவனிக்க முடிந்த அனைவருக்கும் பட்டவர்த்தன மாக புலப்படும்படி அப்போதே இருந்தன என்று தெரிகிறது.

'இவை வெறும் அணு ஆயுதச் சோதனைகள் அல்ல, இவை தேசியவாதச் சோதனைகள்' என்றுதான் அவர்கள் நம்மிடம் சொன்னார்கள்.

இதுதான் திரும்பத்திரும்ப வலியுறுத்தி சொல்லப்பட்டு வந்தது. அணுகுண்டுதான் இந்தியா. இந்தியாதான் அணுகுண்டு. வெறும் இந்தியா அல்ல, இந்துக்களின் இந்தியா. எனவே ஜாக்கிரதை, இதை விமர்சிப்பது என்பது வெறும் தேச விரோதம் மட்டுமல்ல, இந்து விரோதமும் ஆகும். (அதே நேரத்தில் பாகிஸ்தானில் வெடிக்கப்பட்ட குண்டு இஸ்லாமியக் குண்டு. அதைத் தவிர, அரசியல்ரீதியாக அதே பௌதிகச் சூத்திரங்கள்தான் அங்கும்.) அணுகுண்டு வைத்திருப்பதால் உண்டாகும் எதிர்பாராத சலுகைகளில் இதுவும் ஒன்று. அரசாங்கம் எதிரியை மிரட்டுவதற்கு மட்டுமல்ல, அதன் சொந்த மக்களின் மீதும் போரை அறிவிக்க உதவும். அதாவது, நம்மீது...

ஏன் இவையெல்லாமே இவ்வளவு அறிமுகமானவை யாக இருக்கின்றன? நீங்கள் இவற்றைக் கவனித்துக் கொண்டிருக்கும் போதே யதார்த்தம் கரைந்து, எவ்விதத்

தடங்கலுமின்றி மக்களை அவர்கள் வீடுகளிலிருந்தும், வாழ்ந்துவந்த வாழ்க்கையிலிருந்தும் வெளியே விரட்டிக் கொண்டுவந்து முகாம்களில் மந்தை மந்தையாக அடைக்கும் பழைய கருப்பு வெள்ளை மௌனத் திரைப்படக் காட்சிகளுக்கு நகர்ந்துவிடுவதாலா? படுகொலை செய்யப்படும் காட்சிகளுக்கு, மனிதர்களை ஊனமாக்கும் கலவரக் காட்சிகளுக்கு, சின்னாபின்னமான மனிதர்கள் முடிவேயற்ற வரிசைகளில் போகுமிடம் தெரியாமல் போய்க்கொண்டிருக்கும் காட்சிகளுக்கு? ஏன் இவற்றுக் கெல்லாம் ஒலிப்பதிவே இல்லை? ஏன் இந்த அரங்கம் இவ்வளவு அமைதியாக இருக்கிறது? நான் கணக்கில்லாமல் படங்களைப் பார்த்துக்கொண்டிருக்கிறேனோ? எனக்குப் பைத்தியமா? நான் சரியாகத்தான் இருக்கிறேனா?[6]

கலவரம் மூண்டது. 2001, செப்டம்பர் 11 தாக்குதலுக்கு மூன்று வாரங்கள் கழித்து அக்டோபர் 7ஆம் தேதி, குஜராத் மாநிலத்தில் ஆளுங்கட்சியாக இருந்த பாரதீய ஜனதா கட்சி அதுவரை முதலமைச்சர் பதவியிலிருந்த கேஷுபாய் பட்டேலை நீக்கிவிட்டு அவருடைய இடத்தில் ஆர்எஸ்எஸ் அமைப்பில் வேகமாக வளர்ந்துக்கொண்டிருந்த நரேந்திர மோடியை அமர்த்தியது. 2002ஆம் ஆண்டு பிப்ரவரி 27ஆம் தேதி குஜராத்தில் உள்ள கோத்ரா என்ற ரயில் நிலையத்தில் நடந்த கலவரத்தில் ஒரு ரயில் பெட்டி தீ வைத்துக் கொளுத்தப்பட்டதில் அறுபத்தியெட்டு இந்து யாத்திரிகர்கள் இறந்துபோயினர். இதற்கு உள்ளூர் முஸ்லிம்கள்தான் காரணம் என்று அறிவிக்கப் பட்டது. இதற்குப் 'பழிவாங்கும்' நடவடிக்கையாக 2000 பேர் (பெரும்பாலும் முஸ்லிம்கள்) குஜராத் மாநிலத்தின் நகரங்களிலும் கிராமங்களிலும் பட்டப்பகலில் படுகொலை செய்யப்பட்டார்கள். ஒன்றரை லட்சம் பேர் வீடுகளிலிருந்து துரத்தப்பட்டு அகதி முகாம்களில் மந்தை மந்தையாக அடைக்கப்பட்டார்கள்.[7] சுதந்திரத்துக்குப் பிந்தைய இந்தியாவில் சிறுபான்மையினர்மீது நிகழ்த்தப்பட்ட முதல் படுகொலை என்று இதைச் சொல்ல முடியாது என்றாலும், இதுதான் முதன்முறையாக நேரடி ஒளிபரப்பாக நமது வீட்டுக்குள்ளேயே காட்டப்பட்ட நரவேட்டை. முதன்முறையாகப் பெருமிதத்தோடு சொந்தம் கொண்டாடப்பட்ட கலவரமும் இதுதான். 'ஒலிப்பதிவு' செய்யப்பட்டிருக்கவில்லை என்று நான் முன்பு சொன்னது தவறு என்று நிரூபிக்கப்பட்டது.

'கற்பனையின் முடிவு' எனது இருபது ஆண்டுகாலக் கட்டுரை எழுத்தின் தொடக்கமாக இருந்தது. கிட்டத்தட்ட

எனது எல்லாக் கட்டுரைகளுமே உடனுக்குடன் இந்தி, மலையாளம், மராத்தி, உருது, பஞ்சாபி மொழிகளில், பெரும்பாலும் எனக்குத் தெரியாமல், எனது அனுமதி இல்லாமலேயே மொழிபெயர்க்கப்பட்டுவந்தன. 1990களின் தொடக்கத்தில் அவிழ்த்துவிடப்பட்ட மத அடிப்படைவாதமும், கட்டற்ற தடையில்லாச் சந்தை அடிப்படைவாதமும் காதலர்களைப் போலக் கைகோத்துக்கொண்டு நடனமாடத் தொடங்கியதைத் திகைப்புடன் பார்த்துக்கொண்டிருந்தோம். அது நம்மைச் சுற்றியுள்ள நிலப்பரப்பைப் படுவேகமாக மாற்றிக்கொண்டு வந்தது சிலருக்குப் பெருமகிழ்ச்சியளிப்பதாகவும், மற்றவர்களுக்குப் பேரழிவை அளிப்பதாகவும் இருந்தது. ராட்சதக் கட்டமைப்புகளோடு உருவாக்கப்படும் பெருந்திட்டங்கள் இலட்சக்கணக்கான கிராம ஏழை மக்களை அவர்தம் வாழ் விடங்களிலிருந்து அவர்களைக் கண்டுகொள்வதாகத் தெரியாத, அவர்களைக் கண்கொண்டு பார்க்க விரும்பாத ஓர் உலகத்துக்கு அடித்து விரட்டிக்கொண்டிருந்தன. நகரமும் கிராமமும் பரஸ்பரம் பேசிக்கொள்வதே நின்றுவிட்டதைப் போலாகியிருந்தது. இதற்கு மொழி காரணமாக இருக்கவில்லை. மொழிபெயர்ப்புத்தான் காரணமாக இருந்தது.

உதாரணத்துக்கு, பழங்குடி மக்களுக்கும் அவர்களுடைய நிலங்களுக்கும் இடையே இருக்கக்கூடிய உறவைப் பணத்தைக் கொண்டு மாற்றீடு செய்துகொள்ள முடியாது என்பதை உச்சநீதிமன்றத்தில் அமர்ந்திருக்கும் நீதிபதிகளால் புரிந்து கொள்ளவே முடியவில்லை. (இது குறித்து எனது கருத்தை வெளிப்படுத்தும்போது ஆதிவாசிகளுக்கும் பழங்குடி மக்களுக்கும் அவர்களுடைய நிலத்துக்கான இழப்பீடாகப் பணத்தைத் தருவதென்பது உச்சநீதிமன்ற நீதிபதிகளுக்கு ஊதியமாக உரமூட்டைகளைத் தருவதைப்போல என்று குறிப்பிட்டதற்காக நீதிமன்ற அவமதிப்புக் குற்றச்சாட்டுக்கு உட்படுத்தப்பட்டேன்). இதன் பிறகு, ஒரு எழுத்தாளருக்குக் கிடைக்கக்கூடிய ஆகச்சிறந்த ராயல்டியாகப் பல ரகசிய உலகங்களை எனது கட்டுரைகள் எனக்காகத் திறந்துவிடத் தொடங்கின. எனது பயணங்களில் நான் எதிர்கொண்ட மொழிகளும் கதைகளும் மனிதர்களும் அவர்களின் சிந்தனாமுறைகளும் நான் நினைத்துப் பார்த்திராத அளவுக்கு என் ஆளுமையை விரிவடையச் செய்தன.

இந்தப் பயணத்தில் ஏதோ ஓரிடத்தில், மெதுவான சமையல் மீண்டும் தொடங்கியது. பாத்திரங்கள் என்னை வந்து சந்திக்கத் தொடங்கினார்கள். அவர்களின் வருகைகள் அடிக்கடி நிகழத் தொடங்கின. வெகு நேரத்துக்கு என்னுடன் தங்கியிருக்கத் தொடங்கினார்கள். கடைசியில் கூச்சமோ தயக்கமோ இன்றி

என்னுடனே வரத் தொடங்கினார்கள். பழைய தில்லியிலிருந்து உருது பேசுகின்ற அஞ்சும் என்பவள் ஜைனாப் என்ற தன்னுடைய வளர்ப்புப் பெண்ணோடு வந்தாள். கூடவே கரும்புள்ளிகளோடு பைரூ என்ற ஒரு சிடுசிடுப்பான நாயும் வந்தது. தன்னை சதாம் உசேன் என்று அழைத்துக்கொண்ட இளைஞன் ஒருவன் வெள்ளைக் குதிரையோடு வந்து அதனை பாயல் என்று அறிமுகப்படுத்தினான். அவனுடைய நிஜப்பெயர் தயாசந்த் என்றும் ச்சமார் இனத்தைச் சேர்ந்தவன் என்றும், ஹரியானாவில் ஜஜ்ஜார் என்ற இடத்தைச் சேர்ந்த தோல் உரிப்பவன் என்றும் சொன்னான். அவன் அப்பாவுக்கு என்ன நடந்ததென்று ஒரு பயங்கரக் கதையைச் சொன்னான். அவன் பேசிய மேவதி – ராஜஸ்தானி மொழி எனக்குப் புரிந்துகொள்ளக் கடினமாக இருந்தது. இராக் அதிபர் சதாம் உசேனைத் தூக்கிலிடும் வீடியோவைத் தனது கைபேசியில் காட்டினான். இறக்கும் தறுவாயிலும் சதாம் உசேனிடம் தென்பட்ட தைரியம்தான், அவர் என்னதான் 'வேசி மகனாக' இருந்தாலும், அவனை இஸ்லாமுக்கு மதம் மாறவும், அவருடைய பெயரையே தனக்குச் சூட்டிக்கொள்ளவும் தூண்டியது என்றான். அந்த வீடியோவுக்கும் அவனுடைய தந்தைக்கும் இடையிலிருந்த தொடர்பு எனக்குப் புரியவில்லை.

வலது கையில் மாவுக்கட்டோடு, சட்டையின் ஒரு கை பக்கவாட்டில் தனியாகத் தொங்க, குச்சியாக மெலிந்திருந்த ஒருவன் நிழலைப்போல நழுவிக்கொண்டு வந்தான். அவனுக்கு அளித்த உணவு, பானம் எதையும் தொட மறுத்துவிட்டான். என்னிடம் ஒரு காகிதத்தைக் கொடுத்தான். அதில்:

என் முழுப் பெயர்:

டாக்டர் ஆஸாத் பாரதியா (மொழிபெயர்ப்பு: சுதந்திர இந்தியன்)

எனது வீட்டு முகவரி:

டாக்டர் ஆஸாத் பாரதீயா
லக்கி சராய் இரயில் நிலையம் அருகில்
லக்கி சராய் பாஸ்தி
கோக்கர்
பிஹார்

எனது தற்போதைய முகவரி:

டாக்டர் ஆஸாத் பாரதியா
ஜந்தர் மந்தர்
புதுதில்லி.

எனது தகுதிகள்:

> எம்.ஏ. இந்தி, எம்.ஏ.உருது (முதல் வகுப்பு முதல்) பிஏ வரலாறு, பிஎட், பஞ்சாபியில் அடிப்படை தொடக்கக் கல்வி, எம்ஏ பஞ்சாபி ABF (Appeared But Failed), பிஎச்டி (நிலுவை), தில்லி பல்கலைக் கழகம் (ஒப்பீட்டு மதங்களும் பவுத்தமும்), விரிவுரையாளர், இன்டர் கல்லூரி, காஸியாபாத், ஆராய்ச்சியாளர், ஜவஹர்லால் நேரு பல்கலைக் கழகம், புதுதில்லி, நிறுவிய உறுப்பினர் விஸ்வ சமாஜ்வாதி ஸ்தாபனா (உலக மக்கள் அமைப்பு), இந்திய சோஷலிஸ்ட் ஜனநாயக கட்சி (விலை உயர்வுக்கு எதிராக).

அவனுக்கு ஒரு சிகரெட்டை அளித்தேன். அதைப் புகைப்பதற்கு வெளியே சென்றவன், சில வாரங்கள் கழித்துத்தான் திரும்பிவந்தான். அப்போது முதல் டாக்டர் பாரதியா என் வீட்டுக்கு நினைத்தபோதெல்லாம் வருவதும் போவதுமாக இருக்கிறான், இன்றுவரை. அடுத்து வந்தவர் இவனைப் போன்றவராக இல்லை. பிப்லப் தாஸ் குப்தா ஆங்கிலேயப் பிரபஞ்சத்திலிருந்து வருபவர். உயர்நிலை உளவுத்துறை அதிகாரியாகத் தற்போது காபுல் நகரில் இருக்கிறார். அவருடைய நண்பர்கள் அழைப்பதைப் போலவே கார்ஸன் ஹோபார்ட் என்று தன்னை அழைக்கச் சொன்னார். அது அவர் கல்லூரி நாடகம் ஒன்றில் நடித்த பாத்திரத்தின் பெயராம். விலையுயர்ந்த விஸ்கி பாட்டிலைக் கையில் வைத்துக்கொண்டு இடைவிடாமல் அருந்திக்கொண்டே இருந்தார். என் மேசைக்கு வந்தமர்ந்து, என் பேனாவை எடுத்துக்கொண்டு நிமிர்ந்தே பார்க்காமல் எதையோ எழுதத் தொடங்கினார். அவ்வப்போது தலையை உயர்த்திப் பறவை ஒன்றின் லத்தீன் பெயரை எழுத்துக்கூட்டிச் சொல்லி விளக்கிக்கொண்டிருந்தார். வருங்கால மொழிபெயர்ப்பாளர்களின் மொழிகளில் இல்லாத பறவைகள், மரங்களின் அறிவியல் வகைப்பாட்டியல் கூறுகளான பேரின, சிறப்பினப் பெயர்களை எழுதி அவர்களைத் தொல்லைக்குள்ளாக்குவதுதான் அவருடைய நோக்கமோ என்று பிற்பாடு எனக்குத் தோன்றியது. வீட்டின் அழைப்பு மணி அடித்தபோது வெளியே ஓர் ஆணும் பெண்ணும் நின்றிருந்ததைப் பார்த்ததும் ஹோபார்ட்டின் முகபாவம் மாறியது. உண்மையில் அவர் முற்றிலுமாக மாறிவிட்டார். அந்தப் பெண் ஹோபார்ட்டின் வீட்டில் குடியிருப்பவள் என்று தெரிந்தது. அவள் கொஞ்ச நாளாகக் காணாமல் போயிருந்திருக்கிறாள். அவள் பெயர் திலோத்தமா. அவளுடன் இருந்தவன் மூஸா. அவளுடைய காதலன். கஷ்மீரைச் சேர்ந்த அவனும் ஹோபார்ட்டுக்குத் தெரிந்தவனாக இருந்தான். அவர்கள் காகிதங்களும் சில கோப்புகளும்

அடங்கிய அட்டைப் பெட்டிகளோடு வந்திருந்தார்கள். அவள் சில காகிதங்களை எடுத்து ஃப்ரிட்ஜின் மீது வைத்துக் காந்தத் தட்டை ஒட்டினாள். அது சொற்களின் தொகுப்பு. அகர வரிசையில் அமைந்திருந்த சொற்களஞ்சியம்.

KASHMIRI – ENGLISH ALPHABET

A. Azadi / army/ Allah / America / Attack / AK-47 / Ammunition / Ambush / Aatankwadi / Armed Forces Special Powers Act / Area Domination / A1 Badr / A1 Mansoorian / A1 Jehad / Afghan / Amarnath Yatra.

B. BSF / body / blast / bullet / battalion / barbed wire / brust (burst) / border cross / booby trap / bunker / byte / begaar (forced labour)

C. Cross – border / Crossfire / Camp /Civilian / Curfew / Crackdown / Cordon – and –Search / CRPF / Check post / Counter - insurgency / Ceasefire / Counter – Intelligence / Catch and Kill / Custodial Killing / Compensation/ Cylinder (surrender) / Concertina wire / Collaborator.

D. Disappeared / Defence Spokesman / Double Cross / Double Agent / Disturbed Areas Act / Dead body

இந்தப் பட்டியலில் ஆங்கில எழுத்துக்கள் Z வரை அத்தனையும் இருந்தன. இது என்னவென்று அவளைக் கேட்டபோது, கஷ்மீருக்கு வருகின்ற அப்பாவிச் சுற்றுலாப் பயணிகள் உள்ளூர்வாசிகளிடம் உரையாடுவதற்கு உதவும் என்பதற்காகத் தயாரிக்கப்பட்டது என்றாள். அவள் குரலில் கேலியோ எள்ளலோ தலைகாட்டவில்லை. மூஸா எதுவும் பேசவில்லை. அவன் வெகுசீக்கிரமே அங்கிருந்த சூழலில் கரைந்து மறைந்திருந்தான். அவன் அங்கு இருப்பதே எனக்கு மறந்துபோயிற்று.

சில நாட்கள் கழித்து திலோத்தம்மாவின் முன்னாள் கணவன் நாகராஜ் ஹரிஹரன் அவளைத் தேடிக்கொண்டு வந்தான். ஆனால் அவளுக்காக வராததைப்போலக் காட்டிக்கொண்டான். எந்தக் காரணத்துக்காகவோ அவனுடைய மாமியார் மரியம் ஐப்பின் சிகிச்சை தொடர்பான கொச்சி மருத்துவமனை ஒன்றின் தடிமனான மருத்துவக் கோப்பையும் கொண்டு வந்திருந்தான். அதை என்னிடம் தந்து படித்துப் பார்க்கச் சொன்னான். எனக்கு யாரென்றே தெரியாத அந்நியர்களின் ரத்தப் பரிசோதனை முடிவுகளையும் ஆக்ஸிஜன் செறிவு நிலை அட்டவணைகளையும் பார்ப்பதற்கு ஆர்வமில்லை என்றேன். ஆனால் பல நாட்கள் கழித்துத்தான் தீவிர சிகிச்சைப் பிரிவிலிருந்த மரியம் ஐப்பின் மனத்தோற்றப் பிதற்றல்கள் இருந்த குறிப்புகள் என் கண்ணில் பட்டன. மனிதர்களின் மனத்தோற்றப் பிதற்றல்களைக்

கூர்ந்து ஆராய்ந்தால், இதுவரை வெளிவந்த புலனறிவார்ந்த உரையாடல்கள் பற்றிய நூல்கள் எவற்றையும்விட அதிகமான விஷயங்களைத் தெரிந்துகொள்ளலாம் என்று அப்போது நான் நினைத்துப்பார்த்திருக்க முடியாது. மேஜர் அம்ரிக் சிங் என்ற ஓர் உயரமான சீக்கிய ராணுவ அதிகாரி அடுத்ததாக வந்தார். நான் ஒன்றும் அவர்மீது எந்தக் குற்றச்சாட்டும் வைத்திருக்கா விட்டாலும், தன்னிலை விளக்கம்போல, அவர் சட்டவிரோ மாக எந்தக் கொலையும் செய்ததில்லை என்று தீர்மானமாக மறுத்தார். அவரை மற்றவர்கள் 'பலி ஆடாக' ஆக்கிவிட்டதாகத் திரும்பத்திரும்பச் சொன்னார். பின்னர், அவர் இப்போது வந்திருக்கும் இடத்தில் தன்மீது குற்றம் சுமத்தும் சூழல் இல்லையென்று உணர்ந்துகொண்டதும் தனது வீரப்பிரதாபங் களை அவிழ்த்துவிடத் தொடங்கினார். பயங்கரவாதிகளுக்கு எதிரான தனது சாகசங்களை விவரித்தார். எப்படி அவர் ஒரு இந்துவாக, சீக்கியனாக, பஞ்சாபி மொழி பேசும் பாகிஸ்தானி முஸ்லிமாக மாறுவேடமணிந்து ரகசியத் தேடல்களில் ஈடுபட்டார் என்று விளக்கினார்.

திடீரென என் வாசலில் ஒரு சிறிய பெண்குழந்தை இருப்பதைக் கண்டோம். உடன் யாருமில்லை. அஞ்சும் கண்ணிமைக்கும் நேரத்தில் பாய்ந்துசென்று அவளைத் தூக்கிக்கொண்டாள். வேறு யாரையும் அடுத்த இரண்டு வாரங்கள் தொடுவதற்கு விடவில்லை. பிறகு பஸ்தர் காட்டிலிருந்து ஒரு கடிதம் வந்தது. நெருக்கமான, மிகச்சிறிய எழுத்துக்களில் எழுதப்பட்ட கடிதம். எழுதப்பட்டிருந்த மொழி ஆங்கிலம் என்றுதான் தோன்றியது. அது டாக்டர் ஆஸாத் பாரதியாவுக்கு விலாசமிடப்பட்டிருந்தது. அவன் எதற்காகவோ அஞ்சுமுக்கு அக்கடிதத்தை வாய்விட்டு உரக்கப் படித்துக் காட்டினான். உடனுக்குடன் உருதுவிலும் மொழிபெயர்த்துச் சொன்னான்.

அன்புள்ள தோழர் ஆஸாத் பாரதியா காரு,

உங்களுக்கு இக்கடிதத்தை எழுதுவதற்குக் காரணம், ஜந்தர்மந்தரில் நான் மூன்று நாட்கள் இருந்தபோது உங்களை நுட்பமாகக் கவனித்திருந்ததுதான். என் குழந்தை இப்போது எங்கே இருக்கிறது என்பதை அறிந்த ஒருவர் இருப்பாரென்றால் அது நீங்களாகத்தான் இருக்க முடியும். நான் தெலுங்குப் பெண். இந்தி தெரியாது என்பதற்காக மன்னியுங்கள். என் ஆங்கிலமும் நன்றாக இருக்காது. அதற்காகவும் மன்னிக்க வேண்டும். என் பெயர் ரேவதி, இந்திய கம்யூனிஸ்ட் கட்சியில் (மாவோயிஸ்ட்) முழுநேர

ஊழியராகப் பணிபுரிகிறேன். இந்தக் கடிதம் உங்களை அடையும்போது நான் கொல்லப்பட்டிருப்பேன்...

பல்வேறு மொழிகளின் கம்யூனாகவும், கூட்டுக்குழுவாகவும் எனது இல்லம் மாறியது. நாட்கள் செல்லச்செல்ல வீட்டில் இருக்கும் எல்லோரும் ஒருவருக்கொருவர் பரஸ்பரம் பேசிக் கொள்ளவும், பரஸ்பரம் மொழிபெயர்த்துக்கொள்ளவும் கற்றுக்கொண்டோம்.

இந்தப் புதிய, மெதுவான சமையல் செய்முறைக் குறிப்பு ஒரு மிகப்பெரிய ஆபத்தைக் கொண்டிருந்தது. *சின்ன விஷயங்களின் கடவுளின்* அதன் மொழியை மிக உயரமான கட்டடத்திலிருந்து கீழே எறிய வேண்டியதாயிற்று. பிறகு (படிகளின் வழியே) கீழே சென்று சிதறியிருந்த துண்டுகளைப் பொறுக்கியெடுக்க வேண்டியதாயிற்று. அப்படித்தான் *பெருமகிழ்வின் பேரவை* பிறந்தது.

வாசகர்கள் *பெருமகிழ்வின் பேரவையின்* அடிநாதமாக அமைந்திருக்கும் மொழிகளின் சிக்கலான வரைபடத்தைத் தெரிந்துகொள்ளவோ, புரிந்துகொள்ளவோ அவசியமில்லை. வாசகர்களுக்கு ஒரு வழிகாட்டி தேவைப்படுவதாக இருந்தால், நான் தோல்வியடைந்துவிட்டதாக ஒப்புக்கொள்வேன். புத்தகக் கடைகளில் பொழுதுபோக்குக் கதைப் புத்தகங்களுக்கும், அரசியல் திகில் கதைகளுக்கும் நடுவில் வைக்கப்பட்டிருப்பதைப் பார்த்தால் அது எனக்கு மகிழ்ச்சியையே தரும். மொழிகளின் வரைபடம் நமக்களிப்பது வேடிக்கையும் விளையாட்டுமே. உண்மையாகச் சொல்லப்போனால் '*பேரவை*'யின் மொழி களின் வரைபடமும், அவற்றின் இடையே பின்னிப்பிணைந்த வரலாறுகளும் ஒரு மிகப்பெரிய புத்தகமாக ஆகிவிடக் கூடும். எனவே இப்போது என்னால் செய்யக்கூடியது என்னவென்றால், ஆரம்ப அத்தியாயங்கள் சிலவற்றின் மேற்பரப்பைத் துளையிட்டு உள்ளே செல்வது மட்டுமே. நாவலின் முதல் வாக்கியத்தோடு தொடங்குகிறேன்: '*அவள் அந்த இடுகாட்டில் வசித்து வந்தாள், ஒரு மரத்தைப்போல.*'[8]

'*அவள்*' பெயர் அஞ்சும். அவளுக்கு இப்போது நடுத்தர வயது. க்வாப்காவில் (கனவுகளின் இல்லம்) அவளையொத்த பலரோடு பல வருடங்களாக வசித்திருந்த அவள் இப்போது அங்கிருந்து வெளியேறிவிட்டிருந்தாள். இப்போது அவள் வசிக்கும் முஸ்லிம்களுக்கான இடுகாடு தில்லியின் மதிலகப் பகுதியையொட்டி இருக்கிறது. அவள் உண்மையில் யாரென்பதற்கான முதல் அறிகுறியை இரண்டு மொழிகளும்

சந்தித்துக்கொள்ளும் இடைவெட்டுப் புள்ளியில் நமக்குக் காட்டுகிறாள். அங்கு போக்குவரத்துக் காவலராக இருப்பது வேறு யாருமல்லர், வில்லியம் ஷேக்ஸ்பியரேதான்.

> *வெகு நாட்களுக்கு முன்பு, ஆங்கிலம் அறிந்த ஒருவன், அவளுடைய பெயரைப் பின்னோக்கி எழுதினால் (ஆங்கிலத்தில்) மஜ்னு என்று வரும் என்றான். லைலா மஜ்னு கதையின் ஆங்கில வடிவத்தில் மஜ்னுதான் ரோமியோ, லைலாதான் ஜூலியட் என்றான். அவளுக்கு அது சிரிப்பாக இருந்தது. "அவர்களுடைய கதையை நான் 'கிச்சடி' செய்துவிட்டேன் என்கிறாயா?" என்று கேட்டாள். "லைலா ஒருவேளை மஜ்னுவாகவும் ரோமி உண்மையில் ஜூலியாகவும் இருப்பது அவர்களுக்குத் தெரிந்தால் என்ன செய்வார்கள்?" அடுத்தமுறை அவளைப் பார்த்தபோது ஆங்கிலம் அறிந்த அம்மனிதன் தான் ஒரு தவறு செய்துவிட்டதாகச் சொன்னான். அவளுடைய பெயரைப் பின்னோக்கி எழுதினால் முஜ்னா என்றுதான் வரும், அது ஒரு பெயரும் அல்ல, அதற்கு எந்த அர்த்தமும் இல்லை, என்றான். அதற்கு அவள், "அதனாலென்ன, பரவாயில்லை," என்றாள். "அவர்கள் எல்லோருமே நான்தான். நானே ரோமியும் ஜூலியும். நானே லைலாவும் மஜ்னுவும். முஜ்னாவாகவும் இருந்துவிட்டுப்போகிறேன். என் பெயர் அஞ்சும் என்று யார் சொன்னது? நான் அஞ்சும் கிடையாது. நான் அஞ்சுமன், நான் ஒரு மெஹ்ஃபில், நான் ஒரு கூட்டம். எல்லோரும் சேர்ந்த, யாரும் சேராத, எல்லாம் சேர்ந்த, எதுவும் சேராத கூட்டம். வேறு யாரையாவது அழைக்க விருப்பமா உனக்கு? எல்லோரும் வரலாம்."*
>
> *இப்படிச் சொல்வது அவளுடைய கெட்டிக்காரத்தனத்தைக் காட்டுகிறது என்றான் ஆங்கிலம் அறிந்த அம்மனிதன். தனக்கு அதுபோல எப்போதுமே தோன்றியதில்லை என்றும் சொன்னான். அவள் "உன் அரைகுறை உருதுவை வைத்துக்கொண்டு உன்னால் எப்படி முடிந்திருக்கும்? நீ என்ன நினைத்துக்கொண்டிருக்கிறாய்? ஆங்கிலம் என்பது தானாகவே உன்னைக் கெட்டிக்காரனாக்கிவிடும் என்கிறாயா?" என்றாள்.*[9]

அஞ்சும் பழைய தில்லியில் ஷியா முஸ்லிம் பெற்றோர்களுக்கு, இந்தியா சுதந்திரம் அடைந்த, சில வருடங்கள் கழித்துப் பிறந்தாள். அவளுடைய தந்தையார் முலாகத் அலி, தனது குடும்பப் பாரம்பரியத்தை ஆராய்ந்து, தன்னை மங்கோலிய மாமன்னர் செங்கிஸ் கானின் வழித்தோன்றலாக நம்பிக்கொண்டிருப்பவர்.

அவர் ஒரு ஹகீம். மூலிகை மருத்துவர். புகழ்பெற்ற சர்பத் பானமான ரூஹ் அஃப்ஸாவைத் (பாரசீகத்தில் 'ஆன்மாவின் உயிர் நீர்') தயாரிக்கும் குடும்பத்தில் பணியாற்றிவந்தார். அவளுடைய தாயார், ஜஹானாரா பேகம், காந்தி குல்லாய்கள் தைத்து, சாந்தினி சௌக்கில் கடை வைத்திருக்கும் இந்து வியாபாரிகளிடம் விற்றுக் குடும்ப வருவாய்க்குப் பங்களித்துவந்தாள். அஞ்சும் பிறந்தபோது அவள் ஏற்கனவே மூன்று பெண் பிள்ளைகளுக்குத் தாயாகியிருந்தாள். இரண்டாவது அத்தியாயம், 'க்வாப்கா'வில் அஞ்சும் பிறக்கிறாள். அவளுடைய தாய், செவிலித்தாய் ஆகியோருடன் அவளுடைய தாய் மொழியும் இடம்பெறுகிறது. ஆனால் அது போதாமையுடையதாக இருக்கிறது.

> பிரசவம் பார்த்த செவிலித்தாய் ஆலம் பாஜி அவளை இரண்டு சால்வைகளில் சுற்றி, "பையன்" என்று தாயிடம் கொடுத்தாள். அப்போதிருந்த சூழலை வைத்துப் பார்க்கும்போது அவளது தவறு புரிந்துகொள்ளக் கூடியதுதான்...
>
> அடுத்த நாள் காலை சூரியன் எழுந்து, அறையை இனிமை யான ஒளியில் நிரப்பியதும், அவள் குழந்தை அஃப்தாபைத் தூக்கியெடுத்துச் சுற்றப்பட்டிருந்த துணிகளை விலக்கி அவனுடைய குட்டி உடம்பை – கண்கள், நாசி, தலை, கழுத்து, அக்குள், கை கால் விரல்கள் – திருப்தியான, அவசரமற்ற பரவசத்தோடு ஆராய்ந்தாள். அப்போதுதான் அதை அவள் கவனித்தாள். அவனது ஆண் உறுப்புகளுக்குக் கீழே, சிறியதாக முழுதாக வளர்ச்சியடையாதிருந்த சந்தேகத்துக்கிடமில்லாத பெண் உறுப்பு. தான் பெற்ற குழந்தையைப் பார்த்தே ஒரு தாய் திகிலடைவது சாத்தியம்தானா? ஜஹானாரா பேகம் திகிலடைந்தாள்...
>
> அவள் அறிந்த ஒரே மொழியான உருதுவில் எல்லாப் பொருட்களுக்கும், உயிருள்ளவை மட்டுமல்ல, எல்லா வற்றுக்கும் பாலினம் உண்டு. எல்லாப் பொருட்களுமே ஒன்று ஆண் பாலாகவோ அல்லது பெண் பாலாகவோ இருக்கும். ஆண் அல்லது பெண். அவளுடைய குழந்தையைத் தவிர. ஆம். இவனைப் போன்றவர்களுக்கு ஒரு சொல் இருக்கிறது, அவளுக்குத் தெரியும் – 'ஹிஜ்ரா'. உண்மையில் இரண்டு சொற்கள். 'ஹிஜ்ரா', 'கின்னார்'. ஆனால் இரண்டே இரண்டு சொற்கள் மட்டும் ஒரு மொழியை உண்டாக்குவதில்லை.
>
> மொழிக்கு வெளியே வாழ்வது சாத்தியமாக இருந்ததா? இந்தக் கேள்வி உண்மையில் சொற்களாகவோ அல்லது

சரளமான ஒரே வாக்கியமாகவோ அவளிடம் கேட்கப்பட வில்லை. ஒலியற்ற, வளர்நிலைக் கரு ஒன்றின் ஓலமாக அவளிடம் கேட்கப்பட்டது.[10]

தமது வாழ்க்கையை ஒரு மொழிக்குள்ளாகவே திருக்குமறுக்காகப் பின்னிக்கொண்டு, பிடிவாதமாக அதைச் சுற்றிப் போர்த்திக்கொண்டிருக்கும் குடும்பத்துக்கு ஒரு மொழிக்கு வெளியே வாழ வேண்டிய நெருக்கடியை அஞ்சுமின் பிறப்பு ஏற்படுத்துகிறது. முதல் சில வருடங்களுக்கு ஜஹானாரா பேகம் அந்த ரகசியத்தைத் தனக்குள்ளாகவே போற்றிப் பாதுகாத்து வைத்திருக்கிறாள். ஆனால் அதை அவளுடைய கணவனிடம் தெரிவித்தாக வேண்டிய நேரமும் வருகிறது. முலாகத் அலியின் உண்மையான ஈடுபாடு உருதுவிலும் பாரசீகக் கவிதைகளிலும் மட்டுமே இருக்கிறது. அவரிடம் கைவசம் ஈரடிச் செய்யுள்கள் ஏராளமாக இருந்தன. எல்லாச் சந்தர்ப்பங்களுக்கும், எல்லா மனநிலைகளுக்கும், அரசியல் களத்தில் நிகழும் ஒவ்வொரு மாற்றங்களுக்கும் பொருத்தமாக எடுத்துச் சொல்வதற்கு அவரிடம் உரிய ஈரடிச் செய்யுள்கள் இருந்தன. கவிதை நோய்களைக் குணமாக்கும் என்று அவர் நம்புகிறார். முழுமையாகக் குணப்படுத்தாவிட்டாலும் எல்லா நோய்களையும் ஓரளவாவது குணமாக்கும் என்று மருந்துகளுக்குப் பதிலாகக் கவிதைகளைத் தன்னுடைய நோயாளிகளுக்கு வழங்குகிறார். ஜஹானாரா பேகம் பல வருடங்களாக அவரிடமிருந்து மறைத்துவைத்திருந்த ரகசியத்தைக் கடைசியில் சொல்லிவிடும்போது அவருக்கு ஆறுதலளிக்க எந்தவொரு ஈரடிச் செய்யுளும் இல்லாமற் போகிறது. அவர் தனது நங்கூரப் பிடிப்பை இழந்துவிடுகிறார். சமாளித்துக்கொண்டு காலூன்றி நிற்க முயன்றாலும் அவரால் இயலாமற்போகிறது.

முலாகத் அலியை நாம் சந்திக்கும்போதுதான் சுமையேற்றப் பட்ட இந்தியத் துணைக்கண்ட வரலாற்றைப் பிரதிபலிக்கும் சுமையேற்றப்பட்ட மொழி வரலாற்றுக்கான முதல் அறிகுறிகளைக் காண்கிறோம். இன, மதவாதக் கடைசல்கள் இறுதியில் வந்தடைந்த தேசப்பிரிவினை எனும் ரத்தக்களறியான அத்தியாயம் நிலத்தை யும் மனிதர்களையும் மட்டும் பிரிக்காமல், ஒரு பகுதி 'முஸ்லிம்' என்றும் இன்னொரு பகுதி 'இந்து' என்றும் ஒரு மொழியையும் பிளவுபடுத்திவிட்டது. பழைய தில்லியின் கவர்ச்சியான அயல் கலாச்சார எச்சங்களைப் பற்றியும், உணவு வகைகளைப் பற்றி யும் நாளேடுகளின் வார இறுதி இணைப்புகளில் கட்டுரைகள் வெளியிடுவதற்காக முலாகத் அலியை அரைகுறை அறிவுள்ள

இளம் செய்தியாளர்கள் அவ்வப்போது சந்திக்கும்போது நடப்பதை விவரிக்கும் பகுதி இது:

முலாகத் அலி தன்னைப் பார்க்க வருபவர்களைப் பொலிவிழந்த உயர்குடிமகன் ஒருவரின் கம்பீரத்துடனே எப்போதும் வரவேற்பார். கடந்த காலத்தைப் பற்றி ஏக்கத்தொனி இல்லாமல் பெருமிதத்துடன்தான் பேசுவார். தற்போது வியட்நாம், கொரியா என்று அழைக்கப்படும் நாடுகளிலிருந்து ஹங்கேரி, பால்கன் நாடுகள் வரையிலும் வடக்கு சைபீரியாவிலிருந்து இந்தியாவின் தக்காணப் பீடபூமி வரையிலும் பரந்து விரிந்திருந்த, உலகம் இதுவரை கண்டிராத ஒரு பிரம்மாண்ட சாம்ராஜ்ஜியத்தைப் பதிமூன்றாம் நூற்றாண்டில் அவருடைய முன்னோர்கள் எப்படி ஆண்டுவந்தார்கள் என்று விவரிப்பார். நேர்காணலின் முடிவில் அவருடைய அபிமானக் கவிஞர்களின் ஒருவரான மீர் தகி மீரின் ஈரடி உருதுச் செய்யுளைச் சொல்வது அவரது வழக்கம்.

ஜிஸ் ஸார் கோ குரூர் ஆஜ் ஹை யான் தாஜ் – வாரிகா
கல் உஸ் பே யாஹின் ஷோர் ஹை ஃபிர் நௌவாகரி கா

பெருமையுடன் இன்று கிரீடம் சுமந்திருக்கும் தலையும் இதே இடத்தில் நாளை, புலம்பிக்கொண்டே குனிந்துவிடும்.

அவருடைய பார்வையாளர்களில் பலரும் புதிய ஆளும் வர்க்கத்தின் கர்வம் பிடித்த தூதர்கள். தமது இளமையின் இறுமாப்பை உணர்ந்திடாமல் இருப்பவர்கள். அவர்களிடம் சொல்லப்பட்ட ஈரடிச் செய்யுளின் பல்வேறு அடுக்குகளைக் கொண்ட பொருளை முழுதாகக் கிரகித்துக்கொள்ளும் திறனின்றித் திடமான தேநீரோடு சேர்த்து விழுங்கப்படும் தின்பண்டத்தைப் போலக் காதில் வாங்கிக்கொள்வார்கள். அவர்களுக்குத் தெரிந்ததெல்லாம் அது ஒரு வீழ்ச்சியுற்ற சாம்ராஜ்ஜியத்தின் புலம்பல்பாடல் என்பதும், அந்தச் சாம்ராஜ்ஜியம் இப்போது பழைய நகரத்தின் பாழடைந்த மதிற்சுவர்களுக்கு நடுவில் ஓர் அழுக்குப் பகுதியாகச் சுருங்கிக் கிடக்கிறது என்பதும் மட்டுமே. ஆம், அது முலாகத் அலியின் இன்னல் மிகுந்த சொந்த வாழ்க்கையை உணர்த்தும் ஒரு துயரார்ந்த குறிப்பீடு என்பதையும் அவர்கள் அறிந்திருந்தார்கள். ஆனால் அந்த ஈரடிச் செய்யுள் மறைமுகமாக எதையோ உணர்த்தும் ஒரு தந்திரத்தின்பண்டம்

என்பதை, அது ஒரு ஏமாற்றுக்கார சமோசா என்பதை, சோகத்தில் மடித்துத் தரப்பட்ட எச்சரிக்கை என்பதை, அம்மொழியைப் பேசுகிறவர்களைப் போலவே படிப்படியாக ஒரு சிறுவட்டத்துக்குள் சுருங்கிக்கொண்டுவரும் உருதுமொழி அந்த இளைஞர்களுக்குத் தெரியாது என்று நிச்சயமாக அறிந்திருந்த அறிவுப் புலமைமிக்க மனிதர் ஒருவரால் போலி அடக்கத்தோடு சொல்லப்படும் கவிதை என்பதை அவர்களால் உணரமுடியவில்லை.[11]

உருது / இந்தி / இந்துஸ்தானி என்று பலவிதமாகவும், பண்டைக் காலத்தில் ஹிந்தாவி என்றும் அழைக்கப்பட்ட மொழி வட இந்தியாவின் தெருக்களிலும் அங்காடிகளிலும் பிறந்தது. உத்தரப் பிரதேசத்தின் மேற்கில் தில்லியையொட்டிய பகுதிகளில் பேசப்படும் கரி போலி என்ற ஆதாரமான மொழியோடுதான் பாரசீகச் சொற்களஞ்சியம் சேர்க்கப்பட்டது. பாரசீக – அராபிய லிபியில் எழுதப்படும் உருது, இந்துக்களாலும் முஸ்லிம்களாலும் வட இந்தியாவிலும் தக்காணப் பீடபூமியிலும் பேசப்பட்டுவந்தது. இப்போது பெருமையாகப் பிரஸ்தாபிக்கப்படுவதைப்போல அதுவொன்றும் அரசவை மொழியாக ஒருபோதும் இருந்த தில்லை. பாரசீக மொழிதான் அந்த இடத்தில் இருந்தது. சாதாரண மக்களின் மொழியாகவும் அது இருந்ததில்லை. உருது 'தெரு மொழி' என்று சொல்லத்தக்க வகையில் அடிமட்ட மக்களிடம் புழங்கி வந்தது. சாதாரண மக்களின் வீட்டுக்குள் பேசப்படும் மொழியாகப் பெரும்பாலும் இருந்ததில்லை. முக்கியமாகப் பெண்கள் அந்த மொழியைப் பேசமாட்டார்கள். பிறகு அது இந்துக்களுக்கும் முஸ்லிம்களுக்கும் பொதுவான மரபார்ந்த இலக்கியத்துக்கான மொழியாக மாறியது. பிராந்தியத்துக்குப்பிராந்தியம் உருது மாறுபட்டே இருந்தது. ஒவ்வொரு வட்டாரத்திலும், அங்கிருக்கும் அறிஞர்கள் தாம் பேசுகின்ற மொழியே அசலானது என்று சொந்தம் கொண்டாடிவந்தார்கள். உண்மையில் முகலாயச் சாம்ராஜ்ஜியம் சிதைந்துவிடும் காலத்தில்தான் இம்மொழி உச்சநிலையை அடைந்திருந்தது.

1857ஆம் ஆண்டு நிகழ்ந்த (பிரிட்டிஷாரால் 'கலகம்' என்று வர்ணிக்கப்பட்ட) முதல் இந்தியச் சுதந்திரப் போர் தோல்வியில் முடிந்த பிறகு, கிழக்கிந்திய கம்பெனியின் உடைமையாக இருந்த நிலையிலிருந்து இந்தியா விடுபட்டது. பத்தொன்பதாம் நூற்றாண்டின் பிற்பகுதியான இக்கால கட்டத்தில்தான் உருது பிளவுபடுத்தப்படுவது முழுவீச்சுடன் நடக்கத் தொடங்கியது. பெயரளவில் முகலாய மாமன்னராக இருந்த பகதூர் ஷா ஸஃபார் பதவியிலிருந்து நீக்கப்பட்டு இந்தியா நேரடியாக பிரிட்டிஷ்

ஆட்சிக்குக் கீழ் கொண்டுவரப்பட்டது. புரட்சி வெடித்ததற்கு முக்கியக் காரணகர்த்தாக்கள் முஸ்லிம்களே என்ற ஐயத்தில் பிரிட்டிஷ் நிர்வாகம் முஸ்லிம்களுக்குக் கடுமையான தண்டனைகள் அளித்தது. முஸ்லிம்கள் அனைவருமே அரசாங்கத்தால் சந்தேகத்தோடு பார்க்கப்பட்டார்கள். அதிகார மையங்கள் மாறத் தொடங்கின. அதன் படிநிலைகள் மாறின. அடங்கிக் கிடந்த வன்மங்கள் வெளிப்பட்டன. பிளவுகளினூடாகப் புதிய சக்திகள் புகைபோலக் கசிந்து வெளிவரத் தொடங்கின. அதிகார ஆணை, ராணுவ வலிமை மூலமாக ஆட்சி நடத்தும் பழைய பாணி, பிரதிநிதித்துவ அரசாங்கம் எனும் புதிய பாணிக்கு உருமாறத் தொடங்கியது. பழைய நிலப்பிரபுத்துவக் குழுக்கள் கூட்டணி சேர்ந்து அதிகாரத்தையும் வேலைவாய்ப்புகளையும் மடைமாற்றிக்கொள்வதற்காக நவீன 'குழுமங்களை' உருவாக்கிக் கொள்ள ஆரம்பித்தனர். குழுமங்கள் பெரிதாக இருந்தால் ஆதாயங்களும் பெரிதாக அமையும் என்பது விதி.

இனவாரிப் புள்ளிவிவரம் இன்றியமையாததாகி விட்டதால் ஆங்கில அரசின் முதலாவது மக்கள்தொகைக் கணக்கெடுப்பு பெரும் எதிர்பார்ப்புகளையும் கவலைகளையும் ஏற்படுத்தியிருந்தது. 'இந்து'த் தலைவர்கள் தமது கவனத்தை இலட்சக்கணக்கான 'தீண்டத்தகாத' சாதியினரை நோக்கித் திருப்பினார்கள். கடந்த காலத்தில் தீண்டாமைக் கொடுமை யின் காரணமாகப் பல லட்சக்கணக்கான மக்கள் இஸ்லாம், சீக்கியம், கிறிஸ்துவ மதங்களுக்கு மாறியிருந்தனர். ஆனால் அவர்கள் மதமாற்றம் அடைந்திருப்பது தமக்குப் பேரிழப்பை உண்டாக்கக் கூடுமென்று ஆதிக்கச் சாதியினர் இப்போது கருதினர். சேதாரத்தைச் சரி செய்வதற்காகச் சீர்த்திருத்தவாதிகள் விரைந்து வந்தார்கள். இந்துயிஸம் சுவிசேஷக பரப்புரை மதமாக மாறியது. தம்மை ஐரோப்பிய ஆரிய இனத்தின் வழித்தோன்றல்களாகக் கருதிக்கொண்டிருந்த உயர்சாதி இந்துக்கள், தீண்டத்தகாதவர்களையும், பழங்குடி மக்களையும் *கர் வாப்ஸி* (தாய் மதம் திரும்புதல்) என்ற அபத்தச் சடங்கு களின் மூலம் 'தூய்மைப்படுத்தி' இந்து மதத்தில் மீண்டும் சேர்த்துக்கொள்ள முயன்றனர். புதிதாகத் தலையெடுத்த இந்த இந்துக் குழுமம் இதரப் போட்டிக் குழுமங்களிலிருந்து தன்னைத் தனித்துக் காட்டிக்கொள்வதற்காகவும், சுவிசேஷகர்கள், கூட்டணியில் சேரக்கூடிய வாய்ப்புள்ளவர்கள் ஆகியோரைக் கவர்ந்திழுப்பதற்காகவும், கலாச்சார அடையாளங்களைத் தேடத் தொடங்கியது. புனிதப் பசுவும், தேவமொழியும் பரப்புரைக்கான வாகனங்களாகத் தேர்ந்தெடுக்கப்பட்டன. *கௌ ரக்ஷக்* (பசுப் பாதுகாப்பு) குழுக்கள் புற்றீசல்களாகப் பெருகின. அதே நேரத்தில்

தேவநகரி (தெய்வத்தின் எழுத்து) உருதுவின் இரண்டாவது வரிவடிவமாக அங்கீகரிக்கப்பட வேண்டும் எனக் கோரிக்கைகளும் எழத் தொடங்கின. பிராமணர்களுக்குச் சொந்தமான வரிவடிவமாக இருந்த தேவநகரி ஆரம்பத்தில் 'பாப்னி' என்ற பெயரோடு வழக்கில் இருந்தது.[12] பல நூற்றாண்டுகளாகக் கீழ்ச்சாதியினர் கற்றுக்கொள்வதற்கு உரிமை மறுக்கப்பட்டுவந்த சமஸ்கிருதத்தைப்போல இதுவும் கீழ்ச்சாதியினரின் 'தீட்டு' படாமல் அதன் தூய்மை பத்திரமாகப் பாதுகாக்கப்பட்டுவந்தது. ஆனால் காலமாற்றத்தினால் தேவநகரி 'பொதுமக்களுக்கு'ப் பாத்தியதையான வரிவடிவம் என்று அறிவிக்க வேண்டிய கட்டாயம் ஏற்பட்டுவிட்டது. உண்மையில் அக்காலத்தில் பரவலாகப் பயன்படுத்தப்பட்டுவந்த எழுத்துமுறை 'கைத்தி' என்பதேயாகும். ஆனால் முஸ்லிம்களுக்கு ஆதரவாக இருந்த பிராமணரல்லாத கயஸ்தர்கள் போன்ற சாதியினராலும் கைத்தி பேசப்பட்டுவந்தது. இந்நிலையில் அடுத்த சில பத்தாண்டுகளுக்குள்ளாகவே கைத்தி முற்றிலுமாகக் கைவிடப்பட்டு, வெகுவிரைவில் பொதுமக்களின் நினைவிலிருந்தே அழிக்கப்பட்டுவிட்டது.[13]

மக்கள் தொகையில் எழுதப் படிக்கத் தெரிந்தவர்களின் சதவீதம் ஒற்றை இலக்கத்தில் இருக்கையில் ஒரு புதிய எழுத்துமுறைக்காக ஒரு சமுதாய இயக்கத்தைத் தொடங்குவது எளிதாக இருக்கவில்லை, அவர்களை உண்மையில் பாதிக்காத ஒரு விஷயத்துக்காக மக்களிடம் எப்படி ஒரு ஆர்வத்தை எழுப்பிவிட முடியும்? இதற்கு எளிமையான, சாமர்த்தியானதொரு விடையைக் கண்டுபிடித்தார்கள். *Hindi Nationalism* என்ற மிகச் சிறப்பான நூலில் அலோக்ராய் இந்த தேவநகரி எழுத்துமுறை எப்படி இந்து ஒற்றுமை, பசு பாதுகாப்பு, *கர்வாப்ஸி* என்ற உத்திகளைப் பயன்படுத்திப் பரவலாகப்பட்டது என்று விரிவாக எழுதுகிறார். *நகரி பிரச்சாரினி சபா* என்ற தேவநகரி வளர்ச்சிக் கழகங்களும், *கௌ ரக்ஷக், கர்வாப்ஸி* சுவிசேஷகர்களும் ஒரே அலுவலகக் கட்டடத்தில், எல்லோருக்கும் பொதுவான நிர்வாக அலுவலர்களோடு இயங்கிவந்ததை அவர் குறிப்பிடுகிறார். ஒருவேளை அதே நிலைமை இப்போதும் இருக்கக் கூடும். தேவநகரிக்காக நடந்த பிரச்சாரத்துக்கு உடனடியான, நடைமுறை ஆதாயக் குறிக்கோள்களும் இருந்தன. அரசுப் பணிகளுக்கான தகுதி என்பது அதில் ஒன்று. அக்காலத்தில் பாரசீக மொழியை அறிந்திருப்பதுதான் அடிப்படைத் தகுதியாக இருந்தது. இந்த முன்னெடுப்புக்கு மேல்தட்டு முஸ்லிம்கள் காட்டிய எதிர்ப்பு இதன் வேகத்தைக் கூட்டியது. இருக்கும் நிலையே தொடர வேண்டும் என்ற கருத்துக் கொண்டிருந்த பல முஸ்லிம் தலைவர்களுக்குச் சுயநல விருப்பங்கள் இருந்தன.

உதாரணமாக, புகழ்பெற்ற சீர்திருத்தவாதியும் அன்றைய காலகட்டத்தில் பெரும் நவீனத்துவராகவும் கருதப்பட்ட சர் சையத் அகமத் கான், பாரசீக – அராபிய லிபியை மட்டுமே ஆட்சிமொழியாகப் பயன்படுத்த வேண்டும் என்பதற்கு இவ்வாறு வாதிட்டார்: "தாழ்ந்த சாதியைச் சேர்ந்த ஓர் அற்பப் பிறவி, பி.ஏ., எம்., ஏ., படித்துவிட்டு, வேலைக்கான தகுதியையும் வைத்துக்கொண்டு நம்மைப்போன்ற உயர்குடியாளர்களுக்கு மேலே இருக்கின்ற பதவியில் வந்து அமர்ந்துகொண்டு, நமது சொத்து, உடைமை, சலுகைகளைப் பாதிக்கும்படியாகச் சட்டம் போடத் தொடங்கிவிட்டானென்றால்? ஒரு போதும் அது நடக்கக்கூடாது."[14]

எதிரும் புதிருமாக நின்றுகொண்டிருக்கும் பகைவர்கள் கூட அவர்களுக்குப் பொதுவான பாதிப்பு நேரக்கூடிய சந்தர்ப்பங்களில் ஒன்றுகூடிவிடுவது எப்போதும் ஆச்சரிய மளிக்கக் கூடியதாகவே உள்ளது. இப்போராட்டம் புதிய மேட்டுக்குடியினருக்கும் பழைய மேட்டுக்குடியினருக்கும் நடந்தபோது, புதியவர்கள் தமது குறிக்கோள்கள் எல்லாமே மக்களின் 'விருப்பங்கள்தாம்' என்று வழக்கம்போலப் பொய்க்கோலம் கொள்ளத் தொடங்கினார்கள்.

தேவநகரி இயக்கத்துக்கு ஏப்ரல் 1900இல் முதல்வெற்றி கிடைத்தது. வடகிழக்கு மாகாணங்கள், ஔத் பகுதியின் லெப்டினன்ட் கவர்னர் சர் அந்தோணி மெக்டானல், மாகாண நீதிமன்றங்களில் பாரசீக வரிவடிவத்துடன் தேவநகரியையும் கூடுதலாகப் பயன்படுத்துவதற்கு ஆணை வெளியிட்டார். ஒரு சில மாதங்களிலேயே இந்தியும் உருதுவும் தனித்தனி மொழிகளாகக் குறிப்பிடப்பட்டன. இரண்டு தரப்பிலுமிருந்த மொழித் தலைவர்கள் களத்தில் இறங்கி, கடலைப் பிரித்து வார்த்தை – மீன்களைப் பங்கீடு செய்யத் தொடங்கினார்கள். 'இந்தி'த் தரப்பில் உள்ளவர்கள் பாரசீகத்தின் தாக்கத்திலும், நாகரிகமற்ற வட்டார வழக்கிலும் உள்ள சொற்களை நீக்கினார்கள் (ஆனால் இந்தி, இந்து, இந்துஸ்தான் என்ற சொற்கள் மட்டும் தப்பித்துவிட்டன). பாரசீக மொழியின் இடத்தைச் சமஸ்கிருதம் பிடிக்கத் தொடங்கியது. ஆனால் சமஸ்கிருதம் என்பது சடங்குகளுக்கும் வழிபாடுகளுக்குமான மறைமொழி. அர்ச்சகர்களும் சாமியார்களும் பயன்படுத்துவது. அதன் சொற்றொகுதியில் அன்றாட வாழ்வில் சாதாரண மனிதர்களிடையே புழங்கும் நடைமுறை வார்த்தைகள் இல்லை. மானிடக் காதல், கடும் உடல் உழைப்பு, சோர்வு, ஏக்கம் போன்றவற்றுக்கான மொழி அல்ல அது. சாதாரண மனிதர்களின் பாடல், கவிதைகளுக்கான மொழியும் அல்ல. அவையெல்லாம்

ஆஸாதி

அவாதி, மைத்திலி, பிரஜ் பாஷா, போஜ்புரி அல்லது இவற்றைப் போன்ற மற்றப் பிராந்திய மொழிகளில் இருக்கக்கூடியவை. ஒரு மொழியைச் செறிவூட்டுவதற்குப் பதிலாக வறியதாக்கியதற்கு இதைப்போன்ற பிறிதோர் உதாரணம் வரலாற்றில் இருந்ததில்லை. இது ஒரு சமுத்திரத்தை எடுத்துவிட்டு அந்த இடத்தில் ஒரு நீர்வாழினக் காட்சியகத்தை வைக்க விரும்புவதைப்போல.

இரண்டு தரப்பும் வலுவாகக் காலூன்றத் தொடங்கியதும், இலக்கியத்தின் அடிப்படைத் தத்துவமும் பிளவுண்டது. 'உருது' வல்லுநர்கள் சாதிக்கு எதிரான, மிகவும் அற்புதமான பக்திக் கவிஞர்களான கபீர், சூர்தாஸ், மீரா, கிருஷ்ணரின் முஸ்லிம் பக்தரான ரஸ்கான் ஆகியோரைத் தம்மிடமிருந்து வெளியேற்றினர். 'இந்தி' வல்லுநர்கள் மகத்தான உருதுக் கவிஞர்களான மீர், காலீப் ஆகியோரை ஒதுக்கித் தள்ளினர். (இந்துஸ்தானி செவ்வியல் இசையுலகத்திலும் இதைப்போன்ற முயற்சி நடக்கத் தொடங்கிவிட்டது. ஆனால் இந்துப் பாரம்பரிய இசை என்றும் முஸ்லிம் பாரம்பரிய இசை என்றும் அதிகாரப்பூர்வமாகப் பிரிக்கப்படும் அவலம் இன்னும் இதுவரை நடக்கவில்லை.) அதிர்ஷ்டவசமாக மிகவும் உன்னதமான முற்போக்கு எழுத்தாளர்களும் கவிஞர்களும் இந்த அழுத்தத்துக்குத் தலைசாய்க்க வில்லை. தமது மொழிக்கு இழைக்கப்படும் அநீதியை எதிர்த்தபடி மிகச் செறிவான இலக்கியங்களையும் கவிதைகளையும் தொடர்ந்து படைத்துக்கொண்டிருந்தார்கள். ஆனால் காலம் செல்லச்செல்ல, பழைய தலைமுறை மறைந்து, அரசாங்கமும் பாடநூல் கழகங்களும் அங்கீகரித்த 'புதிய' இந்தி நூல்களையும் பாடப்புத்தகங்களையும் மரபான கல்விமுறையில் படித்து வளர்ந்த புதிய தலைமுறையினரால் வர்ணனைக்கு அடங்காத அழகான தங்களுக்குரிய மரபுச் செல்வத்தை மீட்டெடுக்க முடியாத நிலை உள்ளது.

இந்தக் காரணங்களுக்காகத்தான் அஞ்சுமின் தந்தை முலாகத் அலி, மீர் எழுதிய ஈரடிச் செய்யுள்களைத் தன்னைச் சந்திக்கவந்த புதிய இந்தித் தலைமுறையைச் சேர்ந்த ஊடக இளைஞர்களிடம் சோகம் கலந்த சந்தேகத்துடன் ஒப்புவிக்கும்போது, அவர்களுக்கு அக்கவிதைகளின் உண்மையான பொருளைப் புரிந்துகொள்ள முடியாதென்று அவர் அறிந்திருக்கிறார். அவரது நெருக்கடியான பொருளாதார நிலையைப் போலத்தான் அந்த இளைஞர்களின் சொற்கிடங்கும் உள்ளது.

இன்று உருது பேசுகின்ற இளம் தலைமுறையினர் பலருக்கும் பாரசீக எழுத்துக்களைப் படிக்கத் தெரியாது. உருதுவைத் தேவநகரி வரிவடிவில் மட்டுமே அவர்களால் படிக்க முடியும். உருது என்பது முஸ்லிம்களின் மொழியாக மட்டுமன்றி,

பாகிஸ்தானிய மொழியாகவும் இன்று பார்க்கப்படுகிறது. இம்மொழியில் பேசுவது சிலருடைய கண்களுக்குக் குற்றச்செய லாகத் தெரிகிறது. 2017ஆம் ஆண்டு மார்ச் மாதத்தில் உத்தரப் பிரதேசச் சட்டமன்றத்தில் இரண்டு சட்டமன்ற உறுப்பினர்கள் பதவிப் பிரமாணத்தை உருதுவில் எடுத்துக்கொள்ள முயன்றபோது தடுக்கப்பட்டார்கள்.[15] அலிகர் மாநகராட்சி உறுப்பினர் ஒருவர் இதே காரணத்துக்காக 'மதவுணர்வுகளைப் புண்படுத்த' முயன்றதாகக் குற்றம் சாட்டப்பட்டார்.[16]

இந்தியின் வெற்றி மகத்தானதாக இருந்தாலும், அதன் பாதுகாவலர்களின் பதற்றங்கள் முற்றிலும் தணிந்துவிட்டதாகவும் தெரியவில்லை. அதற்குக் காரணம், அவர்களுடைய எதிரிகள் என்பவர்கள் காலமான கவிஞர்களாக இருப்பதோடு, அவர்கள் மறைந்துபோக மறுப்பவர்களாகவும் இருப்பதுதான். 2002 குஜராத் படுகொலைச் சம்பவங்களில் இடம்பெற்ற ஒரு துணை அத்தியாயம் இத்தகைய கவிஞர் ஒருவரைச் சார்ந்ததாக இருந்தது. அஞ்சும் அவளுடைய தந்தை முலாகத் அலியின் நண்பரான ஜாகீர் மியானுடன் குஜராத்துக்குச் சென்றபோது அந்தப் பயங்கரத்தை நேரில் கண்டாள்:

> அகமதாபாத்திற்குச் சென்றால் அங்கே பதினேழாம் நூற்றாண்டைச் சேர்ந்த, காதல் கவிஞர் என்று பெயர் பெற்றிருந்த உருதுக் கவிஞரான வாலி தக்கானியின் ஆலயத்துக்கும் அவர்கள் போகலாம் என்றார். வாலி தக்கானி, முலாகத் அலிக்கு அபிமானக் கவிஞர், அவருடைய ஆசிகளும் கிடைக்கும் என்றார். முலாகத் அலியின் அபிமான ஈரடிச் செய்யுள் ஒன்றை அவர்கள் சிரித்தபடி பாடிக்கொண்டே தமது பிரயாணத் திட்டத்தை உறுதிசெய்துகொண்டனர்.
>
> ஜிஸே இஷ்க் கா தியிர் காரி லாகே
> உஸே ஸிந்தகி க்யூன் நா பாரி லாகே
>
> காதல் தேவன் அம்பு பாய்ந்ததுமே
> அவன் வாழ்வில் சுமையும் கூடிவிடுமே.[17]
>
> சில நாட்கள் கழித்து அவர்கள் ரயிலேறினார்கள். முதலில் அஜ்மீருக்கும் பிறகு அகமதாபாத்துக்கும் சென்றார்கள். அதன் பிறகு அவர்களிடமிருந்து எந்தத் தகவலும் வரவில்லை.
>
> தொலைக்காட்சி நெடுந்தொடர்களை மாற்றிச் செய்திகளை வைக்கும்படி சயீதா கேட்டபோது யாரும் மறுக்கவில்லை. (சயீதா அஞ்சும்மீது பெரும் அன்பு கொண்டிருந்தாள்.

தன்னைப்பற்றி அஞ்சுமுக்கு இருந்த சந்தேகங்கள் எதையும் சயீதா அறிந்திருக்கவில்லை). தொலைக்காட்சிச் செய்திகளை நிறுத்தாமல் இருக்கும்படி எல்லோரிடமும் கேட்டுக்கொண்டாள். செய்திகளில் அஞ்சும், ஜாகீர் மியானைப்பற்றி ஏதாவது தகவல் கிடைக்க வாய்ப்பு இருப்பதாகச் சொன்னாள். தொலைக்காட்சிச் செய்திகளில் ஆயிரக்கணக்கான குஜராத் முஸ்லிம்கள் தஞ்சமடைந்திருந்த அகதி முகாம்களுக்கு முன்பு நின்றுகொண்டு செய்தியாளர்கள் மைக்கோடு காமிராவைப் பார்த்து அடித்தொண்டையிலிருந்து கத்திக்கொண்டிருந்தார்கள். க்வாபாக்சில் இருப்பவர்கள் தொலைக்காட்சியின் ஒலியைக் குறைத்துவிட்டு, சலனக் காட்சிகளின் பின்னணியில் அஞ்சுமோ ஜாகீர் மியானோ உணவுக்காக, போர்வைக்காக நிற்கும் வரிசைகளில், கூடாரத்தில் ஒடுங்கியிருக்கும் முகங்களில் தட்டுப்படுகிறார்களா என்று தேடிக்கொண்டிருந்தார்கள். தக்காணியின் ஆலயம் இடித்துத் தள்ளப்பட்டு, அது இருந்த இடத்தின்மீது புதிதாகத் தார்ச்சாலை போடப்பட்டு, அந்த ஆலயம் இருந்த சுவடே இல்லாமல் அழிக்கப்பட்டுவிட்டது என்ற செய்தியும் அவர்களை வந்தடைந்தது. (ஆனால் அந்த ஆலயம் இருந்த இடத்தில் போடப்பட்ட தார்ச்சாலையின் மீது மக்கள் வரிசையில் வந்து பூக்களை வைத்து வணங்கிவிட்டுச் செல்வதைக் காவல் துறையாலோ, கலவரக் கும்பல்களாலோ, முதலமைச்சராலோ ஒன்றும் செய்ய இயலவில்லை. தார்ச்சாலையில் விரைந்துசெல்லும் கார்கள் அந்தப் பூக்களை நசுக்கிக் கூழாக்கிவிட்டுச் செல்ல, புதிய பூக்கள் அங்கே வைக்கப்பட்டன. பூக்கூழுக்கும் கவிதைக்கும் இடையில் உள்ள தொடர்பை யாரால் தடுக்க முடியும்?)[18]

300 ஆண்டுகளுக்கு முன் வாழ்ந்த ஒரு கவிஞர்மீது இருபத்தியோராம் நூற்றாண்டின் கலவரக் கும்பலுக்கு ஏன் அந்த அளவுக்குக் கோபம் இருக்க வேண்டும்? வாலி தக்காணி (தக்காணத்தின் ஞானி) பதினேழாம் நூற்றாண்டுக் கவிஞர். வாலி அவரங்காபாடி, வாலி குஜராத்தி என்றும் அழைக்கப்பட்டவர். அக்காலத்தில் பாரசீக மொழியிலேயே பெரும்பாலும் எழுதிக்கொண்டிருந்த வடஇந்திய அரசவைக் கவிஞர்களுக்கு தக்காண உருது என்ற மொழிவகைமையில் இவர் எழுதியது அறிமுகமின்றி இருந்தது. உருதுவில் எழுதினாலும் வாலி தக்காணிதான் துணைக் கண்டத்திலேயே தனது கவிதைகளை *திவான்* என்ற வடிவத்தில் அளித்த முதல் கவிஞர் எனலாம். *திவான்* என்பது பாரசீக மரபின்படி அகர வரிசையில் *மஸ்நாவி*

(கதைகூறல் கவிதைகள்) *மார்ஸியா* (ஹுசைனின் தியாகத்தைப் போற்றும் துயரக் கதைகள்), *காஸிதா* (போர்வீரர்களை வாழ்த்திப் பாடும் கவிதைகள் என்று மூன்று பகுதிகளாக அமைந்த கவிதை மரபு. பாரசீக மொழியில் எழுதிக்கொண்டிருந்த பிரபலக் கவிஞர்களிடையே தக்காணியின் *திவான்* புயல்போல நுழைந்து அவர்களைப் பின்னுக்குத் தள்ளியது. வடக்குக்கும் தெற்குக்கும் இடையிலான பண்பாட்டுப் பாலமாகவும், உருதுக் கவிதையின் தந்தையாகவும் தக்காணி கருதப்பட்டார்.

அதுவரை பாரசீக மொழியில் எழுதிக்கொண்டிருந்த கவிஞர்களை உருதுவில் எழுதத் தூண்டிய, உருது இலக்கியத்தை உன்னதமான உயரத்துக்குக் கொண்டுசென்ற அகநிலைக் கருத்தியல் கவிஞரான வாலி தக்காணியின் ஆலயத்தை அழித்த நவீன காலத்தின் கலவரக் கும்பல் அவரை வீரநாயகன் அந்தஸ்துக்கு உயர்த்திவிட்டதாகவே சொல்ல வேண்டும். ஏனென்றால் இந்தக் காலித்தனம் இந்துஸ்தானின் வீதிகளில் பிறந்த மொழி உருது என்பதை யாராலும் மறுக்கவியலாமல் ஆக்கியிருக்கிறது.

2002 குஜராத் படுகொலை தினங்களில் வாலி தக்காணியின் ஆலய இடிப்பைபோல வேறு பல சம்பவங்களும் நடந்தன.[19] இந்துஸ்தாணி செவ்வியல் இசை மரபில் வந்த மிக அற்புதமான பாடகரான உஸ்தாத் ஃபையஸ் கானின் கல்லறை பரோடா நகரில் சிதைக்கப்பட்டது. பல வருடங்களுக்கு முன்பு 1970களில் நிகழ்ந்த ஒரு கலவரத்தின்போது (கார்ஸன் ஹோபார்ட்டின் அபிமானப் பாடகியான) ரசூலன் பாயின் வீடு தீக்கிரையாக்கப் பட்டது.[20] இன்றைய காலிக் கும்பல்களைப்பற்றி நல்லதாகச் சொல்வதற்கும் ஒரு விஷயம் இருக்கிறது. இவர்களுக்குக் கலைப் படைப்புகளால் உண்டாகும் அபாயங்கள் தெரிந்திருக்கிறது. நல்ல ரசனை கொண்ட ரவுடிக் கும்பல்தான் இவர்கள்.

ooo

இந்த மிக நீண்ட உரையை *பெருமகிழ்வின் பேரவை* நாவலில் இடம் பெற்றிருக்கும் கோஷங்கள், மந்திரங்களைப் பற்றிய சிறு குறிப்புடன் நிறைவு செய்கிறேன்.

குஜராத் கலவரத்தில் கொல்லப்பட்ட ஜாகீர் மியானின் சடலத்தின் அருகில் தானும் இறந்துவிட்டதைப்போல நடித்துக்கொண்டிருந்த அஞ்சுமைக் கொலைகாரர்கள் கண்டுபிடித்துவிடுகிறார்கள். ஆனால் அவளைச் சிலர் கொல்ல முற்படும்போது, ஹிஜ்ராக்களைக் கொல்வது பாவம் என்று மற்றவர்கள் தடுத்துவிடுகிறார்கள். அவளைக் கொல்வதற்குப் பதிலாக அவளை மண்டியிடவைத்து தங்களுடைய கோஷங் களைச் சொல்ல வைக்கிறார்கள்:

பாரத் மாதா கி ஜெய்! வந்தே மாதரம்!

அவள் சொன்னாள். கதறியழுதபடி. உடம்பெங்கும் நடுங்கியபடி நினைத்துப் பார்க்க முடியாதபடிக்கு அவமானப்பட்டு, கூனிக்குறுகி.

இந்தியத் தாய்க்கு வெற்றி! தாயை வணங்குவோம்!

அவளை உயிரோடு விட்டுவைத்து அவர்கள் அகன்றனர். கொல்லாமல், காயப்படுத்தாமல், மடிக்கவோ, பிரிக்கவோ செய்யாமல். அவளை மட்டும். அதனால் அவர்களுக்கு நல்லதிருஷ்டம் ஏற்படக்கூடும்.

கசாப்புக்காரனின் அதிருஷ்டம்.

அதுதான் அவள். எவ்வளவு காலம் அவள் ஜீவித்திருக் கிறாளோ அவ்வளவு காலத்துக்கும் அவள் அவர்களுக்கு நல்லதிருஷ்டம் அளித்துக்கொண்டிருப்பாள்.[21]

இந்த நாட்டுக்கு பாரத், இந்துஸ்தான், இந்தியா என்று பல பெயர்கள். இந்து தேசியவாதிகளுக்கு 'அகண்ட பாரதம்' என்ற பெயர் பிடித்தமானது. பிரிக்கப்படாத இந்தியா. இதில் பாகிஸ்தான், பங்களாதேஷ் ஆகிய நாடுகளின் பகுதிகளும் அடங்கும். அவர்களுடைய குறிக்கோள் அதுதான். *பாரத மாதா கி ஜெய்!* என்ற கோஷம் இந்து தேசியவாதத்தின் குரலாக அல்லாமல் தேசபக்தியின் வெளிப்பாடாகவே பலரால் பார்க்கப்படுகிறது. பரதன் என்ற அரசன் ஆண்ட பாரதம் என்ற நாடு எப்படி ஒரு மாதா (தாய்) என்று ஆக முடியும் என்றும், ஏன் இந்தியா ஒரு தந்தையர் நாடு என்றில்லாமல் தாய்நாடு என்று அழைக்கப்படுகிறது என்றும் அந்தச் சர்ச்சையாளர்களையும், கற்பனைத் திறனற்ற மொழியியலாளர்களையும் அஞ்சும் சத்தமிட்டே அடக்கியிருப்பாள், அல்லது அடிக்கவே அடித்திருப்பாள் – அப்போதைய சூழல் மட்டும் தணிவாக இருந்திருந்தால்.

அவளைக் கட்டாயப்படுத்திச் சொல்லவைத்த இரண்டாவது கோஷம், *வந்தே மாதரம்.* தாயை வணங்குவோம் என்று இது மொழிபெயர்க்கப்படுகிறது. *வந்தே மாதரம்* என்பது பிரபல வங்க எழுத்தாளர் பக்கிம் சந்திர சட்டோபாத்தியாய 1880களில் எழுதிய 'ஆனந்த மடம்' நாவலில் இடம்பெறும் ஒரு பாடலின் தலைப்பு. இந்த நாவல் இந்து தேசியவாதிகளுக்கு எப்போதுமே பெரும் ஆதர்சமாக இருந்த ஒன்று, இந்துப் போர்வீரன், முஸ்லிம் அடக்குமுறையாளர்களுக்கெதிராக வீறுகொண்டு எழுந்து புரட்சி செய்யும் இக்கற்பனைக் கதை இலக்கியத்தின் வழியே கடந்த

காலத்தை வர்ணிப்பதன் மூலம் எதிர்காலத்தை வடிவமைக்கும் உத்திக்கு ஓர் உதாரணம். இந்தப் பாடலில் தாய் நாடு என்பது துர்கா தேவியாக உருவகப்படுத்தப்பட்டுள்ளது. ஆனாலும் இப்பாடலின் முதல் இரண்டு சரணங்களிலும் 'இந்தியத் தாய்' என்று பொருள்படும் படியாக 'தாய்' என்று மட்டுமே குறிப்பிடப்படுவதால் இந்துக்களும் முஸ்லிம்களும் இதை அதிகாரப்பூர்வமற்ற தேசியகீதமாகவே ஏற்றுக்கொண்டனர். பிரிட்டிஷ் காலனியாதிக்கத்துக்கெதிரான விடுதலைப் போராட்டக் காலத்தில் மிகவும் பிரபலமடைந்திருந்த இப்பாடல் இன்று பெரிதும் மாறிவிட்டிருக்கும் கொடுமைக்கார, வல்லந்தப் படுத்தும் தேசியவாதச் சூழலில், இப் பாடலின் தோற்றுவாயை அறிந்திராத மக்களை, குறிப்பாக முஸ்லிம்களை, கட்டாயப் படுத்திப் பாடவைத்து அவர்களைச் சிறுமைப்படுத்தும் சடங்கு இந்துமத வெறியர்களால் அரங்கேற்றப்பட்டு வருகிறது. இந்தப் பாடல் 1990களில் நவீன வடிவத்தில் சூஃபி பாடகர் ஏ.ஆர். ரகுமானால் இசையமைத்துப் பாடப்பட்டு வெளிவந்தபோது பெரும் வரவேற்புப் பெற்றது. ஒரு காலத்தில் எல்லாத் தரப்பினராலும் பெரிதும் நேசிக்கப்பட்டுவந்த பாடல் குறுகிய அரசியல் காரணங்களால் சர்ச்சைக்குள்ளாக்கப்பட்டுவிட்டது.

வங்க மொழி பேசாத மாநிலங்களில் வங்க மொழியில் கோஷங்கள் எழுப்பப்படுவது அசாதாரண நிகழ்வு ஒன்றுமல்ல. துணைக்கண்டத்தில் கோஷங்கள் எழுப்புவது – அது காலிக்கும்பலோ அல்லது போராட்டக்காரர்களோ, வலதுசாரிகளோ அல்லது இடதுசாரிகளோ, ராணுவ ஆக்கிரமிப்பில் உள்ள இடங்களைச் சேர்ந்தவர்களோ அல்லது ராட்சத அணைகளுக்கு எதிராகப் போராடுபவர்களோ – யாராக இருந்தாலும் அது வெளியில் உள்ளவர்களுக்கு, நாட்டின் பிற பகுதிகளில் இருப்பவர்களுக்கு, வெளி உலகுக்குத் தெரிய வேண்டும் என்பதற்காக நிகழ்த்தப்படுபவை. அதனால் அவை பெரும்பாலும் உள்ளூர் மொழிகளில் இருப்பதில்லை. கஷ்மீரின் மாபெரும் போராட்டங்களில் உருதுவிலும் ஆங்கிலத்திலும்தான் கோஷங்கள் எழுப்பப்படுகின்றன. கஷ்மீரி மொழியில் அரிதாகவே கோஷங்கள் கேட்கும். ஆஸாதி! ஆஸாதி! (சுதந்திரம்! சுதந்திரம்!) என்ற அவர்களுடைய பிரபலமான உச்சாடனம் உருதுச் சொல். அதன் மூலம் பாரசீகம். இது இரானியப் புரட்சியிலிருந்து கிழக்கு நோக்கிப் பயணப்பட்டு கஷ்மீரத்தின் விடுதலை கோஷமாக மட்டுமன்றி முரண்நகை யாகப் பெண்ணிய இயக்கங்களுக்கும் உரித்தானதாகிவிட்டது. நாட்டின் மறுமுனையில், நான் வளர்ந்துவந்த கேரளத்தில், இன்குலாப் ஜிந்தாபாத்! (புரட்சி வாழ்க!) கோஷத்தைக் கேட்டு

வளர்ந்திருக்கிறேன். இதுவும் உருதுதான். கேரளத்தில் உள்ளூர் மக்கள் அறிந்த, பேசுகின்ற மொழியல்ல உருது. கம்யூனிஸக் கட்சியின் மற்றொரு கோஷம் *ஸ்வந்த்ரியம், ஜனாதிபத்யம், சோஷலிஸம், ஜிந்தாபாத்!* இது சமஸ்கிருதமும் மலையாளமும் ஆங்கிலமும் உருதுவும் ஒரே கோஷத்தில் இணைந்த கலவை.

பெருமகிழ்வின் பேரவை நாவலில் இடம்பெறுகின்ற ஒரு மந்திரத்தின் பயணத்தோடு நிறைவுசெய்கிறேன்.

அஞ்சுமும் ஜாகீர் மியானும் என்ன ஆனார்கள் என்று தெரியாமல் இரண்டு மாதங்கள் கழிந்த பிறகு, குஜராத் கலவரப் படுகொலைகளும் குறைந்துவிட்டதால் ஜாகீர் மியானின் மகன் மன்சூர் அவர்களைத் தேடிக்கொண்டு அகமதாபாத் செல்கிறான். முன்னெச்சரிக்கையாகத் தனது தாடியை மழித்துவிட்டு இந்துவைப் போன்ற தோற்றத்துடன் சென்ற அவனால் ஜாகீர் மியானைக் கண்டுபிடிக்க முடியவில்லை. ஆனால் ஓர் அகதிகள் முகாமில், ஆண்களுக்கான பிரிவில், ஆண்கள் உடையணிந்து, ஒட்ட வெட்டிய தலைமுடியுடன் பயத்தில் உறைந்திருக்கும் அஞ்சுமைத்தான் கண்டுபிடிக்க முடிகிறது. அவளை க்வாப்காவிற்கு அழைத்து வருகிறான். அஞ்சும் தனக்கு என்ன நடந்தது என்பதை யாரிடமும் சொல்ல மறுக்கிறாள், ஆனால் ‘ஆண்கள் எப்படி மடிக்கப்பட்டார்கள், பெண்கள் எப்படி பிரிக்கப்பட்டார்கள்’ என்பது அவளுக்குத் திரும்பத் திரும்ப நினைவில் குறுக்கிட்டுக்கொண்டே இருக்கிறது. தன் வளர்ப்பு மகளான ஜைனாப்பை முடித்திருத்துனரிடம் கூட்டிச் சென்று அவள் அழுவதைப் பொருட்படுத்தாமல் அவள் தலைமுடியை ஒட்ட வெட்டி அவளுக்கு ஆண்களின் உடைகளையயும் அணிவிக்கிறாள். “ஒருவேளை குஜராத், தில்லிக்கு வந்துவிட்டால் . . .” மற்றொரு முன்னெச்சரிக்கையாக, அவள் குஜராத் அகதிகள் முகாமில் கற்றுக்கொண்ட காயத்ரி மந்திரத்தையும் ஜைனாபுக்குச் சொல்லித் தருகிறாள். கலவரக் கும்பல்களிடம் சிக்கிக் கொண்டால் இந்த மந்திரத்தை ஒப்பித்து இந்து என்று ஏமாற்றித் தப்பித்துக் கொள்ளலாமென்று அகதிகள் முகாமிலிருந்த பலரும் காயத்ரி மந்திரத்தை மனப்பாடம் செய்துவைத்திருந்தார்கள் என்கிறாள். இம்மந்திரத்தின் பொருள் அஞ்சுமுக்கோ, ஜைனாபுக்கோ தெரியாது. ஆனால் ஜைனாப் பள்ளிக்குச் செல்லத் தயராகும்போதும், அவளுடைய வளர்ப்பு ஆட்டுக்கு உணவளிக்கும்போதும் இதை உற்சாகமாகப் பாடிக்கொண்டேயிருக்கிறாள்:

ஓம் பூர் புவஸ்ஸுவஹ
தத் ஸவிதுர் வரேண்யம்

பர்கோ தேவஸ்ய தீமஹி
தியோ யோ ந ப்ரசோதயாத்

> புர்லோகம், புவர்லோகம், ஸ்வரலோகம் ஆகிய மூன்று உலகங்களையும் படைக்கக் காரணமான ஒளி பொருந்திய, வணக்கத்துக்குரியவரை நாங்கள் தியானிக்கிறோம். நாங்கள் மேலான உண்மையை உணர அந்தப் பரம்பொருள் எங்கள் அறிவை ஊக்குவிக்கட்டும்.[22]

காயத்ரி மந்திரம் மூன்று இடங்களில் *பெருமகிழ்வின் பேரவை* நாவலில் வருகிறது. முதல் முறை, கலவரக் கும்பலிலிருந்து காப்பாற்றும் மந்திரக் காப்பாக. இரண்டாவது முறை, இந்தியாவின் புதிய, வளர்ந்துகொண்டிருக்கும் மத்திய வர்க்கதினரைக் கவரும் விதமாக பிரிட்டிஷ் ஏர்வேஸ் விளம்பரத்தில் இடம்பெறுவதை விவரிக்கும்போது. மூன்றாவது முறை, ஒரு பேரங்காடியின் துரித உணவகத்தில். அப்போது ஜைனாப் வளர்ந்திருக்கிறாள். சதாம் ஹுசைன் என்பவனோடு அவளுக்குத் திருமணம் நிச்சயமாகியிருக்கிறது. சதாம் அவர்களிடம் பல வருடங்களுக்கு முன் தன்னுடைய தந்தை ஒரு காவல் நிலையத்தின் எதிரிலேயே ஒரு கும்பலால் அடித்துக் கொல்லப்பட்ட கதையைச் சொல்கிறான். அந்தக் காவல்நிலையம் இருந்த இடத்தில்தான் இப்பேரங்காடி கட்டப்பட்டுள்ளதாகச் சொல்கிறான். ஜைனாப் அவளுக்கு ஒரு இந்து மந்திரம் தெரியும் என்று சொல்லிவிட்டு அவளுடைய வருங்கால (காலம் சென்ற) மாமனாருக்கு அஞ்சலி செலுத்தும் வகையில் காயத்ரி மந்திரத்தை ஒப்பிக்கிறாள்.

இப்படிப்பட்ட வகைகளிலெல்லாம் சமஸ்கிருதம் இறுதியில் திணை நிலைக்குரியதாக்கப்பட்டிருக்கிறது.

குஜராத்திலிருந்து நொறுங்கி, சின்னாபின்னமாக அஞ்சும் திரும்பி வந்ததற்குச் சில மாதங்கள் கழித்து, தனது பழைய வாழ்க்கையைத் தொடர முடியாமல் ஒரு பழைய இடுகாட்டுக்குக் குடிபெயர்கிறாள். அங்கு அவள் படிப்படியாகச் சீரடைந்து ஜன்னத் (சொர்க்கம்) விருந்தினர் இல்லத்தை உருவாக்குகிறாள். சதாம் ஹுசைன் அங்கு வந்துசேர்ந்ததும், வணிகத்தை விரிவுபடுத்தி ஈமச்சடங்குச் சேவைகளையும் அவர்கள் அளிக்கத் தொடங்குகிறார்கள். அந்த இடுகாடு, *துனியா*வில் (வெளி உலகில்) கௌரவமான இறுதிச் சடங்கு மறுக்கப்படுகிற எவருக்கும் ஈமச்சடங்கு செய்யும் இடமாக மாறுகிறது. அந்த ஜன்னத் விருந்தினர் இல்லம் மற்றும் ஈமச்சடங்கு சேவை மையத்தில் மரித்தவர்களைப் பொறுத்து, ஃபதேஹா எனும் பிரார்த்தனை இந்தியில் The Internationale, ஷேக்ஸ்பியரின் ஐந்தாம் ஹென்றியிலிருந்து ஒரு பகுதி என்று விதம்விதமான நல்லடக்கப் பிரார்த்தனைகள் நடக்கின்றன.

எனவே இந்த உரையின் தலைப்பில் உள்ள பாப்லோ நெருதாவின் கேள்விக்கு நாம் எப்படி பதிலளிக்கப் போகிறோம்?

வதைக்கப்பட்ட நகரங்களின்மீது எந்த மொழியில் மழை பொழிகிறது?[23]

சற்றும் தயங்காமல் சொல்வேன், மொழிபெயர்ப்பின் மொழியில் என்று.

2

அபாயகரமான ஜனநாயகச் சூழலில் தேர்தல் காலம்*

கொஞ்சகாலமாக நாம் விவாதித்துக்கொண்டிருந்த ஒரு விஷயத்தைச் சென்ற வியாழக்கிழமை காலை இந்திய நாளேடுகள் தீர்த்துவைத்திருக்கின்றன. அரசியல் செயல்பாட்டாளர்கள் ஐந்துபேர் கைதுசெய்யப்பட்ட செய்திக்கு *இந்தியன் எக்ஸ்பிரஸ்* வைத்திருந்த தலைப்பு: 'ஆட்சிக் கவிழ்ப்புச் சதியில் ஈடுபட்ட பாசிச எதிர்ப்பாளர்கள் கைது: புனே நகரக் காவல்துறை நீதிமன்றத்தில் அறிவிப்பு.'[1] அரசின் கட்டுப்பாட்டில் வருகின்ற காவல்துறையே பாஸிஸ்ட் என்று அடையாளப்படுத்தும் ஆட்சியில் வாழ்கிறோம் என்பது தெரிகிறது. இன்றைய இந்தியாவில் சிறுபான்மையினராக இருப்பது ஒரு குற்றம். கொலை செய்யப்படுவது ஒரு குற்றம். விசாரணையின்றிக் கைது செய்யப்படுவது ஒரு குற்றம். ஏழையாக இருப்பது ஒரு குற்றம். ஏழைகளுக்கு ஆதரவாக இருப்பதென்பது அரசைக் கவிழ்ப்பதற்கான சதி.

நாடறிந்த செயற்பாட்டாளர்கள், கவிஞர்கள், வழக்கறிஞர்கள், பாதிரியார்களின் வீடுகளில் ஒரே நேரத்தில் மகாரஷ்டிர மாநிலக் காவல்துறையினர் சோதனைகளை மேற்கொண்டு, மூன்று

---

* புதுதில்லியில் 29 ஆகஸ்ட் 2018 அன்று செய்தியாளர் கூட்டத்தில் நிகழ்த்திய உரை. இது முதலில் The Wire, Scroll போன்ற இதழ்களில் '#MeToo Urban Naxal' என்ற தலைப்பிலும் பின்னர் New York Review of Books இதழில் 3 செப்டம்பர், 2018 இதழிலும் வெளியானது.

முக்கியமான மனித உரிமைப் போராளிகளையும், இரண்டு வழக்கறிஞர்களையும், எவ்வித ஆதாரங்களுமின்றி அபத்தமான குற்றச்சாட்டுகளின்பேரில் கைது செய்தபோது, அது நாடெங்கும் பெரும் சீற்றத்தை எழுப்பக்கூடுமென்பதை அரசாங்கம் அறிந்தே இருக்கும். இது குறித்த நமது எதிர்வினைகள், நாடெங்கும் எழுந்த எதிர்ப்புகள் எல்லாவற்றையும் இந்த நடவடிக்கையை எடுப்பதற்கு முன்பே அவர்கள் கணக்கில் எடுத்திருப்பார்கள். அப்படியென்றால் இது ஏன் நடந்தது?

சமீபத்தில் நடந்த லோக்நிதி – CSDS – ABP – தேசத்தின் மனநிலை பற்றிய கருத்துக் கணிப்பு ஆளும் கட்சியான பாரதீய ஜனதா கட்சியும், பிரதமர் நரேந்திர மோடியும் மிக வேகமாக மக்கள் ஆதரவை இழந்துவருவதைக் காட்டியது.[2] இதற்குப் பொருள் நாம் அபாயகரமான காலகட்டத்துக்குள் நுழைந்து கொண்டிருக்கிறோம் என்பது. ஆதரவு சரிந்துவிட்டதற்கான காரணங்கள் ஆளும் கட்சிக்குத் தெரிந்தாலும், மக்கள் கவனத்தைத் திசை திருப்பும் முரட்டுத்தனமான முயற்சிகள் தொடர்ந்து நடக்கவிருக்கின்றன என்பதை நாம் அறிவோம். எதிர்க்கட்சிகள் இச்சூழ்நிலையைச் சாதகமாக்கிக்கொள்வதற்காக ஒன்றிணைவதைத் தகர்க்கும் இச்சூழ்நிலைகளும் நடக்கலாம். 2019இல் தேர்தல் நடக்கும்வரை கைதுகள், படுகொலைகள், ஆதாரமின்றிச் சிறையில் அடைத்தல்கள், வெடிகுண்டுத் தாக்குதல்கள், போலி ராணுவத் தாக்குதல்கள், கலவரங்கள், இனப்படுகொலைகள் என இந்த சர்க்கஸ் தொடர்ந்து நடக்கப் போகிறது. தேர்தல் காலத்துக்கும் வன்முறை வெறியாட்டங்களுக்கும் இடையில் உள்ள தொடர்பை நாம் இப்போது அறிந்துகொண்டிருக்கிறோம். பிரித்தாளும் சூழ்ச்சி. ஆம், ஆனால் அதனோடு இன்னொன்றும் சேர்ந்திருக்கிறது. மக்கள் கவனத்தைத் திசை திருப்பிவிட்டு ஆட்சி செய்வது. இப்போதிலிருந்து தேர்தல் முடியும்வரை நம்மீது நெருப்புக் கோளங்கள் எப்போது, எங்கிருந்து, எப்படி விழப்போகின்றன; அந்த நெருப்புக் கோளங்கள் எப்படிப்பட்டவையாக இருக்கப்போகின்றன என்று நமக்குத் தெரியப்போவதில்லை.

ஆகவே, வழக்கறிஞர்கள், செயற்பாட்டாளர்களின் கைதுகளைப் பற்றிப் பேசுவதற்கு முன் சில விஷயங்களை வலியுறுத்த விரும்புகிறேன். நெருப்பு மழை பெய்தாலும், விரோதமான நிகழ்வுகள் நம்மீது திணிக்கப்பட்டாலும், நமது கவனம் இவர்களால் திசை திருப்பப்பட அனுமதிக்கக்கூடாது.

1. 2016ஆம் ஆண்டு, நவம்பர் 8ஆம் தேதி பிரதமர் மோடி தொலைக்காட்சியில் தோன்றிப் புழக்கத்திலிருந்த ரூபாய்

நோட்டுகளில் 80 சதவீத நோட்டுகளைப் பணமதிப்பிழந்ததாக அறிவித்து ஏறத்தாழ ஒரு வருடம் பத்து மாதங்களாகிவிட்டன. இந்த நடவடிக்கை வரப்போவதைப் பற்றி அவருடைய அமைச்சரவைக்கே தெரியாது. இப்போது ரிசர்வ் வங்கி 99 சதவீதத்துக்கும் அதிகமான ரூபாய் நோட்டுகள் வங்கிகளுக்குத் திரும்பி வந்துவிட்டதாக அறிவித்திருக்கிறது. மொத்த உள்நாட்டு உற்பத்தி (GDP)யில் 1 சதவீதத்தை இந்த நடவடிக்கை குறைத்து விட்டதாகவும், அதனால் கிட்டத்தட்ட 15 லட்சம் பேருக்கு வேலையிழப்பு ஏற்பட்டிருப்பதாகவும் *தி கார்டியன்* இதழ் செய்தி வெளியிட்டிருக்கிறது.[3] இதற்கிடையே புதிய ரூபாய் நோட்டுகளை அச்சிடுவதற்காகப் பல கோடி ரூபாய் செலவாகி யிருக்கிறது. பணமதிப்பிழப்புக்குப் பிறகு அறிமுகப்படுத்தப்பட்ட ஜிஎஸ்டி எனும் பொருட்கள், சேவைகள் வரி ஏற்கனவே பணமதிப்பிழப்பினால் தள்ளாடிக்கொண்டிருந்த சிறு, குறு தொழில்களுக்கு மரண அடி கொடுத்திருக்கிறது.

சிறு தொழில்களும் வணிகர்களும், முக்கியமாக ஏழைகளும் பெரும் பாதிப்புக்குள்ளானாலும், பல பெரு முதலாளிகளின் சொத்து மதிப்பு பல மடங்கு பெருகியிருக்கிறது.[4] ஏர்லைன்ஸ், பியர் என்று விரிவடைந்திருக்கும் கிங்ஃபிஷர் சாம்ராஜ்ஜியத்தின் தலைவரான விஜய் மல்லையா, வைர வியாபாரி நீரவ் மோடி போன்றோர் பொதுமக்களின் பணத்தில் பல்லாயிரம் கோடி ரூபாயை ஏமாற்றிவிட்டுத் தப்பியோட, அரசாங்கம் அவர்களைக் கவனிக்காததுபோலத் தலையை வேறுபக்கம் திருப்பிக்கொண்டிருந்தது, இதற்கெல்லாம் யார் பொறுப்பேற்கப் போகிறார்கள்? ஒருவரும் இல்லை.

2. 2016ஆம் ஆண்டு மும்பையில் மோடி நடத்திய 'மேக் இன் இந்தியா' என்ற கேலிக்கூத்தை நாம் மறந்திருக்க முடியாது. அந்தக் கலாச்சார விழாவின் பிரதான மேடை தீப்பற்றி எரிந்ததையும் மறக்க முடியாது. ஆனால் 'மேக் இன் இந்தியா'வின் உண்மையான சொக்கப்பனை, பிரெஞ்ச் அரசோடு செய்துகொண்ட ரஃபேல் போர் விமானப் பேரம்தான். இந்தியப் பிரதமர் தன்னுடைய பாதுகாப்புத் துறை அமைச்சருக்குக்கூடத் தெரிவிக்காமல் பாரீஸ் நகரில் ஏப்ரல் 2015இல் செய்துகொண்ட ஒப்பந்தம் அது. உடன்படிக்கை நெறிகளை மீறிய நடவடிக்கை இது. இது முதலில் 2012ஆம் ஆண்டில் காங்கிரஸ் தலைமையிலான ஐக்கிய முற்போக்குக் கூட்டணி (ஐமுகூ) அரசால் முன்னெடுக்கப் பட்டது. இவ்வொப்பந்தத்தின்படி வாங்கப்பட்ட விமானங் களை இந்திய அரசின் பொதுத்துறை நிறுவனமான 'இந்துஸ்தான் ஏரோநாட்டிக்ஸ் லிமிடெட்' கட்டமைக்கும்

என்று முடிவெடுக்கப்பட்டிருக்கிறது. ஆனால் இந்த ஒப்பந்தம் மோடியால் ரத்து செய்யப்பட்டு மறுவரைவு செய்யப்பட்டது. இந்துஸ்தான் ஏரோநாட்டிக்ஸ் நிறுவனம் இத்திட்டத்திலிருந்து வெளியேற்றப்பட்டது. புதிய ஒப்பந்தத்தை ஆய்வுசெய்த காங்கிரசும் மற்றக் கட்சிகளும் இதில் நம்ப முடியாத அளவுக்கு மிகப்பெரிய ஊழல் நடந்திருப்பதாகக் குற்றம்சாட்டின. பெரும் கடன் சிக்கலில் மாட்டிக்கொண்டிருந்த ரிலையன்ஸ் டிஃபென்ஸ் லிமிடெட் நிறுவனத்திடம் விமானங்களைக் கட்டமைக்கும் பணி 'முறைகேடான ஒப்பந்தம்' மூலமாகத் தரப்பட்டிருப்பதாக ஆதாரத்துடன் நிரூபித்தனர். இந்த ரிலையன்ஸ் நிறுவனம் இதற்கு முன் எப்போதுமே விமானங்களைக் கட்டமைத்ததில்லை.[5]

கூட்டு நாடாளுமன்ற விசாரணைக் குழு ஒன்று அமைக்க வேண்டுமென்று எதிர்க்கட்சிகள் போராடின. அது அமைக்கப்படுமென்று நம்மால் எதிர்ப்பார்க்க முடியுமா? அல்லது இந்த விமானங்கள் எல்லாவற்றையும் அவை தொடர்பான எல்லா ஆவணங்களையும் ஒன்றாக நம் வாயிலிட்டு விழுங்கி ஏப்பம் விட்டுக்கொள்ளத்தான் வேண்டுமா?

3. பத்திரிகையாளரும் களச்செயற்பாட்டாளருமான கௌரி லங்கேஷ் படுகொலையை விசாரணை செய்துவந்த கர்நாடகக் காவல்துறை பலரைக் கைது செய்திருக்கிறது. இக்கைதுகள் மூலம் பல உண்மைகள் வெளிவரத் தொடங்கியிருக்கின்றன. பல வலதுசாரி இந்துத்துவ அமைப்புகளின் (உ-ம்: சனாதன் சன்ஸ்தா) தீவிரவாத நடவடிக்கைகள் வெளிச்சத்துக்கு வந்துள்ளன. ஆழமாக வேரூன்றியிருக்கும் நிழலான பயங்கரவாத வலைப்பின்னல் ஒன்று இயங்கிக்கொண்டிருப்பது தெரிகிறது. இவர்களிடம் யார் யாரைக் கொல்ல வேண்டுமென்ற 'பலிப் பட்டியல்கள்' இருக்கின்றன. இவர்களுக்குப் பாதுகாப்பான மறைவிடங்களும், பத்திரமாக இயங்குவதற்குத் தோதான இல்லங்களும் இருக்கின்றன. ஏராளமான ஆயுதங்களும் வெடிமருந்துகளும் குண்டுவெடிப்புக்கும் கொல்வதற்கும் மனிதர்களுக்கு விஷமூட்டுவ தற்கும் விரிவான செயல்திட்ட வரைவுகளும் இவர்களிடம் இருக்கின்றன.

இவற்றில் எத்தனை குழுக்களைப்பற்றி நமக்குத் தெரியும்? இவற்றில் ரகசியமாக இன்னும் செயல்பட்டுக்கொண்டிருப்பவை எத்தனை? மிகவும் சக்தி வாய்ந்தவர்களின், காவல்துறையின் ஒத்துழைப்போடு இயங்கக் கூடியவர்களின் எதிர்காலத்திட்டங்கள் என்னவாக இருக்கும்? போலி ராணுவத் தாக்குதல்களா? அல்லது உண்மையான தாக்குதல்களா? எங்கே நிகழும்? கஷ்மீரிலா? (பாஜக மூத்த தலைவர்களின் முன்னிலையில் பாபர் மசூதியை

1992இல் இடித்துத் தரைமட்டமாக்கிய இடத்தில் ராமர் கோயில் ஒன்றைக் கட்டத் திட்டமிட்டிருக்கும்) அயோத்தியிலா ?[6] (சமீபத்தில் வெளியிட்டிருக்கும் தேசியக் குடிமக்கள் பதிவேட்டின்படி 40 லட்சம் குடிமக்கள் நீக்கப்பட்டுள்ள) அஸ்ஸாமிலா ?[7] (ஒரு கோடி பக்தர்கள் கூடுகின்ற) கும்பமேளாவிலா ? அரசுக்குச் சாதகமாக உள்ள ஊடகங்களின் ஊதிப் பெருக்கப்பட்ட பரபரப்புச் செய்திகளின் உதவியோடு சில மிகப் பெரிய, அல்லது மிகச் சிறிய தாக்குதல்கள் உட்பட எல்லாவற்றையும் – *எல்லாவற்றையும்* – எவ்வளவு எளிதாக அவர்களால் மடைமாற்றிவிட முடிகிறது ! இவற்றிலிருந்து, உண்மையான அச்சுறுத்தல்களிலிருந்து, நம் கவனத்தைத் திசைதிருப்புவதற்காகவே, அண்மையில் நடந்த கைதுகளின் பொருட்டு இவ்வளவு கூச்சல் குழப்பங்களை நமக்கு முன் நடத்திக் காட்டிக்கொண்டிருக்கிறார்கள்.

4. கல்வி நிறுவனங்கள் வேகமாகச் சின்னாபின்னமாக்கப்படு கின்றன. மதிப்புமிக்கப் பல்கலைக்கழகங்கள் அழிக்கப்பட்டு, காகிதங்களில் மட்டும் காணப்படும் போலிப் பல்கலைக்கழகங் களுக்கு அங்கீகாரம் அளிக்கப்படுகிறது. எல்லாவற்றையும்விட சோகமானது என்று இதைத்தான் சொல்ல முடியும். பலவிதங் களில் நிறைவேற்றப்படும் சீர்குலைவு இது. நம் கண்ணெதிரே ஜவஹர்லால் நேரு பல்கலைக் கழகம் சிதைக்கப்படுவதைப் பார்த்துக்கொண்டிருக்கிறோம். மாணவர்களும் ஆசிரியர்களும் தொடர்ந்து தாக்கப்பட்டுவருகிறார்கள். பல தொலைக்காட்சி சேனல்கள் பொய்களையும் போலிக் காணொளிக் காட்சிகளை யும் இடைவிடாமல் பரப்பிக்கொண்டு மாணவர்களின் உயிர்களை நிரந்தர அபாயத்தில் வைத்திருக்கின்றன. இப்படிப்பட்ட பொய்ப் பிரச்சாரங்களால் இளம் ஆய்வாளரான உமர் காலித்மீது கொலைவெறித் தாக்குதல் நடந்தது. அவர் தப்பித்தாலும், ஈவிரக்கமற்ற வகையில் பல்வேறு கடுமையான அவதூறுகள் அவர்மீது சுமத்தப்பட்டிருக்கின்றன.

பொய்யாக மாற்றி எழுதப்படும் வரலாறுகள், பாடத் திட்டங்களில் புகுத்தப்படும் 'மடத்தனமான' அபத்தங்கள் ஆகியவை அதிகரித்துள்ளன. இன்னும் சில வருடங்களுக்கு இவை தொடர்ந்தால் இந்த முட்டாள்த்தனங்களிலிருந்து மீண்டெழுவதே நமக்கு இயலாததாகி விடும். கல்வி தனியார் மயமாக்கப்படுகிறது. இடஒதுக்கீட்டு முறையில் ஏற்பட்ட சொற்ப அளவு நல்லவைகளையும் காலி செய்துவிடும் மோசடி இது. இப்போது கல்வி கார்ப்பொரேட்டுகளின் உடையணிந்து 'மறு – பிராமணமய'மாக்கப்பட்டு வருகிறது. அசுரத்தனமாக உயர்ந்திருக்கும் கல்விக் கட்டணங்களைச் செலுத்த முடியாமல்

தலித், ஆதிவாசி, பிற்பட்ட வகுப்பினர் கல்விக்கூடங்களில் நுழைய முடியாமல் விரட்டப்படுகின்றனர். இது ஏற்கனவே நிகழத் தொடங்கிவிட்ட, சற்றும் ஏற்றுக்கொள்ளமுடியாத துயரம்.

5. நாம் பாராமுகமாக இருந்துவிடக்கூடாத மேலும் சில விஷயங்கள்: வேளாண்துறை அனுபவித்துவரும் கடுமையான அவலங்கள் சொல்லில் அடங்காதவை. விவசாயிகளின் தற்கொலைகள், முஸ்லிம்கள்மீது நிகழ்த்தப்படும் கொடூரமான தாக்குதல்கள், பொது இடங்களில் அவர்களைக் கட்டிவைத்து அடிப்பது, தலித்துகள் மீதான ஓயாத தாக்குதல்கள் போன்றவை அதிகரித்துள்ளன. மேல்சாதிக்காரர்களால் நிகழ்த்தப்படும் தாக்குதல்களை எதிர்த்து நின்று கேள்வி எழுப்பிய பீம்சேனாவின் (பகுஜன் உரிமைக் கழகம்) தலைவர் சந்திரசேகர் ஆஸாத் கைது செய்யப்பட்டார். பட்டியல் இனத்தவர் மற்றும் பழங்குடியினர் சட்டம் 1989 (வன்கொடுமை தடுப்புச் சட்டம்) சிறுபான்மை இனத்தவருக்கு வழங்கும் சட்டப் பாதுகாப்புகள் நீர்த்துப்போயிருக்கின்றன.

இனி அண்மையில் நடந்த கைதுகளுக்கு வருவோம்.

நீதிபதி சாவந்த், நீதிபதி கோல்ஸே – பாடீல் என்ற இரு பிரபலமான ஓய்வுபெற்ற நீதிபதிகள் 2017ஆம் ஆண்டு டிசம்பர் 31ஆம் தேதி புனே நகரில் எல்கார் பரிஷத் என்ற பெயரில் ஒரு மாபெரும் ஊர்வலத்தை ஏற்பாடு செய்து நடத்தினர். அடுத்த நாள் பீமா – கோரேகான் 200ஆம் ஆண்டு வெற்றிவிழா ஊர்வலம் நடந்தது. 3,00,000 தலித் மக்கள் கலந்துகொண்ட அந்த விழா பேஷ்வாவின் கொடுங்கோலாட்சிக்கு எதிராக தலித்துகள் பிரிட்டிஷாருடன் இணைந்து போராடி வெற்றிகண்டதன் நினைவாக நடத்தப்படுவது. தலித்துகள் தமது சரித்திரத்தில் பெற்ற ஒரு சில வெற்றிகளில் இதுவும் ஒன்று என்பதால் பெருமிதத்துடன் கொண்டாடிவருகின்றனர்.

மேற்கண்ட நிகழ்ச்சிகள் நடந்த சில மாதங்கள் கழித்துச் சென்ற வாரம் வெர்னான் கொன்ஸால்வஸ், அருண் ஃபெரைரா, சுதா பரத்வாஜ், வரவர ராவ், கௌதம் நவ்லகா ஆகியோர் கைது செய்யப்பட்டனர். ஆனால் இவர்கள் இவ்விரண்டு நிகழ்ச்சிகளிலும் கலந்துகொண்டவர்களே அல்லர்.

இரண்டாவதாகக் குறிப்பிட்ட ஊர்வலத்தில் இந்துத்துவ வெறியர்கள் புகுந்து அமளியில் ஈடுபட்டனர், இதனால் பல நாட்களுக்கு அமைதி குலைந்திருந்தது. இந்த வன்முறைக்குக்

காரணமாகக் குற்றம் சாட்டப்பட்ட இருவர் மிலிந்த் ஏக்போடேவும் இந்துத்துவச் சிந்தனையாளர் சம்பாஜி பிடேவும். இருவரும் இப்போதுவரை தலைமறைவாக உள்ளனர். ஆனால் இவர்களுடைய ஆதரவாளர் ஒருவர் அளித்த முதல் தகவல் அறிக்கையை வைத்து ஜூன் 2018இல் புனே நகரக் காவல்துறை ஐந்து பேரைக் கைது செய்தது. தில்லியைச் சேர்ந்த அரசியல் செயற்பாட்டாளர் ரோனா வில்சன், மும்பையைச் சேர்ந்த தலித் செயற்பாட்டாளர் சுதிர் தவாலே, நாக்பூரைச் சேர்ந்த பேராசிரியர் ஷோமா சென், முன்னாள் பிரதமரின் ஊரக வளர்ச்சித் திட்ட உறுப்பினரும் செயற்பாட்டாளருமான மகேஷ் ராவுத் , வழக்கறிஞர் சுரேந்திரா காட்லிங் ஆகியோரே அந்த ஐவர். ஜனவரி ஒன்றாம் தேதி ஊர்வலத்தில் வன்முறைக்குச் சதித்திட்டம் தீட்டியதாகவும், பிரதமர் மோடியைக் கொல்லத் திட்டமிட்டதாகவும் இவர்கள்மீது குற்றம் சுமத்தப்பட்டது. சட்ட விரோத நடவடிக்கைகள் தடுப்புச் சட்டம் (Unlawful Activities Prevention Act – UAPA) என்ற மிகக் கொடூரமான சட்டப் பிரிவின் கீழ் இவர்கள் கைது செய்யப்பட்டு, சிறையில் அடைக்கப்பட்டிருக்கின்றனர். அதிர்ஷ்டவசமாக இப்போதுவரை உயிருடன்தான் இருக்கின்றனர். ஆனால் சில வருடங்களுக்கு முன் இதே குற்றச்சாட்டின் கீழ் கைது செய்யப்பட்ட பத்தொன்பது வயதுப்பெண் இஷ்ரத் ஜஹான், சொராபுதீன் ஷேக், அவருடைய மனைவி கவுசர் பீ ஆகியோர் நீதிமன்ற விசாரணைக்கு உட்படுத்தப்படுவதற்கு முன்பாகவே காவல்துறையின் 'என்கவுன்ட'ரில் சுட்டுக்கொல்லப்பட்டார்கள். இஷ்ரத் ஜஹான் 2004இலும் மற்ற இருவரும் 2006இலும். சட்ட முறைமைக்குப் புறம்பாக அளிக்கப்பட்ட இந்த மரண தண்டனைகளுக்கு 'காவல்துறையின் தற்காப்பு நடவடிக்கை' என்று காவல்துறை காரணம் சொன்னது.

இந்தக் கைது நடவடிக்கைகள் எல்லாமே ஜூன் மாதம் கைது செய்யப்பட்டவர்களிடமிருந்து கைப்பற்றப்பட்ட ஆவணங்களின் அடிப்படையில்தான் எடுக்கப்பட்டதாக மகாராஷ்டிரக் காவல்துறை அறிவித்திருக்கிறது. இந்த ஆவணங்களில் எல்கார் பரிஷத்திலும், பீமா – கோரேகான் ஆண்டுவிழா ஊர்வலத்திலும் வன்முறையைத் தூண்டவும், பிரதமர் மோடியைக் கொல்வதற்குத் திட்டங்கள் வகுக்கப்பட்டிருப்பதாகவும், இச்சதித் திட்டங்களுக்கு நிதியுதவி பெற்றதற்கான ஆதாரங்கள் இருப்பதாகவும் சொல்லப்பட்டது. நீதிபதிகள் சாவந்த்தும் கோல்ஸே – பாடீலும், எல்கார் பரிஷத்துக்கு நிதியுதவி செய்தது தாம் இருவர் மட்டுமே என்றும், தமது ஒரே நோக்கம் இந்துத்துவா என்ற பிளவு சக்திக்கு எதிராக மக்களை

ஒன்று திரட்டுவது மட்டுமே என்றும் தெரிவித்து, அந்நிகழ்ச்சிக்கு முழுப் பொறுப்பையும் ஏற்றுக்கொண்டனர், இருப்பினும் காவல்துறையும் அரசாங்கமும் அவர்களுடைய கூற்றை முற்றிலுமாக நிராகரித்தன. காவல்துறைக்கும் அரசாங்கத்துக்கும் வேறு காரணங்கள் இருக்கின்றன.

நமது அண்மைக்கால அரசுகள் – காங்கிரஸ் தலைமையிலான ஐக்கிய முற்போக்குக் கூட்டணி அரசாகட்டும், பாஜக அரசாகட்டும், ஆதிவாசிகள்மீது அவர்கள் நடத்திய, நடத்தும் தாக்குதல்களுக்கு வேறொரு பெயரிட்டு ஏமாற்றுவது அவசியமாக இருந்திருக்கிறது. இப்போதைய பாஜகவைப் பொறுத்தவரை, தலித்துகள்மீது அவர்கள் தொடுக்கும் தாக்குதல்களை 'மாவோயிஸ்ட்' அல்லது 'நக்ஸலைட்' மீது நடக்கும் தாக்குதல்கள் என்றே குறிப்பிடுகிறார்கள். ஏனென்றால் பெரிய அரசியல் கட்சிகள் எல்லாவற்றுக்கும் ஆதிவாசி, தலித் தொகுதிகள்மீது ஒரு கண் இருக்கிறது. முஸ்லிம் தொகுதிகள் மீதிருந்த அத்தகைய அக்கறை இப்போது அழிந்துவிட்டது. அவர்களைத் தற்போது தேர்தல் வாக்குக் கணக்குகளில் சேர்ப்பதில்லை. கைது செய்யப்பட்ட செயல்பாட்டாளர்களை மாவேயிஸ்ட் என்றோ, நக்ஸலைட் என்றோ அடையாளப்படுத்துவது தலித் மக்களின் குறிக்கோள்களை இழிவுபடுத்துவதாகும். அதே சமயத்தில் 'தலித் நலன்'களில் அக்கறை இருப்பதாகவும் காட்டிக் கொள்பவர்கள் இவர்கள். தமது வாழ்விடங்களுக்காக, தமது விளைநிலங்களுக்காக, தமது கௌரவத்துக்காகப் போராடிய பல்லாயிரக்கணக்கான ஏழைகளும் ஆதரவற்றோரும் இன்று நாடெங்கிலும் சிறைகளில் அடைக்கப்பட்டிருக்கின்றார்கள். பெரும்பாலோர் மீது தேசத்துரோகக் குற்றச்சாட்டு சுமத்தப் பட்டிருக்கிறது. அதைவிடக் கொடுமையாக, வழக்கு விசாரணை எதுவுமே நடத்தப்படாமல் பலர் சிறையில் அடைபட்டிருக் கின்றனர்.

பாதுகாப்பற்ற சூழலில் வாழ்ந்துகொண்டிருக்கிற, நியாயம் கேட்டுக்கொண்டிருக்கிற ஒரு பெரும் மக்கள் திரளுக்கு இந்தப் பத்துப் பேரின் கைது முக்கியமான செய்தியை விடுத்திருக் கிறது. இனி அவர்களுக்கு நீதி கிடைக்குமென்ற நம்பிக்கையை, அவர்கள் சார்பாக யாராவது போராட முன்வருவார்கள் என்ற நம்பிக்கையைக் கைவிட வேண்டுமென்பதே அச்செய்தி. பல ஆண்டுகளுக்கு முன்பு, துணைராணுவமும் அரசின் ஆதரவு பெற்ற ஸல்வாஜுடும் என்ற குண்டர் படையும் கனிமவளம் நிறைந்த பஸ்தார் வனப்பகுதியில் மக்களைக் கொன்றும், பெண்களை வன்புணர்ந்தும், கிராமங்களைத் தீக்கிரையாக்கி

அழித்துக்கொண்டுமிருந்தபோது, சத்தீஸ்கர் மாநிலத் தனிமனித உரிமைச் சங்கத்தின் பொதுச் செயலாளரான டாக்டர் பினாயக் சென் பாதிக்கப்பட்டோர் சார்பாகக் குரல் எழுப்பினார். பினாயக் சென் கைது செய்யப்பட்டபோது, அப்பகுதியில் பல வருடங்களாகச் சமூகப் பணியாற்றிவந்த வழக்கறிஞரும் தொழிற்சங்கத் தலைவருமான சுதா பரத்வாஜ் அவருடைய இடத்தை நிரப்பிப் போராட்டத்தைத் தொடர்ந்தார். பஸ்தார் வனப்பகுதியில் நடைபெறும் துணைராணுவ அத்துமீறல்களை எதிர்த்து இடையறாது செயலாற்றிவந்த பேராசிரியர் சாய்பாபா, பினாயக் சென்னுக்கு ஆதரவாகக் குரல் கொடுத்தார். அவர்கள் சாய்பாபாவைக் கைது செய்ததும், ரோனா வில்சன் அவருக்கு ஆதரவாகக் களமிறங்கினார். சாய்பாபாவின் வழக்கறிஞராக இருந்தவர் சுரேந்திரா கால்டிங். அவர்கள் ரோனா வில்சனையும் சுரேந்திரா கால்டிங்கையும் சுதா பரத்வாஜையும் கவுதம் நவ்லாகையும் அவர்களுக்கு ஆதரவாக நின்ற மற்றவர்களையும் கைது செய்து சிறையில் அடைத்தார்கள். இந்தப் பட்டியல் நீண்டுகொண்டே செல்கிறது.

பாதுகாப்பற்ற நிலையில் உள்ளவர்கள் சுற்றிவளைக்கப் பட்டுக் குரல் நசுக்கப்படுகிறார்கள், உரிமைக்குரல் எழுப்பவர்கள் சிறையில் அடைக்கப்படுகிறார்கள். நமது நாட்டை மீட்டெடுக்கக் கடவுள்தான் நமக்குத் துணை நிற்க வேண்டும்.

3

காயமுற்று பிடிபட்ட நம் இதயங்கள்*

பாகிஸ்தானில் உள்ள பாலாகோட்டில் தனது பொறுப்பற்ற 'முன் நடவடிக்கை'யாக வான்வழித் தாக்குதல்களை நடத்தியதன் மூலம் இதற்கு முந்தைய இந்திய அரசுகள் பல தசாப்தங்களாக மிகவும் ஆச்சரியப்படத்தக்க வகையில் காப்பாற்றிவந்த சூழலைப் பிரதமர் நரேந்திர மோடி குலைத்திருக் கிறார். 1947 முதற்கொண்டு கஷ்மீர் சிக்கலைத் தீர்த்துவைக்கச் சர்வதேச நடுவண் அமைப்புகள் முன்வந்தபோது, இது உள்நாட்டு விவகாரம் என்று அவற்றை இந்திய அரசு வெற்றிகரமாகத் தடுத்துவந்திருக்கிறது. பாகிஸ்தானை எதிர்த் தாக்குதல் நடத்தத் தூண்டிவிட்டிருப்பதன் மூலம் இந்தப் பிரதேசத்தில் இருக்கும் இரண்டு அணு ஆயுத நாடுகளைப் போர்முனைக்குக் கொண்டுவந்து நிறுத்தி, கஷ்மீர் பிரச்சனையை மோடி சர்வதேசப் பிரச்சனையாக்கியிருக்கிறார். உலகிலேயே மிகவும் அபாயகரமான பகுதி என்றும், அணு ஆயுதப் போரின் திரியைப் பற்றவைக்க கூடிய சாத்தியங்களைக் கொண்டிருக்கும் இடம் என்றும் கஷ்மீரை மாற்றிவைத்திருக்கிறார். அணு ஆயுதப் போர் ஏற்படக்கூடிய சாத்தியங்களைக் கண்டு கவலைப்படும் ஒவ்வொருவருக்கும், ஒவ்வொரு நாட்டுக்கும், ஒவ்வோர் அமைப்புக்கும் அது நிகழாமல் தடுப்பதற்கு தம்மால் இயன்றதைச் செய்யும் உரிமை இருக்கிறது.

---

* 'Huff post India,' 1 March, 2019இல் முதலில் வெளியானது.

பிப்ரவரி 19, 2019 அன்று கஷ்மீரில் உள்ள புல்வாமா என்ற இடத்தை 2500 துணை ராணுவத்தினர் அடங்கிய படைவரிசை கடந்துசெல்கையில் மனித வெடிகுண்டாகச் செயல்பட்ட பாகிஸ்தானின் ஜெய்ஷ்–இ–முகம்மது அமைப்பைச் சேர்ந்த இருபது வயது அடில் அகமது தார் என்ற கஷ்மீரி இளைஞர் தற்கொலைத் தாக்குதல் நடத்தியதில் குறைந்தது நாற்பது பேர் கொல்லப்பட்டார்கள்.[1] இத்தாக்குதல் கஷ்மீரின் தொடர் சோகக் கதையின் மற்றொரு பயங்கர அத்தியாயம்.[2] 1990ஆம் ஆண்டிலிருந்து இதுவரை 70,000 பேருக்கு மேல் கொல்லப்பட்டிருக்கிறார்கள், ஆயிரக்கணக்கானோர் 'காணாமல்' போயிருக்கிறார்கள், பல்லாயிரக்கணக்கானோர் சித்திரவதைக்கு உள்ளாக்கப்பட்டிருக்கிறார்கள், 'பெல்லட்' துப்பாக்கிகளால் நூற்றுக்கணக்கான இளைஞர்கள் உணர்விழந்து, பார்வையிழந்திருக்கிறார்கள். 2009ஆம் ஆண்டுகளுக்குப் பிறகு அதிகபட்ச சாவு எண்ணிக்கை கடந்த பனிரெண்டு மாதங்களில் பதிவாகியிருக்கின்றன.[3] *அசோசியேட்டட் பிரஸ்* செய்தி அறிக்கையின்படி 570 பேர் உயிரிழந்திருக்கின்றனர். இவர்களில் 260 பேர் பேராளிகள், 160 பேர் பொதுமக்கள், 150 பேர் பணியில் மரணமடைந்த ராணுவ வீரர்கள்.[4]

இந்தப் போராட்டத்தை எந்தக் கண்ணாடியின் வழியாகப் பார்க்கிறார்கள் என்பதைப் பொறுத்து, 'பயங்கரவாதிகள்', 'தீவிரவாதிகள்', 'விடுதலைப் போராட்ட வீரர்கள்' அல்லது 'முஹாஜித்துகள்' என்று போராடுபவர்கள் அழைக்கப்படுகிறார்கள். அவர்கள் கொல்லப்பட்டால் பல்லாயிரக்கணக்கான மக்கள் – அவர்களுடைய போராட்ட முறைகளை ஏற்றுக்கொள்கிறார்களோ இல்லையோ – அவர்களின் இறுதிச் சடங்குகளில் கலந்துகொண்டு இறுதி அஞ்சலி செலுத்துகின்றனர். சொல்லப்போனால் சென்ற வருடம் கொல்லப்பட்ட பொதுமக்களில் பெரும்பாலோர், ராணுவ வீரர்கள் பேராளிகளைப் பிடிக்கவந்தபோது, அரணாகத் தடுத்துநின்று அவர்களைத் தப்பிக்கவிட்டவர்களே.

பல ஆண்டுகளாகத் தொடர்ந்துகொண்டிருக்கும் இந்த ரத்தம் தோய்ந்த சோக சாகசக் கதையில் புல்வாமா வெடிகுண்டுத் தாக்குதல்தான் மிகக் கொடூரமான, மிகப் பயங்கரமான அழிவுச் சம்பவம் எனலாம். அடில் அகமத் தார் போன்ற நூற்றுக்கணக்கான இளைஞர்கள் கஷ்மீரப் பள்ளத்தாக்கில் இருக்கிறார்கள். போருக்கு மத்தியில் பிறந்த இவர்களுக்கு இத்தகைய பயங்கரங்கள் பழகிப்போனவை. பயம் என்பதே மரத்துப்போய்விட்ட இவ்விளைஞர்கள் சுதந்திரத்துக்காகத் தமது உயிரைத் தியாகம் செய்வதற்கு மகிழ்ச்சியுடன் தயாராக இருக்கிறார்கள். புல்வாமா தாக்குதலைவிட மோசமானதாகவோ

அல்லது அதைவிடச் சற்றுச் சிறிய அளவிலோ ஒரு தாக்குதல் மீண்டும் நடக்கலாம். இந்த நாட்டின் தலையெழுத்தையும், இந்தத் துணைக் கண்டத்தின் தலையெழுத்தையும் இப்படிப்பட்ட இளைஞர்கள் தீர்மானித்துக்கொண்டிருப்பதை இந்திய அரசு அனுமதித்துக்கொண்டிருக்கத்தான் போகிறதா? நாடகத்தனமான வெற்றுச் செய்கைகள் மூலம் நரேந்திரமோடி அதைத்தான் செய்திருக்கிறார். நமது எதிர்காலத்தை நிர்ணயம் செய்யும் சக்தியை உண்மையில் அவர்தான் அவர்களுக்கு வழங்கியிருக்கிறார். புல்வாமா தாக்குதலை நடத்திய அந்த மனித வெடிகுண்டு இளைஞன் எதிர்பார்த்தது இதைத்தான்.

பிரிட்டிஷ் ஆட்சியிலிருந்து விடுதலை பெறுவதற்காக நடந்த போராட்டத்தையும், அதை நடத்திய தலைவர்களையும் போற்றிப் புகழும் இந்தியர்களில் பலரும் இதே போன்று போராடும் கஷ்மீரிகளை ஏற்றுக்கொள்வதில்லை என்பது விநோதம்தான். 'இந்திய ஆட்சி' என்று நம்பப்படும் ஒன்றுக்கெதிராக கஷ்மீரிகள் போராடத் தொடங்கிக் கிட்டத்தட்ட முப்பது ஆண்டுகள் ஆகிவிட்டன. இப்போராட்டத்துக்குப் பாகிஸ்தான் (ஒரு காலத்தில் அதிகாரப்பூர்வமாகவும், இப்போது பெரும்பாலும் நியமிக்கப்பட்ட தனி அமைப்புகள் மூலமாகவும்) ஆயுதங்கள், ஆள்பலம், ராணுவ நிர்வாக உதவிகளை அளித்துவருவது எல்லோரும் அறிந்த ரகசியம். உள்ளூர் மக்களின் ஒத்துழைப்பு இல்லாமல் கஷ்மீர் எனும் யுத்த பூமியில் எந்தவொரு பேராளியும் இயங்க முடியாது என்பதும் எல்லோரும் அறிந்திருக்கும் ரகசியம்தான். இவ்வளவு தீர்க்க முடியாத சிக்கல்களையும் கற்பனைக்கடங்காத கொடூரங்களையும் உள்ளடக்கியிருக்கும் இந்தப் பிரச்சினையை அவசர அவசரமாக நாடகத்தனமாக நிறைவேற்றிக் காட்டிய ஒரு 'துல்லியத் தாக்குதல்' (உண்மையில் அது துல்லியமான தாக்குதல்தானா?) எப்படித் தீர்த்துவிட முடியுமென்றோ, அல்லது குறைந்தபட்சம் தணிவித்துவிட முடியுமென்றோ நல்ல மனநிலையில் உள்ள ஒருவர் நம்ப முடியும்?

யூரி என்ற பகுதியில் இந்திய ராணுவ முகாமின்மீது 2016இல் நடைபெற்ற தீவிரவாதத் தாக்குதலுக்குப் பதிலடி கொடுத்த, இதைப் போன்றதொரு தாக்குதல் ஒரு இந்தி அதிரடித் திரைப்படமாக உருவானதுதான் மிச்சம். இப்போது பாலிவுட் தயாரிப்பாளர்கள் 'பாலாகோட்' என்ற பெயரில் தமது அடுத்த படத்தைத் தொடங்குவதற்குப் பதிவு செய்ய வரிசையில் நின்றிருப்பதாகச் செய்திகள் வருகின்றன.[5] மொத்தத்தில் பார்க்கும்போது இந்த அபத்தக் கூத்து 'முன்கூட்டியே மேற்கொள்ளப்பட்ட தாக்குதல்' என்பதைவிட 'தேர்தலுக்கான முன்னேற்பாடு' என்றே தோன்றுகிறது.

நமது பலமிக்க விமானப் படையை நாட்டின் பிரதமர் இதைப் போன்ற அபாயகரமான நாடகத் தாக்குதல்களில் ஈடுபட வைப்பது மிகவும் மரியாதைக் கேடானது. நமது துணைக் கண்டத்தில் அணு ஆயுதப் போரைத் தூண்டிவிடும் முகமாகப் பொறுப்பற்ற முறையில் பயங்கர விளையாட்டு நடந்துகொண்டிருக்கையில், உலகின் மிக வலிமையான ராணுவ பலத்தைக் கொண்டிருக்கும் அமெரிக்கா, பதினேழு வருடங்களாகத் தாலிபான்களுக்கெதிராக நடத்திவந்த போரில் தெளிவான வெற்றியைக் காணவோ, அவர்களை முற்றிலுமாக அழிக்கவோ முடியாத நிலையில் சமாதானப் பேச்சுவார்த்தைக்கு இறங்கிவந்திருப்பது ஒரு முரண்நகை.

நமது துணைக் கண்டத்தில் வளர்ந்துவரும் போராட்டம் நிச்சயமாகப் பயங்கரமானதுதான் என்று தெளிவாகப் புலப்படுகிறது. ஆனால் இது அந்த அளவுக்கு வெளிப்படை யாக நிகழ்த்தப்படும் யுத்தம்தானா?

உலகிலேயே மிகவும் அடர்த்தியாக ராணுவத் துருப்புகளைக் குவித்து வைத்திருக்கும் பகுதி கஷ்மீர்தான். கிட்டதட்ட ஐந்து லட்சம் ராணுவ வீரர்கள் அங்கு பணியமர்த்தப்பட் டிருக்கிறார்கள். இவர்களைத் தவிர Intelligence Bureau என்ற உளவுத் துறை, Research and Analysis Wing (RAW) எனப்படும் ஆய்வு மற்றும் பகுப்பாய்வுத் துறை, National Intelligence Agency (NIA) எனும் தேசிய உளவுக்கழகம், காலாட்படை, எல்லைக்காவல் படை, மத்திய ஆயுதக் காவல்படை, இவற்றோடு ஜம்மு கஷ்மீர் மாநிலக் காவல்துறை என இவ்வளவு துறைகளைச் சேர்ந்த வீரர்களும் பணியில் இருக்கின்றனர். இவர்கள் ஒவ்வொருவருக்கும் தனித்தனியாக உளவுத் தகவல் சேகரிப்பு ஒரு முக்கியப் பணி. காட்டிக்கொடுப்பவர்கள், டபுள் ஏஜென்ட்டுகள், ட்ரிபிள் ஏஜென்ட்டுகளின் பயத்திலேயே மக்கள் எந்நேரமும் வாழ்ந்துகொண்டிருக்கிறார்கள். இந்த ஒற்றர்கள் பழைய வகுப்புத் தோழர்களிலிருந்து, குடும்ப உறுப்பினர்கள்வரை யாராக வேண்டுமானாலும் இருப்பார்கள். இத்தகைய சூழலில் புல்வாமாவில் நடந்த தாக்குதல் வெறும் அதிர்ச்சியளிப்பது மட்டுமல்ல, அபாயகரமானதும்கூட. இதைப்பற்றி ட்விட்டரில் ஒருவரின் பதிவு ரத்தினச் சுருக்கமாக இருந்தது: ‘மூன்று கிலோ மாட்டிறைச்சியைத் தேடிக் கண்டுபிடித்துவிடுகிற பாஜகவுக்கு எப்படி 350 கிலோ ஆர்.டி.எக்ஸ் கண்ணில் படாமல் போயிற்று?’[6]

யாருக்குத் தெரியும்?

இத்தாக்குதலுக்குப் பிறகு, ஜம்மு கஷ்மீரின் ஆளுநர் ‘உளவுத் துறையின் தோல்வி’தான் இதற்குக் காரணம் என்றார்.[7]

ஆனால் ஒரு மோசமான தாக்குதல் நடைபெறுவதற்கான வாய்ப்பு இருப்பதாக ஜம்மு கஷ்மீர் காவல்துறை அவசர எச்சரிக்கையை மேலிடத்துக்கு அனுப்பியிருப்பதைத் துணிச்சல் மிக்க ஊடகத் தளங்கள் சில ஆதாரத்துடன் செய்தி வெளியிட்டன.[8] இதற்குப் பிறகும் இந்த எச்சரிக்கை ஏன் அலட்சியப்படுத்தப்பட்டது என்று முக்கிய ஊடகங்கள் எதுவும் பெரிதாகக் கவலைப்பட வில்லை. அதிகார மட்டத்தில் இந்தப் பெரும் தவறை இழைத்தது யாரென்பதைப் பற்றி யாரும் விவாதிக்கவுமில்லை.

இதில் சோகம் எதுவென்றால் இந்த புல்வாமா தாக்குதல் நரேந்திர மோடி வழக்கமாக அரங்கேற்றிக் காட்டுகிற ஆர்ப்பாட்ட அரசியல் கூத்துக்கு மிகச் சிறப்பான வாய்ப்பை அளித்ததுதான். பாஜக மிக வேகமாகச் செல்வாக்கை, மக்கள் ஆதரவை இழந்து வருகிறது என்ற செய்திகள் சில மாதங்களுக்கு முன்பு வரத் தொடங்கியதிலிருந்தே எங்களில் பலரும், இப்படிப்பட்ட நெருப்புக் கோளம் ஒன்று தேர்தலுக்கு முன்பு வானத்திலிருந்து விழுவதற்கு வாய்ப்பிருக்கிறது என்று நினைத்துக்கொண் டிருந்தோம்.[9] எங்கள் அனுமானம் உண்மையாயிற்று. புல்வாமா துயரத்தை மிக அற்பத்தனமாக அரசியல் ஆதாயத்துக்காக ஆளும் கட்சி பயன்படுத்தத் தொடங்கியது அருவருப்பின் உச்சம்.

புல்வாமா தாக்குதல் நடந்தவுடனே, அதற்கு எதிர்வினை யாக நாடெங்கும் வேலையிலிருந்த, படித்துக்கொண்டிருந்த கஷ்மீரிகளை வெறிபிடித்த கும்பல்கள் தாக்கத் தொடங்கின. மோடி இந்த அநியாயச் செயல்களைக் கண்டித்து ஒரு வார்த்தை பேசவில்லை. உச்ச நீதிமன்றம் குறுக்கிட்டு, அப்பாவிக் கஷ்மீரிகளுக்குப் பாதுகாப்பளிப்பது அரசின் கடமை என்று கடிந்ததற்குப் பிறகே மத்திய அரசு செயலில் இறங்கியது. ஆனால் விமானப் படைத் தாக்குதலைத் தொடங்கியவுடனே மோடி தொலைக்காட்சியில் தோன்றி, ஏதோ அவரே விமானத்தை ஓட்டிச்சென்று குண்டு வீசிவிட்டு வந்ததைப்போலப் பெருமையடித்துக்கொண்டார். உடனே நாட்டில் உள்ள கிட்டத்தட்ட 400 இருபத்திநான்கு மணிநேரச் செய்தித் தொலைக்காட்சிகளும் இத்தாக்குதலைத் தமது செய்தியாளர்கள் நேரடியாகக் கண்டதைப்போலக் கூச்சமின்றிச் சாகசக் கதைகளாக ஒளிபரப்பத் தொடங்கின. பழைய காணொளிகளையும் பொய்த் தகவல்களையும் கலந்து காட்டியபடி தொலைக்காட்சி அறிவிப்பாளர்கள் தாமே களத்தில் இறங்கிச் செய்தி சேகரித்த பாவனையில் வெறியோடு அடித்தொண்டையிலிருந்து கத்திக்கொண்டிருந்தனர். ஜெய்ஷ்– இ–முகமது இயக்கத்தின் 'பயங்கரவாதத் தொழிற்சாலை'யை நமது விமானப் படை முற்றிலுமாக அழித்து, 300க்கும் அதிகமான

பயங்கரவாதிகளைக் கொன்றுவிட்டதாக முன்னணி அதிரடி வீரர்களைப்போலத் தம்மைக் கருதிக்கொண்டு அறிவித்தனர். அடுத்த நாள் காலை, பரபரப்பான பொய்ச் செய்திகளை அதிகம் வெளியிடாத நாளிதழ்கள்கூட மிகவும் கேலிக்குரிய, அபத்தமான தலைப்புகளோடு செய்தி வெளியிட்டிருந்தன. *இந்தியன் எக்ஸ்பிரஸ்* நாளேடு 'பாகிஸ்தானுக்கு உள்ளே சென்று பயங்கரவாத முகாம்களை இந்தியா அழித்தது' என்று தலைப்புச் செய்தி வெளியிட்டது.[10] இதற்கிடையில், இந்திய விமானப் படைகள் பாகிஸ்தானில் உண்மையில் குண்டுகளை வீசியிருந்த பகுதியைப் பார்வையிட *ராய்டர்ஸ்* செய்தி நிறுவனம் தனது செய்தியாளரை அனுப்பியது. அவர் அனுப்பிய செய்தியில் சில மரங்களும் பாறைகளும் மட்டுமே சேதமடைந்திருப்பதாகவும், ஒரே ஒரு கிராமத்து மனிதருக்கு மட்டும் காயமேற்பட்டிருப்பதாக வும் குறிப்பிட்டிருந்தார்.[11] *அசோசியேட்டட் பிரஸ்* வெளியிட்ட செய்தியும் இதையே உறுதிப்படுத்தியது.[12] 'புதுதில்லியில் உள்ள ராணுவ நிபுணர்களும் அயலக அலுவலர்களும் இந்திய வான்படைத் தாக்குதல் எங்கு நடந்தது என்று தெளிவாகத் தெரியவில்லை என்றே தெரிவிக்கின்றனர். 'கஷ்மீர் தாக்குதல் நடைபெற்றவுடன் இந்தியப் பிரதமர் நரேந்திர மோடி இச்செயலுக்குத் தக்க பதிலடி தரப்படும் என்று அறிவித்ததால் எல்லைப் பகுதிகளில் செயல்பட்டுக் கொண்டிருந்த பயங்கர வாதக் குழுக்கள் இடம்பெயர்ந்து பாகிஸ்தானின் உட்பகுதிக்குச் சென்றுவிட்டிருக்கக்கூடும்' என்றது *தி நியூயார்க் டைம்ஸ்*.[13]

மைய நீரோட்ட இந்திய ஊடகங்கள் எதுவும் *ராய்ட்டர்ஸின்* செய்தியை வெளியிடவில்லை. எனவே *தி நியூயார்க் டைம்ஸ்* இதழைப் படிக்காத பெரும்பாலான இந்திய வாக்காளர்களைப் பொறுத்தவரை ஐம்பத்தாறு அங்குல மார்பளவு கொண்ட அவர்களுடைய பிரதமர் பயங்கரவாதத்தை ஒட்டுமொத்தமாக அழித்துவிட்டார் என்பதே உறுதியாகிவிட்டது.

இப்போதைக்குத் தனது அரசியல் எதிரிகள் அத்தனை பேரையும் மோடி தனது சூழ்ச்சித் திறத்தால் முற்றிலுமாக வென்றுவிட்டதாகவே தெரிகிறது. எதிர்க்கட்சிகள் எல்லோரும் இந்தியப் போர் விமானிகளின் வீரதீர சாகசத்தை ட்விட்டரில் பாராட்டிக்கொண்டிருக்கின்றனர். சந்தேகப் பிராணிகளையும், கிண்டல் செய்பவர்களையும், எதிர்ப்பாளர்களையும் தேசவிரோதிகள் என்று இந்துத்துவக் குழுக்கள் முத்திரை குத்தி வாயை மூடவைத்துக்கொண்டிருக்கின்றன. வடஇந்தியாவில் எதிர்ப்புக் குரல் எழுப்புகிறவர்களை அடித்துத் துவைக்க ஒவ்வொரு தெருமுனையிலும் கும்பல்கள் காத்துக்கொண் டிருக்கின்றன என்ற அச்சம் எல்லோரிடமும் இருக்கிறது.

ஆனால் ஒரே நாளில் அனைத்தும் மாறிவிடக்கூடும். பாகிஸ்தான் பதில் தாக்குதலாக இந்தியப் போர் விமானம் ஒன்றைச் சுட்டு வீழ்த்தி, இந்திய விமானப் படையின் விமானி விங் கமாண்டர் அபிநந்தன் வர்த்தமானைக் கைது செய்ததும், மோடி அறிவித்த போலி வெற்றியின் பிராகாசம் சடுதியில் மங்கியது.[14] எனவே மீண்டும் ஒருமுறை பாஜகவின் தேர்தல் வெற்றி வாய்ப்புகள் மங்கத் தொடங்கிவிட்டன.

வாக்கு அரசியல் கணக்குகளையும், அடுத்த தேர்தலில் யார் வெல்வார்கள் என்ற ஊகங்களையும் ஒதுக்கிவிட்டுப் பார்த்தாலும் மோடியின் நடவடிக்கைகள் மன்னிக்க முடியாதவை என்று விளங்கும். பல கோடி மக்களின் வாழ்க்கையில் இடர்ப்பாடுகளைப் புகுத்தி, சாதாரண இந்திய மக்களின் வீட்டு வாசற்படிக்கே கஷ்மீர் யுத்தத்தைக் கொண்டுவந்து நிறுத்தி யிருக்கிறார் மோடி. காலை, மதியம், இரவு என்று எந்நேரமும் ரத்த நாளத்துக்குள் ஊசி மருந்தைச் செலுத்திக் கெண்டேயிருப்பதைப் போலத் தொலைக்காட்சிகள் பைத்தியகாரத்தனத்தை நமக்குள் ஏற்றிக்கொண்டேயிருக்கின்றன. மக்கள் தங்களுடைய அன்றாடப் பிரச்சினைகள், வேலையில்லாக் கொடுமை, பசி, மூடப்பட்டிருக்கும் தங்களுடைய சிறு வணிகங்கள், தங்களுடைய வீடுகளிலிருந்தே எந்நேரத்திலும் விரட்டப்படும் அபாயம், சந்தேகத்துக்குரிய விதத்தில் நிகழ்ந்திருக்கும் நீதிபதிகளின் மரணங்கள் ஆகியவை குறித்தும், இந்திய வரலாற்றில் நடந்த மிகப்பெரிய ஊழலாகக் கருதப்படும் பாதுகாப்புத் துறை பேரம் குறித்தும் விசாரணை நடத்தப்பட வேண்டுமென்ற அவர்களுடைய கோரிக்கை, அவர்கள் முஸ்லிமாகவோ, தலித்தாகவோ, கிறிஸ்துவராகவோ இருக்கும் பட்சத்தில் எந்த நேரத்திலும் தாம் கொல்லப்படலாம் என்ற அச்சம் என எல்லாவற்றையும் ஒதுக்கி வைத்துவிட்டுத் தேசியப் பெருமை என்ற பெயரால், இந்த அழிவுக்குக் காரணமாக இருந்தவர்களுக்கு வாக்களிக்கும்படி இத்தொலைக்காட்சிகள் வற்புறுத்துகின்றன.

இந்த அரசு இந்தியாவின் ஆன்மாவை மிக ஆழமாகக் காயப்படுத்தியிருக்கிறது. நாம் குணமடைவதற்கு இன்னும் பல வருடங்களாகும். குணமடையத் தொடங்குவதற்கு முன்பாகவே இந்த அபாயகரமான விளம்பர வெறிபிடித்த போலி ஆசாமிகளுக்கெதிராக வாக்களித்து அரசுக் கட்டிலிலிருந்து நாம் அகற்றியாக வேண்டும்.

நாட்டில் செலாவணியில் உள்ள நாணயத்தில் 80 சதவீதத்தை மதிப்பிழக்கும்படிச் செய்யும் ஒரு மிகப்பெரிய நிதிக் கொள்கை முடிவைக் கண்ணை மூடிக் கொண்டு ஒரு நாளிரவு அறிவித்து, நாட்டின் பொருளாதார முதுகெலும்பை முறித்துப்போடுகிற ஆட்சி

நமக்குக் கட்டுப்படியாகாது. வரலாற்றில் வேறு யார் இதுபோன்ற காரியத்தைச் செய்திருக்கிறார்? மாபெரும் நெருக்கடி தேசத்தின்மீது கவிந்திருக்கையில் அணு ஆயுத நாட்டின் பிரதமர், தேசியப் பூங்கா ஒன்றில் நடக்கும் படப்பிடிப்பில் நடித்துக்கொண்டிருக்கிறார். பின்பு மிக அலட்சியமாக, இதற்கு அடுத்ததாக என்ன செய்யலாம் என்பதை இந்த நாட்டின் 'சேனை'யின் – ராணுவத்தின் – முடிவுக்கே விட்டிருப்பதாக அறிவிக்கிறார், ஜனநாயக முறையில் தேர்ந்தெடுக்கப்பட்ட தலைவர் யாராவது இதற்கு முன் இப்படிப் பேசியிருப்பார்களா?

இன்னமும் பதவியில் ஒட்டிக்கொண்டிருப்பதற்கு மோடியின் மனசாட்சி எப்படி இடமளிக்கிறது என்று வியப்பாக உள்ளது. இந்த ஆட்சிக்குப் பதிலாகத் தங்களுக்கிடையே சண்டையிட்டுக்கொண்டு, ஒற்றுமையின்றி, நிலையில்லாத கூட்டணி ஆட்சி ஒன்று அமைவது எவ்வளவோ மேலானது எனலாம். ஜனநாயகத்தின் அடிப்படைச் சாராம்சமே அதுதான். இப்போதிருக்கும் ஆட்சியைவிட அது அறிவார்ந்ததாகவும் அபத்தமற்றதாகவும் இருக்கும்.

பாகிஸ்தானில் பிடிபட்ட விங் கமாண்டரின் விஷயத்துக்கு வருவோம். பாகிஸ்தான் பிரதமர் இம்ரான் கானைப் பற்றி எல்லோருக்கும் எந்தவிதமான அபிப்பிராயங்கள் இருந்தாலும் சரி, இதுவரை கஷ்மீர் பிரச்சனையில் பாகிஸ்தானின் பங்கு எப்படிப்பட்டதாக இருந்திருந்தாலும் சரி, இப்போதைய நெருக்கடியில் இம்ரான் கான் ஆரம்பம் முதலே மிகவும் கௌரவமாகவும் நேர்மையாகவும் நடந்துகொண்டிருக்கிறார் என்பதை ஒப்புக்கொள்ள வேண்டும். ஜெனீவா ஒப்பந்தத்தின்படி போர்க் கைதியான வர்த்தமானைக் கௌரவமாக நடத்த வேண்டுமென்று இந்திய அரசு வலியுறுத்தியது முற்றிலும் நியாயமே. அவர் சிறைக்காப்பில் இருக்கும்போது சர்வதேச செஞ்சிலுவைச் சங்கம் அவரோடு தொடர்புகொள்ள அனுமதிக்கப்பட வேண்டும் என்றும், செஞ்சிலுவைச் சங்கத்தின் தொடர் கண்காணிப்பில் அவர் இருக்க வேண்டும் என்றும் பாகிஸ்தானிடம் இந்தியா கோரிக்கை விடுத்ததும் சரியே. இன்று பிரதமர் இம்ரான் கான் நல்லெண்ண அடிப்படையில் விங் கமாண்டர் விடுவிக்கப்படுவார் என்று அறிவித்திருக்கிறார்.

இதற்குப் பிறகாவது கஷ்மீரிலும், நாட்டின் பிற பகுதிகளிலும் அடைபட்டிருக்கும் அரசியல் கைதிகளுக்கு இந்திய அரசும் இதைப் போன்று ஜெனீவா ஒப்பந்தத்தின்படியான அடிப்படை உரிமைகளைப் பாதுகாப்பதற்கும் சர்வதேச செஞ்சிலுவைச் சங்கத்தை அனுமதிப்பதற்குமான நயநாகரிகச் சலுகையை அளிக்கும் என்று எதிர்பார்க்கலாமா?

இப்போது நம்மைச் சுற்றி நடந்துகொண்டிருக்கும் போர் இந்தியாவுக்கும் பாகிஸ்தானுக்கும் இடையில் நடக்கும் ஒன்றல்ல. இது கஷ்மீரில் நடத்தப்பட்டுவரும் போர். இது விரிவடைந்துகொண்டே வந்து இந்தியாவுக்கும் பாகிஸ்தானுக்கும் இடையிலான இன்னொரு போரின் ஆரம்பமாக மாறியிருக்கிறது. தினசரி நிகழ்வுகளாக அரங்கேறும் சொல்ல முடியாத வன்முறையும் அறச்சிதைவும் எந்நேரத்திலும் நம்மை வன்முறைக்குள் தள்ளி அணு ஆயுதப் போரை உருவாக்கிவிடக்கூடும். இது நிகழ்வதைத் தடுக்க வேண்டுமென்றால், கஷ்மீர் பிரச்சினையை அக்கறையோடு அணுகித் தீர்க்க வேண்டும். இது நடக்க வேண்டுமென்றால் கஷ்மீரிகள் எதற்காகப் போராடிக்கொண்டிருக்கிறார்கள், அவர்களுக்கு வேண்டியது என்ன என்பதை உலகுக்கு வெளிப்படையாகப் பயமின்றிச் சொல்வதற்கு ஒரு வாய்ப்பை அவர்களுக்கு அளிக்க வேண்டும்.

அன்பான உலகமே, இதற்கொரு வழியை நீ கண்டுபிடித்தாக வேண்டும்.

4

இலக்கியத்தின் மொழி

இந்த வருடத்துக்கான ஆர்தர் மில்லர் அமைப்பின் 'எழுதுவதற்கான சுதந்திரம்' உரை நிகழ்த்துவதற்காக என்னை PEN அமெரிக்க அமைப்பு அழைத்திருப்பதில் மிகவும் பெருமைப்படு கிறேன். ஆர்தர் மில்லரும் நானும் ஒரே காலகட்டத்தைச் சேர்ந்தவர்களாக இருந்து, நானும் அமெரிக்கக் குடிமகளாக இருந்திருந்தால் 'அமெரிக்க எதிர்ப்பு நடவடிக்கைகள் மீதான விசாரணைக் குழு' விசாரணைக்கு இருவரும் ஒரே நேரத்தில் அழைக்கப்பட்டிருப்போம் என்று நினைக்கிறேன். இந்தியாவில் எனக்கு அளிக்கப்பட் டிருக்கும் நற்சான்றுப் பத்திரங்கள் அத்தகையவை. என் பெயர் 'தேச விரோதிகள்' பட்டியலில் A வரிசையில் – என் பெயர் 'A' வில் ஆரம்பிப்பதால் அல்ல – இடம்பிடித்துள்ளது. தற்போது இந்தப் பட்டியல் மிகவும் நீண்டுவிட்டது, இது விரைவில் தேசபக்தர்கள் பட்டியலைத் தாண்டிவிடும் போலிருக்கிறது. இப்போதெல்லாம் தேசவிரோதி பட்டியலில் சேர்ப்பதற்கான கட்டளை விதி எளிமையாக்கப்பட்டுள்ளது: நரேந்திர மோடி அவர்களுக்கு நீங்கள் வாக்களிக்காவிட்டால் நீங்கள் ஒரு பாகிஸ்தானி. இப்படி அதிகரித்துவரும் அதன் மக்கள் தொகையைப் பற்றி பாகிஸ்தான் என்ன நினைக்கிறது என்று தெரியவில்லை.

இம்முறை தேர்தலில் என்னால் வாக்களிக்க முடியவில்லை என்பதில் எனக்கு வருத்தமே. ஏனென்றால் இன்றுதான் (12, மே, 2019) என் நகரமான

தில்லியில் வாக்குப் பதிவு. (இதுவரை சிறையில் அடைக்கப்படாத) என் நண்பர்களும் தோழர்களும் துருக்கியிலும் பிரேஸிலிலும் நடந்ததைப்போல இங்கு நடக்குமோ என்ற பதற்றத்தோடு வாக்குச்சாவடிகளுக்கு முன்பு வரிசையில் நின்றிருக்கிறார்கள். அப்படி எதுவும் நடக்குமென்று நான் நினைக்கவில்லை. இந்தியத் தேர்தல் தேதிகள் அறிவிக்கப்படுவதற்கு முன்பே இங்கு பேசுவதற்கான அழைப்பை நான் ஏற்றுக்கொண்டுவிட்டேன் என்பதையும் சொல்லியாக வேண்டும். எனவே திருவாளர் மோடி அவர்கள் ஒரு வாக்கு வித்தியாசத்தில் வெற்றி பெறுவாரென்றால் அதற்கான பழியை நீங்கள் எல்லோரும் ஏற்க வேண்டும் என்றும் சொல்லிக் கொள்கிறேன்.

சரி, இருக்கட்டும். நான் இப்போது நியூயார்க்கின் புகழ்பெற்ற ஹார்லெம் பகுதியில் இருக்கிறோம். அதுவும் அப்பல்லோ தியேட்டரில் உள்ளோம். இங்கு அரங்கேற்றப்பட்ட அற்புதமான சங்கீத நிகழ்ச்சிகளை இதன் சுவர்கள் கேட்டிருக்கின்றன. இதயத் துடிப்பை நிறுத்தும்படியான அந்த இசைத் தொகுப்புகளை அவை ரகசியமாக பத்திரப்படுத்தியும் வைத்திருக்கலாம். யாரும் கேட்காதபோது இச்சுவர்கள் தங்களுக்குள்ளே மென்குரலில் அவற்றைப் பாடக்கூடும். அரீதா ஃபிராங்க்ளின் கொஞ்சம், ஜேம்ஸ் பிரவுனிலிருந்து கொஞ்சம், ஸ்டீவி வொண்டர் அல்லது லிட்டில் ரிச்சர்டின் இசைத் துணுக்குகள் என்று அவை இருக்கக்கூடும். இலக்கியத்தின் இடத்தைப் பற்றி, நாம் மேம்போக்காக அறிந்திருப்பதாக நம்பிக்கொண்டிருக்கும் ஒரு தெளிவற்ற சகாப்தம் முடிவுக்கு வந்துகொண்டிருக்கும் இத்தகையதொரு காலகட்டத்தில், நாம் அனைவரும் ஒன்றாகக் கூடிச் சிந்திப்பதற்கு, சரித்திரப் பாரம்பரியம் கொண்ட இந்த அரங்கைவிடப் பொருத்தமான இடம் வேறு எது இருக்க முடியும்?

'மற்றோர் உலகம் சாத்தியமே' என்று நம்மில் பலரும் கனவு கண்டுகொண்டிருக்கையில், வேறு சிலரும் வேறு விதமான கனவுகளில் ஆழ்ந்திருக்கிறார்கள். நமக்குத் துர்க்கனவாக இருக்கும் அவர்களுடைய கனவுகள் நிறைவேறுவதற்கான நேரம் நெருங்கிவிட்டிருக்கிறது.

முதலாளித்துவத்தின் தன்னிச்சையான போர்களும் தீராத பேராசைகளும் இப்பூவுலகை நாசமாக்கி, அகதிகளால் நிரப்பிவைத்திருக்கின்றன. அமெரிக்க அரசின் மீதுதான் இதற்கான பழியைச் சுமத்தியாக வேண்டும். ஆப்கானிஸ்தானை ஆக்கிரமித்து, தாலிபான்களை ஒழிக்க வேண்டுமென்ற ஒரே நோக்கத்தோடு வெடிகுண்டுகள் வீசி அந்நாட்டைக் 'கற்காலத்துக்கு'த் தள்ளிய பின் பதினேழு ஆண்டுகள் கழித்து இப்போது அமெரிக்க அரசு தாலிபான்களைப் பேச்சுவார்த்தைக்கு

அழைக்கிறது. இடைப்பட்ட காலத்தில் இந்நாடு இராக், லிபியா, சிரியா ஆகிய நாடுகளையும் சீரழித்திருக்கிறது. போரினாலும் உணவுப் பொருட்கள் மருந்துகள் தடையினாலும் இலட்சக் கணக்கானோர் உயிரை இழந்திருக்கிறார்கள். ஒரு மாபெரும் பிரதேசமே சூனியமாகியது. புராதன நகரங்கள் தரைமட்ட மாகின. இவ்வளவு பாடழிவுக்கும் இடிபாடுகளுக்குமிடையில் தாவேஸ் (ISIS) என்ற ராட்சதன் பல்கிப் பெருகத் தொடங்கியது. இது உலகெங்கும் பரவி, அமெரிக்காவுடனோ, அது நிகழ்த்திவரும் போருடனோ எந்தத் தொடர்பும் இல்லாத அப்பாவி மக்களைக் கண்மூடித்தனமாகக் கொன்று குவித்துக்கொண்டிருக்கிறது. கடந்த சில வருடங்களாக அமெரிக்கா நிகழ்த்திவரும் போர்களையும் சர்வதேச உடன்படிக்கைகளை மதிக்காமல் தன்னிச்சையாக நடந்துகொள்வதையும் வைத்துப் பார்க்கும்போது 'ரவுடி அரசு' என்று அவர்கள் உருவாக்கிய சொற்றொடருக்கு அவர்களே சிறந்த உதாரணமாக இருப்பது தெரிகிறது. இதற்குமுன் பயன்படுத்திய அதே பயமுறுத்தல் உத்திகளையும், அணு ஆயுதங்களைப் பற்றிய அதே பழைய பொய்ச் செய்திகளையும், சலித்துப்போன அதே பொய்யுரைகளையும் இப்போது இரான்மீது குண்டுவீசுவதற்காக மீண்டும் தொடங்கியிருக்கிறார்கள். இவர்கள் இதுவரை புரிந்த தவறுகளிலேயே மிக மோசமான தவறு இதுவாகத்தான் இருக்கப்போகிறது.

எனவே, எதிர்காலத்தை நோக்கி நாம் நகர்கின்ற இந்த நேரத்தில், அபத்தக் கூச்சல்களும், ஃபேஸ்புக் 'லைக்'குகளும், பாசிச வெற்றி ஊர்வலங்களும் போலிச் செய்திகளால் உருவாக்கப் படும் கலகங்களும் முழுமையான அழிவை நோக்கிய ஓட்டத்தை விரைவாக்கியிருக்கும்போது இலக்கியத்துக்கான இடம் எதுவாக இருக்க முடியும்? எது இலக்கியமாக இருக்க முடியும்? யார் தீர்மானிப்பது? இந்தக் கேள்விகளுக்கு அறிவார்த்தமான ஒரேயொரு பதில் இருக்க முடியாது. எனவே, என்னை நீங்கள் மன்னிப்பதாக இருந்தால், இத்தகைய காலகட்டத்தில் ஓர் எழுத்தாளராக இருப்பதைப் பற்றிய என் சொந்த அனுபவத்தை இத்தகைய காலகட்டத்தில், அதுவும் இந்தியாவைப் போன்ற, ஒரே சமயத்தில் வெவ்வேறு நூற்றாண்டுகளில் வாழ்ந்துகொண் டிருக்கும் ஒரு நாட்டில், ஒரு எழுத்தாளராக இருப்பது எப்படி என்ற கேள்வியைச் சமாளித்துக்கொண்டிருப்பதைப் பற்றிப் பேசப்போகிறேன்.

சில வருடங்களுக்கு முன்பு ஒரு ரயில் நிலையத்தில் எனது வண்டிக்காகக் காத்திருந்தபோது, படித்துக்கொண்டிருந்த நாளிதழின் உள்பக்கத்தில் வெளியாகியிருந்த ஒரு செய்தி என்னைக் கவர்ந்தது. அது, தடைசெய்யப்பட்ட தலைமறைவு இயக்கமான

கம்யூனிஸ்ட் பார்ட்டி ஆஃப் இந்தியாவுக்குத் (மாவோயிஸ்ட்) தூதர்களாகச் செயல்பட்டுவந்த இருவர் கைது செய்யப்பட்ட செய்தி. இவர்களிடமிருந்து கைப்பற்றப்பட்ட 'பொருட்க'ளாக அச்செய்தியில் பட்டியலிடப்பட்டிருந்தவற்றில் 'அருந்ததி ராயின் சில புத்தகங்க'ளும் இருந்தன. இது நடந்து சில நாட்கள் கழித்து ஒரு கல்லூரி விரிவுரையாளரைச் சந்திந்தேன். சிறையில் அடைக்கப்பட்டிருக்கும் அரசியல் செயல்பாட்டாளர்களுக்கு வேண்டிய சட்ட உதவிகளைச் செய்துதருபவர் அவர். உதவி பெறுவது பெரும்பாலும் மாணவர்களும் கிராமவாசிகளும். கார்ப்பொரேட் கம்பெனிகள் சுரங்கம் தோண்டுவதற்காகவும், அதற்கான கட்டமைப்புகளை உண்டாக்குவதற்காகவும் தமது வாழிடங்களிலிருந்து விரட்டப்பட்டதை எதிர்த்துப் போராடியதுதான் இக்கைதிகள் புரிந்த 'தேச விரோதச் செயல்கள்'. இக்கைதிகளிடமிருந்து வலுக்கட்டாயமாகப் பெறப்பட்ட 'வாக்குமூல'ங்களில் அவர்களைத் தவறான வழியில் செல்வதற்குத் தூண்டிய முக்கியக் காரணிகளில் ஒன்றாக என்னுடைய எழுத்துக்களும் குறிப்பிடப்படுவதை என்னிடம் அந்த விரிவுரையாளர் சொன்னார்.

"உங்களை ஏதாவதொரு தீவிர வழக்கில் சிக்கவைப்பதற் காகக் காய் நகர்த்திக்கொண்டிருக்கிறார்கள்," என்றார்.

அவர்கள் குறிப்பிட்ட புத்தகங்கள் என் நாவல்கள் அல்ல (அந்தநேரத்தில் நான் ஒரேயொரு நாவலைத்தான் – *சின்ன விஷயங்களின் கடவுள்* – எழுதியிருந்தேன்). அவை எல்லாமே கட்டுரைத் தொகுப்புகள். ஒருவிதத்தில் அவற்றைக் கதைகள் என்றும் சொல்லலாம். வெவ்வேறு விதமான கதைகள். ஆனாலும் அவை கதைகள்தாம். வனங்கள், நதிகள், பயிர்கள், விதைகளின் மீதும், நிலத்தின் மீதும், விவசாயிகள் மீதும், தொழிலாளர் சட்டங்களின் மீதும், சட்டமியற்றலின் மீதும் தொடுக்கப்படும் பிரம்மாண்டமான கார்ப்பொரேட் தாக்குதல்களைப் பற்றிய கதைகள். 9/11 தாக்குதலுக்குப் பிறகு அமெரிக்காவும் நேட்டோ நாடுகளும் வரிசையாகப் பல நாடுகளைத் தாக்கிக்கொண்டிருக்கின்றன. பெரும்பாலான கதைகள் இந்தத் தாக்குதல்களை எதிர்த்துப் போராடியவர்களைப் பற்றியவை. குறிப்பிட்ட ஆறுகள், குறிப்பிட்ட மலைகள், குறிப்பிட்ட நிறுவனங்கள், குறிப்பிட்ட மக்கள் இயக்கங்கள், குறிப்பாக இவையனைத்தும் குறிப்பிட்ட விதத்தில் நசுக்கப்பட்டதை மட்டும் குறிப்பிட்டுச் சொல்லும் கதைகள். இவர்கள்தாம் உண்மையான பருவநிலைப் போராளிகள், உலகளாவியச் செய்தியை வழங்கும் உள்ளூர்வாசிகள், சிக்கல்கள் அடையாளம் காணப்படுவதற்கு முன்பே அவற்றை அறிந்துகொண்டு எச்சரிப்பவர்கள். ஆனாலும்

இவர்கள்தாம் தொடர்ந்து வில்லன்களாகவே சித்திரிக்கப்பட்டு வருபவர்கள். முன்னேற்றத்துக்கும் வளர்ச்சிக்கும் தடையாக இருக்கும் தேசவிரோதிகள். முன்னாள் பிரதமரும் தாராளமயத்தின் நற்செய்திப் பரப்பாளருமான மன்மோகன்சிங், மத்திய இந்திய வனங்களில் நிறுவப்படும் பன்னாட்டுக் கனிமச் சுரண்டல் திட்டங்களை எதிர்த்துப் போராடும் பூர்வகுடி மக்களான ஆதிவாசிகளை 'இந்தியாவின் மிகப்பெரிய உள்நாட்டு அச்சுறுத்தல்' என்றார். 'பசுமை வேட்டை' என்ற பெயரில் அவர்கள்மீது போர் அறிவிக்கப்பட்டது. காடுகளில் போர்வீரர்கள் குவிந்தார்கள். பெரும் வல்லமை கொண்ட இவ்வீரர்களுக்கு எதிரிகளாக இருந்தவர்கள் உலகத்திலேயே மிகவும் ஏழைகளாக இருப்பவர்கள். இது உலகெங்கும் காணக்கூடிய அவலம் – ஆப்பிரிக்காவில், ஆஸ்திரேலியாவில், லத்தீன் அமெரிக்காவில்.

பருவநிலை மாற்றம்தான் உலகின் மிகப்பெரிய அச்சுறுத்தல் என்று இப்போது நாடுகளிடையே ஒரு கருத்தொற்றுமை ஏற்பட்டிருக்கிறது. இதுகுறித்த சொல்லாடல்களுக்கு ராணுவச்சாயல் அளிக்கப்படுவதும் அதிகரித்துள்ளது. இதில் பாதிக்கப்பட்டவர்கள் எல்லோரும் இப்புதிய முடிவற்ற யுத்தத்தில் 'எதிரிகளாக' வெகுவிரைவில் சேர்க்கப்படுவார்கள். பருவநிலை மாற்றங்களில் ஏற்பட்டிருக்கும் 'நெருக்கடி' குறித்துக் கவன ஈர்ப்புகள் கொண்டுவரப்படும். நல்ல நோக்கத்தோடு எழுப்பப்படுவதாக இருந்தாலும், இது ஏற்கனவே தொடங்கிவிட்ட செயலாக்கத் திட்டங்களை விரைவுபடுத்துவதாகவே அமையும். இந்த விவாதத்தை ஐக்கிய நாடுகள் சபையில் UNFCC யிலிருந்து (United Nations Framework Convention on Climate Change – பருவநிலை மாற்றம் குறித்த ஐக்கிய நாடுகளின் கூட்டுக் கருத்தாய்வு மன்றம்) United Nations Security Councilக்கு (ஐ.நா. பாதுகாப்பு அவை) மாற்றுவதற்கு ஏற்கனவே அழுத்தம் தரப்பட்டுவருகிறது. அதாவது உலகின் பெரும்பாலான நாடுகளை ஒதுக்கிவிட்டு, முடிவெடுக்கும் அதிகாரத்தைப் பழைய குற்றவாளிகளின் வசமே ஒப்படைப்பது. இவர்கள் பரிந்துரைக்கும் தீர்வுகளும் இச்சிக்கலுக்கு மூலகாரணமாக இருக்கும் Global North (ஆஸ்திரேலியா, கனடா, மேற்கு ஐரோப்பா, இஸ்ரேல், ஜப்பான், நியூசிலாந்து, சிங்கப்பூர், தென் கொரியா, தைவான், அமெரிக்கா) எனும் முதல்நிலை ஆதிக்க நாடுகள் மட்டுமே ஆதாயமடைவதாக இருக்கும். இந்தத் தீர்வுகள் 'சந்தை' நலத்தைப் பொறுத்ததாகவே இருக்கும் என்பதைக் குறிப்பிடத் தேவையில்லை. மிகச்சிறிய அளவிலான மேட்டுக்குடி நாடுகளின் மேலதிக விற்பனைகளும் வாங்குதலும் மேலதிக நுகர்வுகளும் மிகச் சிலருக்கான மேலதிக ஆதாயங்களும் சார்ந்ததாக இருக்கும். சுருக்கமாகச் சொன்னால் மேலதிக முதலாளித்துவம்.

இக்கட்டுரைகள் முதலில் (அதிகமாக விற்பனையாகும் இதழ்களிலும் பின்பு இணையத்திலும், இறுதியில் புத்தக வடிவிலும்) வெளிவந்தபோது அவற்றைத் தீக்குறிகள்போலச் சந்தேகத்துடன் சிலர் பார்த்தனர். அவர்களெல்லாம் அதன் அரசியல் பார்வையோடு முரண்படுபவர்களும் அல்லர். அந்த எழுத்துக்கள் எல்லாமே 'இலக்கியம்' என்பதைப் போன்ற ஒரு வசதியான கோணத்தில் அமர்ந்திருந்ததுதான் அதற்குக் காரணமாக இருந்தது. தீய விளைவுகளை உண்டாக்குமோ என்று சந்தேகப்படுவது ஏற்றுக்கொள்ளக்கூடிய எதிர்வினைதான். அதிலும் வகுப்பாய்வு ஆர்வலர்களுக்கு. ஏனென்றால் அவர்களுக்கு இது துண்டறிக்கை எழுத்தா, அல்லது விவாதக்கலை எழுத்தா, கல்வித்துறை சார்ந்ததா அல்லது இதழியல் சார்பானதா, பயணக் கட்டுரையா அல்லது வெறும் சாகச முயற்சியா என்று தீர்மானிக்க இயலாதிருந்தது. வேறு சிலர் அதை எழுத்தாகவே மதிக்கவில்லை. "நீங்கள் ஏன் எழுதுவதை நிறுத்திவிட்டீர்கள்? உங்களுடைய அடுத்த புத்தகத்துக்குக் காத்திருக்கிறோம்," என்றார்கள். மற்றவர்கள் என்னை வாடகைக்கு எழுதித் தருபவராக நினைத்தார்கள். பலவிதமான கோரிக்கைகள் வந்தன. "அன்பே, நீங்கள் அணைகளைப் பற்றி எழுதியதை விரும்பிப் படித்தேன். குழந்தைகள் மீதான அத்துமீறல்கள் பற்றி எனக்காக எழுதித் தருகிறீர்களா?" என்று ஒருவர் கேட்டார். (இது நிஜமாகவே நடந்தது). மேலும், எப்படி எழுதுவது, எந்தெந்த விஷயங்களைப் பற்றி எழுத வேண்டும், எந்த விதமான தொனியைப் பயன்படுத்த வேண்டும் என்றெல்லாம் (பெரும்பாலும், உயர்சாதி ஆண்களால்) கண்டிப்பான அறிவுரைகள் தரப்பட்டன.

மற்ற இடங்களில் – பிரதான சாலையிலிருந்து விலகியிருக்கும் இடங்கள் என்று சிலவற்றைச் சொல்லலாம் – இக்கட்டுரைகள் பிற இந்திய மொழிகளில் உடனுக்குடன் மொழிபெயர்க்கப்பட்டு, துண்டறிக்கைகளாக அச்சடிக்கப்பட்டு இலவசமாக வனங்களிலும் நதி தீரங்களிலும் தாக்குதல்களுக்குள்ளாகியிருக்கும் கிராமங்களிலும், பயிற்றுவிக்கப்படும் பொய்களைக் கேட்டு வெறுத்துப்போயிருக்கும் பல்கலைக்கழக மாணவர்களின் வளாகங்களிலும் விநியோகிக்கப்பட்டன. இக்கட்டுரைகள் யாருக்காக யாரைப் பற்றிப் பேசுகின்றனவோ அந்த வாசகர்கள், பரவிவரும் நெருப்பினால் ஏற்கனவே வெம்பியிருப்பதால் இலக்கியம் என்பது என்ன, அது எப்படி இருக்க வேண்டும் என்பதைப்பற்றி முற்றிலும் மாறுபட்ட கருத்தைக் கொண்டிருந்தனர்.

இதை நான் குறிப்பிடுவதற்குக் காரணம், இலக்கியத்துக்கான இடத்தை உருவாக்குவது எழுத்தாளர்களும் வாசகர்களும்

மட்டுமே என்பதை இது எனக்குக் கற்றுத் தந்திருப்பதால்தான். சில நேரங்களில் அது விரிசல் காணக்கூடும், ஆனால் இடித்துத் தகர்த்துவிட முடியாது. இது உடைக்கப்பட்டால் நாம் திரும்பக் கட்டியெழுப்புவோம், நமக்கு இடர்காப்புத் தேவை என்பதற்காக. நமக்குத் தேவைப்படுகிற இலக்கியம் எது என்பதைப் பற்றி எனக்குத் தெளிவான பார்வை இருக்கிறது. இடர்காப்பளிக்கும் இலக்கியம். அது எப்போதும் பாதுகாப்பளிக்கும் புகலிடம்.

நாட்கள் செல்லச்செல்ல, வெளிப்படையாக அறிவிக்கப் படாத சமரச ஏற்பாடு ஒன்று ஏற்பட்டுவிட்டது. நான் ஓர் ‘எழுத்தாளர், செயல்பாட்டாளர்’ என்று அழைக்கப்படலானேன். புனைவு என்பது அரசியலற்றது என்பதும், கட்டுரைகள் என்பவை இலக்கியம் அல்ல என்பதும் இந்த வகைப்பாட்டில் தொக்கியிருக்கும் தாத்பரியம்.

ஒருமுறை ஹைதராபாத் கல்லூரி ஒன்றின் விரிவுரை அரங்கில் 500–600 மாணவர்களுக்கு முன்னால் அமர்ந்திருந்தேன். எனக்கு இடப்புறத்தில் நிகழ்ச்சியை ஏற்பாடு செய்திருந்த பல்கலைக்கழகத் துணைவேந்தர் அமர்ந்திருந்தார். வலப்புறத்தில் இலக்கியப் பேராசிரியர் இருந்தார். துணைவேந்தர் என் காதில் கிசுகிசுத்தார்: “நீங்கள் கதைகள் எழுதுவதில் இனி நேரத்தைச் செலவழிக்கக் கூடாது. அரசியல் கட்டுரைகள் பிரமாதமாக இருக்கின்றன. அதில் கவனத்தைச் செலுத்துங்கள்”. இலக்கியப் பேராசிரியர் என்னிடம் குனிந்து கிசுகிசுத்தார்: “நீங்கள் எப்போது புனைவிலக்கியத்துக்குத் திரும்பப் போகிறீர்கள்? உங்களுடைய உண்மையான முகம் அதுதான், நீங்கள் எழுதும் மற்ற விஷயங்கள் எல்லாமே நிரந்தரமில்லாதவை.”

என்னுடைய புனைவிலக்கியத்தையும் கட்டுரை எழுத்தை யும் மேலாட்சி நிலைக்காகப் போராடும் எதிரெதிர் அணிகளாக ஒருபோதும் நான் உணர்ந்ததில்லை. இவை இரண்டும் நிச்சயமாக ஒரே வகையானவையல்லதான். ஆனால் இவற்றுக்கு இடையிலிருக்கும் வேறுபாட்டைத் தெளிவாக வரையறுத்துக் காட்டுவது நான் கற்பனை செய்ததைவிடக் கடினமாக இருக்கிறது. உண்மையும் புனைவும் எதிரிடையானவையல்ல. ஒன்று மற்றதைவிட உண்மையானதென்றோ, மற்றதைவிட வெளிப்படையானதென்றோ மற்றதைவிட யதார்த்தமான தென்றோ சொல்ல முடியாது. என் விஷயத்தைப் பொறுத்தவரை ஒன்று மற்றதைவிடக் கூடுதலாக வாசிக்கப்படுவதாகவும் சொல்ல முடியாது. ஆனால் எழுதும்போது இவற்றின் வேறுபாட்டை என் உடம்பில் உணர்கிறேன் என்பதை மட்டும் என்னால் சொல்ல முடியும்.

எனக்கு இருபுறத்திலுமிருந்து கிடைத்த முரண்பாடான அறிவுரைகளை நினைத்து எனக்குள் சிரித்துக்கொண்டிருந்தபோது, ஜான் பெர்ஜெர் எனக்கு முதன்முதலில் அனுப்பிய அஞ்சல் நினைவுக்கு வந்தது. அது கையால் எழுதப்பட்ட கடிதம். பல வருடங்களாக என் ஆதர்சமாக விளங்கிவரும் ஓர் எழுத்தாளரிடமிருந்து வந்த கடிதத்தில் இருந்த செய்தி இதுதான்: "உன்னுடைய புனைவும், புனைவற்ற எழுத்தும் – இவை உன்னுடைய இரண்டு கால்களாக உலகெங்கும் உன்னை நடத்திச்செல்கின்றன." இதுவே எனக்குப் போதும்.

எனக்கு எதிராகக் கட்டமைக்கப்பட்டுவந்த வழக்கு தொடுக்கப்படவேயில்லை, அதாவது இதுவரை. இன்னமும் என்னுடைய எழுதும் கால்கள் இரண்டிலும் நின்றுகொண்டுதான் உங்களிடம் பேசிக்கொண்டிருக்கிறேன். ஆனால் என் நண்பரான விரிவுரையாளர் ஒருவர் சிறையில் அடைக்கப்பட்டிருக்கிறார். அவர்மீது சுமத்தப்பட்ட குற்றம், தேசவிரோதச் செயல்களில் ஈடுபட்டது. இந்தியாவில் உள்ள சிறைகள் அரசியல் கைதிகளால் நிரம்பி வழிகின்றன. அவர்களில் பெரும்பாலோர் மாவோயிஸ்ட் அல்லது இஸ்லாமிஸ்ட் பயங்கரவாதிகள் என்று குற்றம் சுமத்தப்பட்டிருப்பவர்கள். அரசின் கொள்கைளை ஏற்றுக்கொள்ளாத எவர் மீதும் இப்பதங்கள் சுமத்தப்படுவது வழக்கமாகியிருக்கிறது. அண்மையில் நடந்த தேர்தலுக்கு முந்தைய கைதுகளில் ஆசிரியர்கள், வழக்கறிஞர்கள், செயல்பாட்டாளர்கள், எழுத்தாளர்கள் ஆகியோர் அடங்கியிருந்தார்கள். பிரதமர் மோடியைக் கொலை செய்யத் திட்டமிட்டதாக இவர்கள்மீது சுமத்தப்பட்டிருந்த குற்றம் கேலிக்குரியதாக இருந்தது. ஒரு ஆறு வயதுச் சிறுவன்கூட அதைவிடச் சிறப்பாகத் திட்டம் வகுத்திருப்பான். இந்த பாசிஸ்ட்டுகளுக்கு உடனடியாகக் கதை எழுதும் பயிற்சி தர வேண்டியிருக்கிறது.

கருத்துச் சுதந்திரத்துக்காகச் செயல்படும் சர்வதேச அமைப்பான Reporters Without Borders, உலகிலேயே செய்தியாளர்களுக்கு ஆபத்தான இடங்கள் வரிசையில் ஆப்கானிஸ்தான், சிரியா, ஏமன், மெக்ஸிகோ ஆகிய நாடுகளுக்கு அடுத்ததாக இந்தியா ஐந்தாவது இடத்தில் இருப்பதாகத் தெரிவிக்கிறது. இந்த இடத்தில் என் உரையைச் சற்று நிறுத்தி, சிறையில் அடைக்கப்பட்ட, தண்டிக்கப்பட்ட, இருட்டடிக்கப் பட்ட எழுத்தாளர்களையும் செய்தியாளர்களையும் பாதுகாத்து, துணைநின்று ஆதரவளிக்கும் PEN அமைப்புக்கு நான் நன்றி தெரிவித்தாக வேண்டும். இன்றில்லாவிட்டால் நாளை நம்மில் ஒருவர் துப்பாக்கிக்கெதிரே நிறுத்தப்படுவோம். நமக்கு

உதவுவதற்காக ஓர் அமைப்பு இருக்கிறது என்பதே நமக்கிருக்கும் ஒரே ஆறுதல்.

இந்தியாவைப் பொறுத்தவரை சிறையில் அடைக்கப் படுபவர்கள் அதிர்ஷ்டசாலிகள். துரதிருஷ்டசாலிகள் இறந்து போகின்றார்கள். வலதுசாரி இந்து மதவாதத்தை விமர்சித்த கௌரி லங்கேஷ், நரேந்திர தாபோல்கர், எம்.எம். கல்புர்கி, கோவிந்த் பன்ஸாரே ஆகியோர் படுகொலை செய்யப்பட் டுள்ளனர். கொலை செய்யப்பட்ட இவர்கள் எல்லோரும் பிரபலமானவர்கள். தகவல் அறியும் உரிமைச் சட்டத்தின் வாயிலாக ராட்சத ஊழல்களை வெளிச்சத்துக்குக் கொண்டுவர முயன்ற எண்ணற்ற சாதாரணமான செயல்பாட்டாளர்கள் கொல்லப்பட்டிருக்கிறார்கள், அல்லது சந்தேகமான முறையில் இறந்திருக்கிறார்கள். கடந்த ஐந்தாண்டுகளில் இந்தியா கொலைகார நாடு என்ற பெயரைச் சம்பாதித்திருக்கிறது. முஸ்லிம்களும் தலித்துகளும் பொது இடங்களில் சவுக்கடிபட்டிருக்கிறார்கள். பட்டப்பகலில் இந்துக் கண்காணிப்புக் கும்பல்களால் அடித்தே கொல்லப்பட்டிருக்கிறார்கள். இந்தக் 'கொலைக் காணொளிகள்' பிறகு பெருமையோடு யூட்யூபில் பதிவேற்றம் செய்யப்பட்டிருக்கின்றன. வெளிப்படையாக நிகழ்த்தப்படும் இந்த மிருகத்தனமான வன்முறைகள் தன்னியல்பாக நிகழ்பவை யல்ல. முஸ்லிம்களுக்கு எதிரான வன்முறை புதிதல்ல; தலித்துகளுக்கெதிரான வன்முறைகளும் புராதன காலத்திலிருந்து தொடர்பவைதான், ஆனாலும் அண்மைக் காலத்தில் இந்த நடுத்தெருக் கொலைகளுக்குத் தெளிவான, கொள்கைரீதியான நோக்கம் அடிப்படையாக இருக்கிறது.

காவல்துறையோ அரசோ தம்மைத் தண்டிக்கமாட்டார்கள் என்ற உறுதியான நம்பிக்கை கொலைகாரர்களுக்கு இருக்கிறது. தீவிர வலதுசாரி இயக்கமான ஆர்எஸ்எஸ், தமக்குப் பாதுகாப்புத் தரும் என்று அவர்கள் நம்புகிறார்கள். இன்று இந்தியாவிலேயே மிகவும் பலம் வாய்ந்த, மிகவும் மறைவடக்கமான ஆர்எஸ்எஸ் இயக்கம், 1925ஆம் வருடம் தொடங்கப்பட்டது. இவ்வமைப்பின் தொடக்கக் காலக் குறிக்கோள்களில் ஐரோப்பிய பாசிசத்தின் தாக்கத்தைப் பார்க்க முடியும். அவர்கள் ஹிட்லரையும் முசோலினியையும் வெளிப்படையாகப் புகழ்ந்தவர்கள். இந்தியாவை இந்து தேசம் என்று அறிவிப்பதற்காகத் தொண்ணூற்றைந்து ஆண்டுகள் இடையறாமல் உழைத்திருக்கும் இயக்கம் அது.

இப்போது ஒரு நிழல் அரசை நடத்திக்கொண்டிருக்கும் ஆர்எஸ்எஸ்ஸோடு வெவ்வேறு பெயர்களுடன், ஒரே விதமான

கொள்கைகள் கொண்டிருக்கும் பல்வேறு அமைப்புகள் ஆயிரக்கணக்கான 'ஷாகா'க்களுடன் (கிளைகளுடன்) இணைந்து செயலாற்றிவருகின்றன. இவற்றில் சில பயங்கரமான வன்முறை இயக்கங்கள். சித்பவன் பிராமணர்கள் என்றழைக்கப்படும் மேற்குக்கரைப் பிராமணர்களின் ஆதிக்கத்தில் ஆரம்பத்திலிருந்து இயங்கிவரும் ஆர்எஸ்எஸ்ஸை இன்று அமெரிக்காவிலும் ஐரோப்பாவிலும் உள்ள ஆதிக்கவாத வெள்ளையர்களும் நிறவெறியர்களும் சூழ்ந்துகொண்டு இந்துயிசத்தின் பண்டைய சாதியமைப்பைப் போற்றிப் புகழ்ந்துகொண்டிருக்கிறார்கள். குறிப்பாகச் சொல்வதென்றால் இது பிராமணியம்தான். இது புராதன காலத்திலிருந்து கிட்டதட்டக் கட்டுக்குலையாமல் தொடர்ந்துவருகின்ற, விஸ்தாரமான, நிறுவனமயமாக்கப்பட்ட கொடூரம். இந்தச் சமூகப் படிநிலை குறித்து இவர்களுக்கு அதீதப் பெருமிதமும் உண்டு. சற்றும் எதிர்பாராத இடங்களிலிருந்தெல்லாம் பிராமணியத்துக்குப் பாராட்டுகள் கிடைத்திருக்கின்றன. அப்படிப்பட்ட ஒரு பெயரைச் சொன்னால் நீங்கள் வருத்தமடைவீர்கள். அவர் மோகன்தாஸ் காந்தி. அவர் சாதியமைப்பை இந்து சமூகத்தின் மகத்தான சிறப்பம்சம் என்று சொன்னார். அம்பேத்கரின் *சாதியை அழித்தொழித்தல்* நூலுக்கான எனது அறிமுக உரையில் சாதி,இனம் குறித்த காந்தியின் மனப்பான்மையைப் பற்றி விரிவாகவே எழுதியிருக்கிறேன், எனவே இங்கே அவற்றைப் பேசப் போவதில்லை.

1916ஆம் ஆண்டு சென்னையில் நடைபெற்ற ஒரு சமய மாநாட்டில் அவர் ஆற்றிய உரையின் ஒரு பகுதியை மட்டும் உங்களுக்குத் தருகிறேன்:

> 'பரந்து விரிந்திருக்கும் சாதியக் கட்டமைப்பு சமூகத்தின் மதத் தேவைகளுக்கு மட்டும் உதவுவதாக இல்லாமல், அதன் அரசியல் தேவைகளுக்கும் பலனளிக்கக்கூடியதாக இருக்கிறது. கிராமவாசிகள் தமது உள்ளூர்ப் பிரச்சினைகளைச் சாதிய அமைப்பின் மூலமாகவே நிர்வகித்துக்கொள்கின்றனர். ஆதிக்கச் சக்திகளிடமிருந்து எழுகின்ற அடக்குமுறைகளை அதன் வழியாகவே சமாளித்துக்கொள்கின்றனர். அமைப்பு சார்ந்த நிர்வாகத்தைத் திறம்படக் கையாளும் சாதியமைப்பைக் கொண்டிருக்கும் ஒரு தேசத்துக்கு நிர்வாகத் திறமை இருக்காது என்று யார் மறுத்தாலும் அதை ஏற்றுக்கொள்ள முடியாது'.[1]

இந்தியா அதன் ஆன்மாவைப் பாதுகாத்துக்கொள்வதற்காகப் போராடிக்கொண்டிருக்கிறது. மற்ற எல்லாக் கட்சிகளிடமும் உள்ள பணத்தைவிட அதிகமான பணபலம்

கொண்டிருக்கிற, முக்கிய ஊடகங்கள் எல்லாவற்றையும் கிட்டதட்டத் தனது முழுமையான கட்டுப்பாட்டுக்குள் கொண்டுவந்துவிட்டிருக்கிற பாரதிய ஜனதா கட்சி வரப்போகும் தேர்தலில் தோற்றுவிட்டாலும்கூட, நாம் அபாயக் கட்டத்தி லிருந்து நீங்கிவிட்டதாகக் கருத முடியாது. ஆர்எஸ்எஸ் ஒரு பச்சோந்தியைப்போல; அது மரவட்டையைப்போல என்றும் சொல்லலாம். இலட்சக்கணக்கான கால்களைக் கொண்டு நகரக்கூடியது அது. ஐந்து வருடங்களுக்கு முன்பு பாஜக அறுதிப் பெரும்பான்மையோடு தேர்தலில் பெற்றிருந்த வெற்றி அந்தக் கால்களில் மோட்டார்களைப் பொருத்திவிட்டிருக்கிறது. ஆனால் இந்தத் தேர்தலில் பாஜக தோல்வியடைந்துவிட்டால், நரகத்தை நோக்கி நம்மை செலுத்திச் செல்லும் ஆர்எஸ்எஸ்ஸின் நீண்ட பயணம் ஒன்றும் நிற்கப் போவதில்லை. தேவைப்பட்ட நேரத்தில் அதன் நிறத்தை மாற்றிக் கொண்டு, வேண்டிய நேரத்தில் தர்க்க முகமூடியை அணிந்துகொண்டு மைய நீரோட்டத்தில் அது தன்னை இணைத்துக்கொள்ளும். ரகசியமாகத் திரைமறைவிலும் வேலை செய்யும்; பட்டவர்த்தனமாக மேடையேறியும் வேலை செய்யும். அது ஒரு பொறுமைமிக்க, கடுமையாக உழைக்கும் மிருகம். இப்போது நாட்டில் உள்ள நீதிமன்றங்கள், பல்கலைக்கழகங்கள், ஊடக நிறுவனங்கள், பாதுகாப்புத் துறை, உளவுத் துறை என்று அனைத்து நிலையங்களுக்குள்ளும் அது ஊடுருவியிருக்கிறது.

பாஜக அல்லாத ஓர் அரசு பதவிக்கு வருமானால் அது பெரும்பாலும் எளிதில் உடைந்துபோகக்கூடிய கூட்டணி ஆட்சியாகவே இருக்கும். அது பதவியேற்றவுடனே மதக் கலவரங்கள் தூண்டப்படும், போலித் தாக்குதல்கள் நடை பெறும். இவையெல்லாம் நமக்குப் பழகிவிட்டிருக்கிறது. திடீரென நெடுஞ்சாலைகளில் பசுமாடுகள் கொல்லப்பட்டு வீசப்பட்டிருக்கும். கோயில்களில் மாட்டிறைச்சியையும் மசூதிகளில் பன்றிக்கறியையும் யாரோ வீசியிருப்பார்கள். நாடு பற்றியெரியும்போது தீவிர வலதுசாரிகள் இந்தப் பிரச்சினைகளை இரும்புக்கரம் கொண்டு அடக்குவதற்குத் தம்மைத் தவிர வேறு யாரும் கிடையாது என்று வந்துநிற்பார்கள். மக்கட் தொகுதி இவ்வாறு இருகோடி எதிரெதிர் நிலையாகப் பிளவுண்டிருக்கையில் விவேகம் வெளிப்படுமா? கடினமான கேள்வி இது.

புனைவோ, கட்டுரைகளோ, பல வருடங்களாக என் எழுத்தில் இவையே பெரும்பாலும் வியாபித்திருக்கின்றன.

○

1997ஆம் ஆண்டு கோடைக் காலத்தில் வெளியான The God of Small Things (சின்ன விஷயங்களின் கடவுள்) நான் வளர்ந்த

உலகத்தை எனக்கும், நான் நேசிக்கும் மனிதர்களுக்கும் – அவர்களில் சிலருக்குக் கேரளம் பரிச்சயமே கிடையாது – விவரிப்பதற்கு ஒரு மொழியையும் வடிவத்தையும் தேடியதன் விளைவு. அதற்குமுன் நான் கட்டட வடிவமைப்பியல் படித்தேன், திரைக்கதைகள் எழுதினேன், பிறகு ஒரு நாவல் எழுத விரும்பினேன், அந்த நாவல் என்பது ஒரு நாவலாக மட்டுமே இருக்க வேண்டும் என்றும் விரும்பினேன். ஒரு திரைப்பட மாகவோ, ஒரு கொள்கை விளக்க அறிக்கையாகவோ, அல்லது ஏதோவொரு சமுதாய ஆய்வறிக்கையாகவோ மாற விரும்பாத ஒரு நாவல் அது. சில விமர்சகர்கள் இந்நாவலை ஒரு மாய யதார்த்தப் படைப்பு என்று வர்ணித்தபோது எனக்கு வியப்பாக இருந்தது. எனது நாவல் மேஜிகல் ரியலிச நாவலா? இந்நாவலின் களமான அய்மனத்தில் ஒரு மேட்டுப் பகுதியில் இருக்கும் அந்தப் பழைய வீடும், நான் வளர்ந்த என் பாட்டியின் ஊறுகாய்த் தொழிற்சாலையும் (என்னிடம் இன்னும் அந்த ஜாடிகளும் லேபிள்களும் இருக்கின்றன), மீனச்சல் ஆறும் இன்னமும் எனக்குப் பரிபூரண யதார்த்தமாக இருக்கும்போது பல மேலைநாட்டு விமர்சகர்களுக்கு இவை அயல் அம்சங்களாகவும், மாயம் நிறைந்த விஷயங்களாகவும் இருக்கின்றன. நல்லது ஆனால் இதே விதத்தில் நியூயார்க்கையும் லண்டனையும் நான் கருதுவதற்கான உரிமை எனக்கு இருக்கிறது அல்லவா?

ஆனால் கேரளத்தில் இந்நாவலுக்குக் கிடைத்த வரவேற்பு 'மேஜிகலாக' இல்லை. 1959ஆம் ஆண்டுமுதல் பெரும்பாலும் ஆட்சிப்பீடத்தை ஆக்கிரமித்திருந்த சிபிஐ(எம்.) எனது நாவல் அவர்களை அவதூறு செய்வதாகக் கருதியது. நான் உடனே கம்யூனிச விரோதியென்றும், அழுதும் பேசியும் உறங்கியும் நடந்தும் சதித்திட்டம் தீட்டும் ஏகாதிபத்தியக் கைக்கூலியென்றும் முத்திரை குத்தப்பட்டேன். நான் விமர்சித்திருக்கிறேன் என்பது உண்மை. என் விமர்சனம், இடதுசாரிகள் சாதிப் பிரச்சனையைக் கண்டும் காணாமல் கடந்துசெல்கிறார்கள் என்பது மட்டுமின்றி, கட்சியே சாதி வெறியில் சிக்கியிருக்கிறது என்பதே. சிரியன் கிறிஸ்துவ அம்முவுக்கும் தலித்தான வெளுத்தாவுக்கும் இடையிலான உறவு கட்சிக்குச் சகித்துக்கொள்ளத்தக்கதாக இல்லை. இந்த ஒவ்வாமை நாவலில் பேசப்படும் சாதி, பால்பேதச் சிக்கலை அடிக்கோடிட்டுக் காட்டுவதாக இருக்கிறது. தோழர் கே.என்.எம். பிள்ளைக்கும் அவருடைய மனைவி கல்யாணிக்கும் இடையிலான உறவைப் பற்றியும், 'தாய்மையின் அளப்பரிய மென்மையையும், ஒரு மனித வெடிகுண்டின் கட்டற்ற வெறியையும்' ஒருங்கே பெற்றவளும், 'பகலில் அவளுடைய குழந்தைகள் நேசித்த ஒருவனை இரவில் நேசித்தவளுமான'

அம்மு என்ற மணவிலக்குப் பெற்றிருந்த பெண்ணையும் நான் நாவலில் காட்டியிருந்த விதம் கைத்தட்டல்களோடும் தெய்வீகப் பரவசத்துடனும் வரவேற்கப்படவில்லை. என் நாவல் ஆபாசமாக, 'பொது ஒழுக்கத்தைக் கெடுக்கும்' விதமாக இருப்பதாக என்மீது ஆண் வழக்கறிஞர்கள் ஐந்து பேர் ஒன்றுசேர்ந்து வழக்குத் தொடுத்தார்கள்.

நாவலோடு சம்மந்தப்படாத வெளிக் காரணிகள் சிலதும் இவ்விஷயத்தை முன்னெடுத்துக்கொண்டிருந்தன. அப்போது, தந்தை வழிச் சொத்துரிமை பெண்களுக்குக் கிடையாது என்ற புராதன 1916 திருவிதாங்கூர் கிறிஸ்துவ வாரிசுரிமைச் சட்டத்தை எதிர்த்து என் அம்மா மேரி ராய் உச்ச நீதிமன்றத்தில் வழக்குத் தொடுத்து வெற்றியும் பெற்றிருந்தார். இத்தீர்ப்பு பெண்களுக்கும் சொத்தில் மரபுரிமையாகச் சமபங்கு கிடைப்பதற்கு வழிவகுத்தது. இது கேரளத்தில் பெரும் கோப அலையை எழுப்பிவிட்டிருந்தது. தாய்க்கும் மகளுக்கும் சரியானதொரு பாடம் புகட்ட வேண்டுமென்று பலரும் முனைந்திருந்தனர். என்மீது சுமத்தப்பட்டிருந்த வழக்கு மூன்றாவது அல்லது நான்காவது முறையாக நீதிமன்ற விசாரணைக்கு எடுத்துக் கொள்ளப்பட்ட போது *சின்ன விஷயங்களின் கடவுள்* நாவல் புக்கர் பரிசைப் பெற்றிருந்தது. இது கேரள மக்களிடையே குழப்பத்தை உண்டாக்கியது. நம் மாநிலத்தைச் சேர்ந்த ஒரு மலையாளப் பெண்ணுக்கு மிகவும் மதிப்புமிக்க சர்வதேச இலக்கியப் பரிசு வழங்கப்பட்டிருக்கிறது. இதை அவ்வளவு எளிதாக ஒதுக்கிவிட முடியாது. இப்போது அவளைக் கண்டுகொள்ளாமல் விட்டு விடுவதா அல்லது ஆரத் தழுவிக்கொள்வதா? நீதிமன்றத்துக்கு என் வழக்கறிஞரோடு சென்றேன். அவர் என்னிடம் ரகசியமாக "உங்கள் புத்தகத்தின் சில பகுதிகள் மிகவும் ஆபாசமாகத்தான் இருக்கின்றன," என்றார். ஆனால் சட்டப்படி ஒரு கலைப்படைப்பை முழுமையாகத்தான் பார்க்க வேண்டும். *மொத்தப்* புத்தகமும் ஆபாசமாக இல்லை என்பதால் நாம் வழக்கில் வெற்றிபெற வாய்ப்பிருக்கிறது என்றார்.

நீதிபதி தன் இருக்கையில் வந்து அமர்ந்ததும், "இந்த வழக்கு ஒவ்வொரு முறை விசாரணைக்கு வரும்போதும் எனக்கு நெஞ்சுவலி ஏற்படுகிறது", என்றார். விசாரணையை ஒத்திவைத்தார். அவருக்குப் பின்வந்த நீதிபதிகளும் அதையே செய்தனர். ஆனால் நாவலில் சர்ச்சைக்கு இடமில்லாதிருக்கும் அதன் மொழி, பிள்ளைப்பிராய நினைவுகளின் தூண்டுதல் போன்ற அம்சங்களை வாசகர்கள் கொண்டாடத் தொடங்கியிருந்தனர். இருந்தாலும், அம்முவுக்கும் வெளுத்தாவுக்கும் இடையிலான உறவைப் பற்றிப் படிக்கும்போது பலரும் கொஞ்சம் நெளிவது மட்டும் இன்னமும்

தொடர்கிறது. கிட்டதட்டப் பத்து வருடங்கள் கழித்து அந்த வழக்குத் தள்ளுபடி செய்யப்பட்டது.

சின்ன விஷயங்களின் கடவுள் வெளிவந்த சில மாதங்கள் கழித்து இந்திய சரித்திரத்தில் முதல்முறையாக பாஜக தலைமையிலான கூட்டணி ஆட்சி மத்தியில் அமைந்தது. அப்போது பிரதமராகத் தேர்ந்தெடுக்கப்பட்ட அடல்பிஹாரி வாஜ்பேயி ஆர்எஸ்எஸ் உறுப்பினர். பதவியேற்ற ஒருசில வாரங்களுக்குள்ளாகவே ஆர்எஸ்எஸ்ஸின் நெடுநாள் கனவாகிய அணுஆயுதப் பரிசோதனையை நடத்தினார். உடனே பதிலுக்குப் பாகிஸ்தானும் அணுஆயுதப் பரிசோதனையை நடத்திக் காட்டியது. இந்த அணு ஆயுதப் பரிசோதனைகள் நடந்து முடிந்ததுமே எல்லா இடங்களிலிருந்தும் தேசியவாத ஆரவாரக் கூச்சல்கள் கிளம்பத் தொடங்கின. அப்போது முதல் ஒலிக்கத் தொடங்கிய இந்த வெறிக்கூச்சல் இப்போது இந்தியாவெங்கிலும் சர்வ சாதாரணமாக முழங்கப்படுகின்ற தேசியவாதப் பிரச்சாரத்தில் வந்து முடிந்திருக்கிறது. சற்றும் எதிர்பாராத இடங்களிலெல்லாம் இந்த அணுஆயுதச் சோதனையை வரவேற்று நிகழ்ந்த கொண்டாட்டங்கள் என்னைத் திகைப்படைய வைத்தன. அப்போதுதான் இப்பரிசோதனைகளைக் கண்டித்து எனது முதல் கட்டுரையை – The End of Imagination – (கற்பனையின் முடிவு) எழுதினேன். 'அணுஆயுதப் போட்டியில் இறங்குவது நமது கற்பனையைக் காலனிமயமாக்கிவிடும்' என்றேன். 'என் மூளைக்குள் ஒரு அணுகுண்டைப் புதைத்து வைப்பதை நான் எதிர்ப்பதால் 'இந்து – விரோதி, தேச–விரோதி'யாகி விடுவேனென்றால், அப்படியே ஆகட்டும். நான் பிரிந்துபோகிறேன்,' என்று அக்கட்டுரையில் குறிப்பிட்டேன்.

அதற்குப் பிறகு நடந்த எதிர்வினைகளை உங்கள் யூகத்துக்கே விட்டுவிடுகிறேன்.

அடுத்து இருபது வருடங்களுக்கு நான் வரிசையாக எழுதி வந்த கட்டுரைகளுக்கு ஆரம்பமாக அமைந்தது 'கற்பனையின் முடிவு'. இந்தியா மின்னல் வேகத்தில் மாற்றமடைந்துகொண்டிருந்த வருடங்கள் இவை. ஒவ்வொரு கட்டுரைக்கும் அதற்கான வடிவத்தை, அதற்கான மொழியை, அதற்கான கட்டமைப்பை, அதற்கான நடையை முயன்று பார்த்தேன். காதலையும் தோல்வியையும் குழந்தைப் பருவத்தையும் எழுதிய அதே விதத்தில் நீர்ப்பாசனத்தைப் பற்றி அழுத்தமாக என்னால் எழுத முடியுமா? விளைமண் உவர்ப்படைவதைப் பற்றி? வடிமானம் பற்றி? அணைகள்? பயிர்கள்? Structural adjustment programmes எனப்படும் IMF, உலக வங்கிகளின் கடன் நிர்ப்பந்தங்கள், தனியார்

மயமாக்கல் பற்றி? ஒரு யூனிட் மின்சாரக் கட்டணம் பற்றி? சாதாரண மக்களைப் பாதிக்கும் விஷயங்கள் பற்றி? செய்தி அறிக்கைபோலில்லாமல் கதைசொல்லலைப் போலக் கட்டுரைகள் எழுத முடியுமா? இத்தகைய விஷயங்களை இலக்கியமாக்குதல் சாத்தியப்படுமா? எல்லோருக்குமான இலக்கியமாக? எழுதப் படிக்கத் தெரியாத, ஆனால் எப்படிச் சிந்திப்பது என்று எனக்குக் கற்றுத் தந்தவர்களுக்கும் வாசிக்கமுடிந்த எழுத்தாக அது இருக்க முடியுமா?

முயன்று பார்த்தேன். கட்டுரைகள் தொடர்ந்து என்னிடமிருந்து வரத் தொடங்கின. உடனே ஆண் வழக்கறிஞர்கள் ஐந்து பேர் ஒன்று சேர்ந்து வழக்குத் தொடுத்தார்கள் (பழையவர்கள் அல்லர், வேறு ஐவர். இவர்கள் எல்லோருமே எப்போதும் கூட்டமாகத்தான் வந்து தாக்குவார்கள் போல!). குற்ற வழக்குகளும் வந்தன. பெரும்பாலும் நீதிமன்ற அவமதிப்பு வழக்குகள். இவற்றில் ஒன்று எனக்கு மிகச்சிறிய கால அளவிலான சிறைத் தண்டனையையும் பெற்றுத் தந்தது. இன்னொன்று இன்னமும் நிலுவையில் இருக்கிறது. வாதங்கள் பெரும்பாலும் எரிச்சலூட்டக்கூடியதாக இருந்தன. சில நேரங்களில் மட்டுமீறிச் சென்றன. ஆனால் அவற்றைப் புறத்தள்ளி விடவும் முடியாது.

அநேகமாக எல்லாக் கட்டுரைகளும் எனக்குப் பெரும் பிரச்சனைகளை உண்டாக்கிக்கொண்டிருந்தன. இனிமேல் கட்டுரையே எழுதக் கூடாதென்று முடிவெடுப்பேன். ஆனால் ஏதாவது ஒன்று நடக்கும், எதுவும் எழுதாமல் இருப்பது என் தலைக்குள் இரைச்சலை ஏற்படுத்தும். ரத்தம் சூடாகி வலியெடுக்கும். தோற்றுப்போய் எழுதத் தொடங்கிவிடுவேன். சென்ற வருடம் என்னுடைய பதிப்பாளர்கள் அக்கட்டுரைகள் எல்லாவற்றையும் ஒரே தொகுப்பாகக் கொண்டுவந்தார்கள். *My Seditious Heart* என்ற அத்தொகுப்பு ஆயிரம் பக்க அளவில் இருந்ததைக் கண்டு திகைத்துப்போனேன்.

இருபது வருடங்களாக எழுதியும், போராளிகளின் இதயங்களுக்குள் பயணித்தும், மிகவும் அசாதாரண மனிதர்களை, மிகவும் அற்புதமான சாதாரணர்களைச் சந்தித்தும் கழிந்த பிறகு நாவல் என்னிடம் திரும்ப வந்தது. எனக்குள் உருவாகிக்கொண்டிருக்கும் பிரபஞ்சத்தை, நான் அலைந்து திரிந்த நிலப்பரப்புகள் எல்லாவற்றையும் ஒன்றாகக் கலந்து ஒரு பிரபஞ்சப் புனைவாகச் சித்திரிப்பதற்கு ஒரு நாவலால் மட்டுமே முடியும் என்று எனக்குத் தெளிவானது. இது உறுத்தல் ஏற்பட வேண்டிய தேவையில்லாதபடிக்குச் சிக்கலானதாகவும், உறுத்தலுக்கு அவசியமில்லாத அளவுக்கு அரசியல் சார்ந்தும்,

எந்த உறுத்தலும் தேவையில்லாதபடிக்கு அந்தரங்கமாகவும் இருப்பதை உணர்ந்தேன். *சின்ன விஷயங்களின் கடவுளின்* மையம் ஒரு வீடும் அதில் நொறுங்கிய இதயத்துடன் வசிக்கும் ஒரு குடும்பமும் என்றால், அந்த வீட்டின் கூரை இடிந்து விழுந்து, அந்த நொறுங்கிய இதயத்தின் சில்லுகள் யுத்தம் சீரழித்திருக்கும் பள்ளத்தாக்குகளிலும் நகர வீதிகளிலும் சிதறியதற்குப் பிறகு *பெருமகிழ்வின் பேரவை* தொடங்குகிறது என்று அறிந்தேன். இது ஒரு நாவலாக இருந்தாலும், ஒரு நாவல் என்னவாக இருக்கலாம், இருக்கக் கூடாது என்ற எல்லாப் பழக்கப்படுத்தல் முறைகளையும் சம்பிரதாயங்களையும் இக்கதையின் பிரபஞ்ச வெளி அனுமதிக்க மறுத்துவிடுகிறது. உலகில் எனது பகுதியில் உள்ள ஒரு மகத்தான நகரம் போன்றது அது. நாவலை வாசிக்கும்போது வாசகர் அந்நகரின் புதிய குடியேறியாகிவிடுகிறார். வந்ததும் கொஞ்சம் பயந்துவிடுகிறார், கொஞ்சம் அச்சுறுத்தப்படுகிறார், பெரிதும் உணர்ச்சிவசப்படு கிறார். இந்தப் பிரதேசத்தை அறிந்துகொள்வதற்கான ஒரே வழி ஒவ்வோரிடத்துக்கும் நடந்துசென்று, வழியைத் தொலைத்து, அங்கேயே வாழக் கற்றுக்கொள்வது மட்டுமே என்று அவருக்குப் புரிகிறது. அவர் மனிதர்களைச் சந்திக்கக் கற்றுக்கொள்ள வேண்டும். சிறிய மனிதர்களையும் பெரிய மனிதர்களையும் கூட்டத்தையும் நேசிக்கக் கற்றுக் கொள்ள வேண்டும். வேறு எப்படியும் சொல்லமுடியாதவற்றைச் சொல்லும் நாவலாகத்தான் இது இருக்க முடியும். முக்கியமாகக் கஷ்மீரைப் பற்றி இங்கே உண்மைகளைச் சொல்ல முடியாதென்பதால் புனைவு மட்டுமே உண்மையாக இருக்க முடியும். ஓரளவு நேர்மையோடு கஷ்மீரைப் பற்றியும் அதன் உண்மையான நிலவரத்தையும் சொல்லிவிட்டு, உடலில் அடிபடாமல் தப்பிப்பது இந்தியாவில் சாத்தியமில்லை.

'கஷ்மீரும் இந்தியாவும், இந்தியாவும் கஷ்மீரும்' என்ற கதையைப் பற்றி ஜேம்ஸ் பால்ட்வின்னின் கூற்றைவிடச் சிறப்பாக எதையும் என்னால் சொல்லிவிட முடியாது: 'என்னை அவர்கள் நம்பப் போவதில்லை, ஏனென்றால் நான் சொன்னவையனைத்தும் உண்மையென்று அவர்கள் அறிவார்கள்.' கஷ்மீரைப் பற்றிய கதை என்பது மனித உரிமை அறிக்கைகளின் தொகுப்பு அல்ல. அது படுகொலைகள், சித்திரவதைகள், காணாமலாக்கப்படுதல், அப்பாவி மக்களைக் கொன்று குவித்து மொத்தமாகப் புதைத்த சவக்குழிகள் போன்றவை பற்றியதோ அல்லது பலியாளையும் பலியிடுபவர்களையும் பற்றியதோ மட்டுமல்ல. கஷ்மீரில் நடக்கும் மிக பயங்கரமான சில விஷயங்கள் வெறும் மனித உரிமை மீறல்களாக மட்டும் இருப்பதில்லை. மானுடத் திண்மை குறித்து ஓர் எழுத்தாளர் அறிந்துகொள்ள வேண்டிய மகத்தான பாடங்களைக்

கஷ்மீர் வழங்குகிறது. அதிகாரத்தைப் பற்றி, அதிகாரமின்மையைப் பற்றி, நம்பிக்கைத் துரோகத்தைப் பற்றி, விசுவாசத்தைப் பற்றி, அன்பைப் பற்றி, நகைச்சுவையைப் பற்றி, நம்பிக்கையைப் பற்றி.

பல பதிற்றாண்டுகளாக ராணுவ ஆக்கிரமிப்பில் வாழ நேர்ந்திருக்கும் மக்களுக்கு என்ன நிகழ்கிறது? காற்றுவெளியெங்கும் பயங்கரம் விரவியிருக்கையில் என்ன விதமான பேச்சுவார்த்தைகள் நடக்கின்றன? மொழிக்கு என்ன நேர்கிறது? பயங்கரத்தை நிர்வகிக்கிற, நிகழ்த்துகிற, நியாயப்படுத்துகிறவர்களுக்கு நேர்வது என்ன? இவையெல்லாவற்றையும் தமது பெயரால் தொடர்ந்து நிகழ அனுமதித்து வருபவர்களுக்கு என்ன நிகழ்கிறது? கஷ்மீரின் கதை என்பது ஒரு திருகுவெட்டுப் புதிர். அதன் வெட்டப்பட்ட பகுதிகள் எப்போதும் ஒன்றுசேர்வதில்லை. அனைத்தும் ஒன்றிணைந்து உருவாக்கும் சித்திரம் ஒருபோதும் கிடைப்பதில்லை.

விநோதமான மனிதர்கள் எனது பக்கங்களுக்குள் நுழைந்தனர். அவர்களில் முதன்மையானவர் உளவுத்துறை அதிகாரி பிப்லப் தாஸ் குப்தா. அவர் தன்மை ஒருமையில் பேசிக்கொண்டு உள்ளே வந்தபோது எனக்குத் திகைப்பாகத்தான் இருந்தது. என்னை முற்றிலுமாக அவர் அறிந்து வைத்திருக்கிறார் என்று முதலில் நினைத்தேன். பிறகுதான் தெரிந்தது நான்தான் அவரை முற்றிலுமாக அறிந்துவைத்திருக்கிறேன் என்பது. அவரைப் பார்க்கையில் அச்சத்தில் நம்மைச் சில்லிடவைப்பது அவரது வில்லத்தனம் அல்ல. அவருடைய நியாயம், அவருடைய அறிவு, அவருடைய சமத்காரம், அவருடைய சுய இகழ்ச்சி, அவருடைய பலவீனம்.

ஆனால் தாஸ் குப்தாவின் பண்புநயமோ, அவரது அறிவாழமிக்க அரசியல் அலசல்களோ கட்டட ஒப்பந்தக்காரரான திரு. டி.டி. குப்தா என்ற பெருமகிழ்வின் பேரவை நாவலில் இடம்பெறும் ஒரு சிறிய பாத்திரத்தால் எளிதாகக் காண முடிகிற விஷயத்தை அவருக்கு உணர்த்த முடியவில்லை. திரு. குப்தா இராக் நாட்டில் குண்டுவெடிப்பு அதிர்ச்சியைத் தாங்கக்கூடிய காப்புச் சுவர்கள் கட்டித்தரும் ஒப்பந்ததாரராகப் பல வருடங்கள் பணியாற்றிவிட்டு இந்தியா வருகிறார். அவர் கட்டிய காப்புச் சுவர்களின் படங்களைத் தனது கைபேசியில் பெருமிதத்துடன் சேமித்து வைத்திருக்கிறார். இராக்கில் அவர் கழிந்த வருடங்களில் அவர் நேரில் கண்ட அழிவுகளால் நொந்துபோயிருக்கிறார். தாய்நாட்டுக்குத் திரும்பி வந்து, தனது நினைவுகளில் எப்போதும் நீங்காமல் இருந்த இடங்களுக்குச் சென்றுவருகிறார். அவருடைய சொந்த நாட்டில் நடந்துகொண்டிருக்கும் விஷயங்களைப் பார்க்கையில் இன்னும் சில வருடங்கள் கழித்துக் காப்புச்

சுவர்களைக் கட்டித் தர வேண்டிய வேலை இந்தியாவிலேயே கிடைக்கப் போகிறது என்று அவருக்குத் தோன்றுகிறது.

நாவல்கள் அதன் படைப்பாளிகளைப் பைத்திய நிலையின் விளிம்புக்கே கொண்டுசென்று விடுகின்றன. நாவல்கள் அதன் படைப்பாளிகளைப் பாதுகாக்கவும் செய்கின்றன.

ஒரு எழுத்தாளராக *சின்ன விஷயங்களின் கடவுள்* நாவலின் பாத்திரங்கள் பலவீனமானவர்கள் என்பதால் அவர்களைப் பாதுகாத்து வந்தேன். *பெருமகிழ்வின் பேரவை* நாவலின் பல பாத்திரங்கள் அவர்களைவிடப் பெரிதும் பலவீனமானவர்கள். ஆனால் அவர்கள் என்னைப் பாதுகாக்கிறார்கள். குறிப்பாக அஞ்சும். அஃப்தாபாகப் பிறந்து, பிறகு பழைய தில்லியின் மதிற்சுவர்களுக்கு வெளியே ஒரு சிதிலமுற்ற முஸ்லிம் மயானத்தில் ஜன்னத் விருந்தினர் இல்லத்தைத் தொடங்கி நிர்வாகித்து வருபவள். ஆண்களுக்கும் பெண்களுக்கும் இடையிலான, மிருகங்களுக்கும் மனிதர்களுக்கும் இடையிலான, வாழ்க்கைக்கும் மரணத்துக்கும் இடையிலான எல்லைகளை அஞ்சும் கரையவைக்கிறாள். நாளுக்கு நாள் இறுகிக்கொண்டே செல்கின்ற இவ்வுலகின் கடினமான எல்லைகளின் அடக்குமுறையிலிருந்து தப்பித்துக்கொள்வதற்காக நான் அவளிடம் அவ்வப்போது அடைக்கலமாகிறேன்.

5

நிசப்தமே பேரொலி

இந்தியா தன் எழுபத்திமூன்றாவது சுதந்திர தினத்தைக் கொண்டாடும் வேளையில், தில்லியின் நெரிசலான போக்குவரத்தினூடே கந்தல் துணி அணிந்த சிறுவர்கள் அபாயகரமாகப் புகுந்து, அவர்களைவிடப் பெரியதாக இருக்கும் தேசியக் கொடிகளையும், *மேரா பாரத் மஹான்* (எனது இந்தியா மகத்தான தேசம்) என்று அச்சடிக்கப்பட்ட நினைவூட்டுப் பொருட்களையும் வாகன ஓட்டிகளிடம் விற்றுக்கொண்டிருக்கின்றனர். நியாயமாகச் சொல்ல வேண்டுமென்றால் இன்றைய இந்தியாவை எளியோர்களுக்கு அனுசரணையாக இருக்கும் நாடாகக் கருத முடியவில்லை. இந்த அரசு, ரவுடியிஸத்துக்கு மாறிவிட்டதாகவே தெரிகிறது.

1947ஆம் ஆண்டு ஜம்மு கஷ்மீர் சமஸ்தானம் இந்தியாவுடன் இணைந்ததற்குக் காரணமாக இருந்த ஜம்மு கஷ்மீர் சமஸ்தான இணைப்பாவணத்தின் (Instrument of Accession) அடிப்படையான ஒப்பந்த விதிகளை இந்திய அரசு சென்ற வாரம் மீறியது.[1] இந்த நடவடிக்கைக்குத் தயாராகிக்கொள்வதற்காக ஆகஸ்ட் 4ஆம் தேதி கஷ்மீர் மொத்தத்தையும் ஒரு பிரம்மாண்டமான சிறைக்கூடமாக மாற்றியது. எழுபது லட்சம் கஷ்மீரிகள் அவர்களுடைய வீடுகளுக்குள் அடைக்கப்பட்டார்கள். இணையத் தொடர்புகள் வெட்டப்பட்டன. தொலைபேசிகள் செயலிழந்தன.[2]

ஆகஸ்ட் 5ஆம் தேதி இந்தியாவின் உள்துறை அமைச்சர் (ஜம்மு கஷ்மீர் சமஸ்தான

இணைப்பாவணத்தில் உறுதி செய்யப்பட்ட சட்டபூர்வ உரிமைகள் அடங்கிய) சட்டப் பிரிவு 370 ரத்து செய்யப்படுவதாக நாடாளுமன்றத்தில் அறிவித்தார்.[3] எதிர்க்கட்சிகள் பொங்கி எழுந்தன. அடுத்த நாள் மாலை ஜம்மு கஷ்மீர் மறுசீரமைப்புச் சட்டம் 2019, மேலவை, கீழவை இரண்டிலும் நிறைவேற்றப்பட்டது.

இச்சட்டம் ஜம்மு கஷ்மீருக்கு அளிக்கப்பட்டுவந்த சிறப்புத் தகுதியை ரத்து செய்கிறது. தமக்கென்று சொந்தமாக அரசியலமைப்புச் சட்டத்தையும் தனிக்கொடியையும் வைத்துக்கொள்ளும் உரிமையோடு, மாநில அந்தஸ்தையும் ஜம்மு கஷ்மீர் இதனால் இழந்து இரண்டு யூனியன் பிரதேசங்களாக உடைந்தது. முதலாவது யூனியன் பிரதேசமான ஜம்மு கஷ்மீருக்குத் தேர்ந்தெடுக்கப்பட்ட சட்டசபை இருந்தாலும் அதற்குண்டான அதிகாரங்கள் கணிசமாகக் குறைக்கப்பட்டிருக்கும். ஜம்மு கஷ்மீர் யூனியன் பிரதேசம் புதுதில்லியிலிருந்து மத்திய அரசின் நேரடி நிர்வாகத்தின் கீழ் ஆளப்படும். இரண்டாவது யூனியன் பிரதேசமான லடாக்கும் புதுதில்லியிலிருந்து நிர்வகிக்கப்படும். இதற்குச் சட்டசபை கிடையாது.[4]

இந்தச் சட்டம் நிறைவேற்றப்பட்டவுடன் நாடாளுமன்றத்தில் பிரிட்டிஷ் மரபுப்படி மேசைகளைத் தட்டி ஆரவார வரவேற்பு நடந்தது. காலனியமயமாக்கலின் வாடை எங்கும் பரவியிருந்ததை உணர முடிந்தது. கீழ்ப்படியாமலிருந்த காலனி ஒன்று அடக்கப் பட்டு அதிகாரத்தின் கீழ் கொண்டுவரப்பட்டதில் எஜமானர்கள் பெரிதும் மகிழ்ந்திருந்தார்கள். அதன் நல்லதுக்குத்தானே இதையெல்லாம் செய்கிறார்கள்! ஆம், வேறெதற்கு?

இனி இப்புதிய பிரதேசத்தில் இந்தியக் குடிமக்கள் நிலம் வாங்கிக் குடியேறலாம். வர்த்தகத்துக்காகப் புதிய களங்கள் திறந்துவிடப்பட்டிருக்கின்றன. இந்தியாவின் மிகப்பெரிய செல்வந்தரான ரிலையன்ஸ் இண்டஸ்ட்ரீஸின் முகேஷ் அம்பானி ஏற்கனவே கவர்ச்சிமிகு அறிவிப்புகள் சிலவற்றை வெளியிட்டுள்ளார். இவையெல்லாம் லடாக்கிலும் கஷ்மீரிலும் உள்ள, எளிதில் சிதைவடையக்கூடிய இமாலயச் சூழியலுக்கு எப்படிப்பட்ட பாதிப்புகளைக் கொண்டுவரப்போகிறது? கண்ணுக்கெட்டிய தூரம்வரை பரந்து விரிந்திருக்கும் பனிக்கட்டி ஆறுகள், மலையுச்சி ஏரிகள், ஐந்து பிரதான நதிகள் இவற்றைப் பற்றியெல்லாம் யாருக்கு என்ன அக்கறை?[5]

இம்மாநிலத்தின் சட்டபூர்வமான தனிப்பண்பைக் கலைப்பதென்பது சட்டப்பிரிவு 35Aவையும் கலைப்பதாகிறது. இச்சட்டப் பிரிவு இம்மாநில மக்களுக்குத் தமது பிரதேசத்தின் மீதான முழு உரிமையையும் சலுகைகளையும் அளித்தது.[6] எனவே,

'வர்த்தகத்துக்குத் திறந்துவிடுதல்' என்பதில் இஸ்ரேல் பாணியிலான குடியேற்றங்கள், திபெத்தியப் பாணியிலான மக்கட்தொகுதியை இடமாற்றம் செய்தல் போன்றவையும் அடங்கிவிடும் என்றும் புரிந்துகொள்ள வேண்டும்.

கஷ்மீரிகளுக்கு, குறிப்பாக இந்த அச்சம் வெகுகாலமாக இருந்து வருகிறது. (டொனால்ட் ட்ரம்ப் முன்னெடுத்துவரும் காரியங்களின் தலைகீழான வடிவத்தைப்போல). தமக்குச் சொந்தமாக இருக்கும் இந்த அழகிய பள்ளத்தாக்கில் வெற்றி அலையில் அடித்துக்கொண்டுவரும் இந்தியர்கள் குடியமைத்து விடுவார்களோவென்று காலம்காலமாக அவர்கள் பயந்து கொண்டிருந்த அச்சம் எளிதில் நிறைவேறப்போகிறது.

புதிய சட்டம் பற்றிய செய்தி பரவத் தொடங்கியதும், இந்தியத் தேசியவாதிகள் அனைவரும் வர்ண பேதமின்றிக் குதூகலித்தனர். பெரும்பாலான பிரதான ஊடகங்கள் அடக்கியே வாசித்தன. தெருக்களில் உற்சாக நடனங்களும் இணையதளத்தில் அருவருப்பூட்டும் பெண் வெறுப்பும் அரங்கேறின. ஹரியனாவின் முதலமைச்சரான மனோகர் லால் கத்தார் தனது மாநிலத்தில் ஏற்றத்தாழ்வாக இருக்கும் ஆண்–பெண் விகிதத்தைப் பற்றியும், அதனைச் சரி செய்வதைப் பற்றியும் பேசும்போது, "நமது அமைச்சர் தங்கர் ஜி பிகாரிலிருந்து நம் வீடுகளுக்கு மருமகள்களைக் கொண்டுவர வேண்டும் என்பார் . . . இப்போது கஷ்மீரின் கதவுகள் திறந்துவிட்டதால் அங்கிருந்து பெண்களைக் கொண்டு வரலாம் என்று மக்கள் பேசிக் கொள்கிறார்கள்," என்றார்.[7]

இத்தகைய ஆபாசக் கொண்டாட்டங்களுக்கு நடுவே செவிகளைப் பிளக்கும் பேரோசையாக இருந்தது கஷ்மீரின் நிசப்தம். அங்கு எல்லோரும் வீடுகளுக்குள் அடைக்கப் பட்டிருந்தார்கள். முள்வேலிகள் சுற்றியமைக்கப்பட்டிருந்தன. 'ட்ரோன்'கள் வேவு பார்த்துக்கொண்டிருந்தன. ராணுவத்தினர் இடைவிடாமல் ரோந்து சுற்றிக்கொண்டிருந்தனர்; தொடர்பு வழிகள் அனைத்தும் அடைக்கப்பட்டு முழுமையான இருட்டடிப்பு. அதுவும் இன்றைய தகவல் தொடர்பு யுகத்தில் ஒரு அரசாங்கத்தால் ஒரு மாநில மக்கள் எல்லோரையும் உலகத்திலிருந்து பல நாட்களுக்கு வெட்டிவைத்துவிட முடியுமென்றால், நாம் மிக மோசமான எதிர்காலத்தை நோக்கிச் சென்றுகொண்டிருக்கிறோம் என்பது புரிகிறது.

கஷ்மீர் என்பது 'பிரிவினை'யின்போது அரைகுறையாய் விட்டுவைத்த விவகாரம் என்று அவர்கள் அடிக்கடி சொல்கிறார்கள். அதற்கு என்ன பொருளென்றால், 1947இல் பிரிட்டிஷார் துணைக்கண்டத்தின் இடையே அபத்தமான

எல்லைக்கோடு ஒன்றைப் பொறுப்பில்லாமல் கிழித்தபோது, 'முழுமையான' பகுதி ஒன்று பிரிக்கப்பட்டுவிட்டதாம். உண்மையில் அப்படி ஒரு 'முழுமையான' பிரதேசம் என்று ஒன்று இருக்கவில்லை. பிரிட்டிஷ் இந்தியா என்ற பிரதேசத்தைத் தவிர, நூற்றுக்கணக்கான சுயசார்புச் சமஸ்தானங்கள் இருந்தன. அவை ஒவ்வொன்றோடும் தனித்தனியாகப் பேச்சுவார்த்தை நடந்தது. இந்தியா, அல்லது பாகிஸ்தானோடு இணைந்து கொள்வதற்கு வாய்ப்பு வழங்கப்பட்டது. யாரோடும் இணைய விரும்பாதவர்கள் கட்டாயப்படுத்தப்பட்டு இணைக்கப் பட்டார்கள்.[8]

பிரிவினையும் அதைத் தொடர்ந்த பயங்கர வன்முறை களும் துணைக்கண்டத்தின் நினைவுகளில் ஆழமான, ஆறாத காயத்தை ஏற்படுத்தியிருந்தாலும், அந்த நாட்களின் வன்முறைகளும் அதன் பிறகான வருடங்களில் இந்தியாவிலும் பாகிஸ்தானிலும் நிகழ்ந்தவையும் பிரிவினையால் மட்டுமல்லாது ஒருமைப்படுத்தலாலும் நிகழ்ந்தவையே. தேசத்தைக் கட்டமைத்தல் என்ற பெயரில் இந்தியாவில் நடந்தேறும் ஒருமைப்படுத்தல் திட்டத்தின் விளைவாக, 1947 முதற்கொண்டு இந்தியா எல்லைப் பகுதியில் அதன் 'சொந்த மக்க'ளுக்கெதிராகவே இந்திய ராணுவத்தை நிறுத்திவைக்காமல் ஒரு வருடமும் கழிந்ததில்லை. இந்தப் பட்டியல் நீண்டது. கஷ்மீர், மீஸோரம், நாகாலந்து, மணிப்பூர், ஹைதராபாத், அஸ்ஸாம்.

இந்த ஒருமைப்படுத்தல் விவகாரம் என்பது சிக்கலாகவும் வேதனை மிகுந்ததாகவும் மாறி, பல்லாயிரக்கணக்கான உயிர்கள் பலியாகியுள்ளன. முன்னாள் மாநிலமான ஜம்மு கஷ்மீரின் எல்லைக் கோட்டின் இரண்டு பகுதிகளிலும் இன்று நிகழ்ந்துகொண்டிருப்பது அரைகுறையாக விடப்பட்ட ஒருமைப்படுத்தலின் விளைவுகள்தான்.

இந்திய நாடாளுமன்றத்தில் சென்ற வாரம் நடந்தவை ஜம்மு கஷ்மீர் சமஸ்தான இணைப்பாவணத்தை எரியூட்டியதற்கு ஒப்பான சம்பவங்கள். சிக்கலான தோற்றுவாய் கொண்ட அந்த ஆவணம் இந்து டோக்ரா மன்னரான மகாராஜா ஹரி சிங் என்ற மதிப்பிழந்த அரசரால் கையொப்பமிடப்பட்டது. தட்டுத்தடுமாறிக்கொண்டிருந்த அவருடைய ஜம்மு கஷ்மீர் சமஸ்தானம் இந்தியாவுக்கும் பாகிஸ்தானுக்கும் இடையில் பிரச்சினை மிகுந்த பகுதியில் அமைந்திருந்தது.

அவருக்கு எதிராக 1945இல் வெடித்த கலவரங்கள், பிரிவினை உண்டாக்கிய நெருப்பினால் மேலும் உக்கிரமடைந்தன. மலைகள் மண்டிய பூஞ்ச் மாவட்டத்தில் பெரும்பான்மையாக

இருந்த முஸ்லிம்கள் மகாராஜாவின் படைகளுக்கும் இந்து மதத்தைச் சேர்ந்த பொதுமக்களுக்கும் எதிராகத் திரும்பினர். தெற்கே ஜம்முவில், மற்ற சமஸ்தானங்களிடமிருந்து உதவியாகப் பெற்ற படைகளோடு மகாராஜாவின் படைகள் முஸ்லிம்களைக் கொன்று குவித்தன. அக்காலத்திய வரலாற்றாளர்களும் செய்தியாளர்களும் ஜம்மு நகரிலும் அதையொட்டிய மாவட்டங்களிலும் கொல்லப்பட்டவர்களின் எண்ணிக்கை 70,000முதல் இரண்டு லட்சம்வரை இருக்கலாம் என்று பதிவுசெய்தனர்.[9]

ஜம்முவில் நடந்த படுகொலை பற்றிய செய்திகளால் வெறியேறி, பாகிஸ்தானிலிருந்து (ராணுவத்தினரல்லாத) வன்முறைக் கும்பல் வடமேற்கு எல்லைப் பகுதியின் மலைத்தொடரைக் கடந்துவந்து கஷ்மீர் பள்ளத்தாக்கில் கிராமங்களைச் சூறையாடித் தீக்கிரையாக்கின. ஹரி சிங் கஷ்மீரிலிருந்து ஜம்முவுக்குத் தப்பிச் சென்று, இந்தியப் பிரதமர் ஜவஹர்லால் நேருவிடம் உதவி கோரினார். இந்திய ராணுவம் கஷ்மீர் பள்ளத்தாக்குக்குள் நுழைவதற்கு வழிவகுத்த சட்ட வரைவுதான் 'ஜம்மு கஷ்மீர் சமஸ்தான இணைப்பாவணம்.'

இந்திய ராணுவம் உள்ளூர் மக்களின் உதவியோடு பாகிஸ்தானிய வெறிக்கும்பலைப் பள்ளத்தாக்கின் மலைத்தொடர் விளிம்புவரை விரட்டியடித்தது. முன்பிருந்த டோக்ரா சாம்ராஜ்ஜியம் இப்போது இந்தியாவுக்கும் பாகிஸ்தானுக்கும் இடையே பிரிந்திருக்கிறது. சமஸ்தான இணைப்பாவணம் அதிகாரப்பூர்வமாகப் பின்னேற்புப் பெறுவதற்கு ஜம்மு கஷ்மீர் மக்களிடம் பொது வாக்கெடுப்பு நடத்தியாக வேண்டுமென்று தீர்மானிக்கப்பட்டது.[10] ஆனால் அந்தப் பொது வாக்கெடுப்பு இன்றுவரை நடந்தேறவேயில்லை. இப்படியாகத் துணைக்கண்டத்தின் தீர்க்க முடியாத பயங்கர அரசியல் சிக்கல் பிறந்தது.

அதன் பிறகான 72 ஆண்டுகளில் அடுத்தடுத்து வந்த இந்திய அரசுகள் சமஸ்தான இணைப்பாவணத்தின் ஷரத்துக்களை ஒவ்வொன்றாகச் சிதைத்துக்கொண்டே வந்து, மிஞ்சியிருந்த எலும்புக்கூடும் இப்போது சுட்டெரிக்கப்பட்டுவிட்டது.

இவ்வளவு திருப்பங்கள், தலைகீழ் மாற்றங்களோடு மேலும்மேலும் சிக்கலாகிக்கொண்டே செல்கிற இப்பிரச்சினையை முதலிலிருந்து தொகுத்தளிப்பது என்பதே கிட்டதட்ட முடியாத காரியமாகிவிடும். 1950களிலும் 60களிலும் அமெரிக்கா தனது பொம்மை அரசுகளைத் தெற்கு வியட்நாமில் அமர்த்தி, சிக்கலான

பயங்கர விளையாட்டை அரங்கேற்றிக் கொண்டிருந்ததற்கு ஒப்பானது இது என்று வேண்டுமானால் சொல்லலாம்.

பல வருட வாக்காளர் பட்டியல் மோசடிகளுக்குப் பிறகு நடந்த முக்கிய நிகழ்வு 1987இல் புதுதில்லி வெளிப்படையாகத் தில்லுமுல்லுகளில் இறங்கி நடத்திமுடித்த தேர்தல். 1989ஆம் ஆண்டு, அதற்கு முன் எப்போதும் நிகழ்ந்திராத திருப்பமாக, மிகவும் அகிம்சா முறையில் ஒரு புதிய சுயாட்சிக் கோரிக்கை எழுந்து, அது உடனே சுதந்திரப் போராட்டமாக மாறியது.[11] பல்லாயிரக்கணக்கான பொதுமக்கள் வீதிகளில் இறங்கினார்கள். போராட்டக்காரர்கள் ஈவிரக்கமின்றிப் படுகொலை செய்யப்பட்டனர். போராட்டம் அடங்கியது.

இதன் பிறகு கஷ்மீர் பள்ளத்தாக்கில் பயங்கரவாதிகள் தலையெடுக்கத் தொடங்கினார்கள். எல்லையின் இருபுறத்திலிருந்தும் வந்துசேர்ந்த கஷ்மீரிகள், பாகிஸ்தானில் பயிற்சியும் ஆயுதமும் அளிக்கப்பட்ட, உள்ளூர் கஷ்மீரிகளின் முழு ஆதரவும் பெற்ற வெளிநாட்டு ஆயுததாரிகள் என்று குவிந்தனர். கஷ்மீர் மீண்டும் துணைக்கண்டத்தின் அரசியல் சூறாவளிக்குள் சிக்கத் தொடங்கியது. பாகிஸ்தான், ஆப்கானிஸ்தானிலிருந்து புரட்சிகர இஸ்லாமியப் புயல்காற்று கஷ்மீருக்குள் நுழைந்த அதே நேரத்தில் இந்தியாவிலிருந்து எழத் தொடங்கிய இந்து மதவெறி கலந்த தேசியவாத அலையும் பள்ளத்தாக்கை நெருங்கியது. இத்தகைய தீவிர மதவெறிப் போக்குகள் உண்மையில் கஷ்மீரின் பண்பாட்டுக்கு அந்நியமானவை.

இந்த எழுச்சியில் விழுந்த முதல் பலி கஷ்மீர் முஸ்லிம்களுக்கும், பண்டிட்டுகள் எனப்படும் சிறுபான்மை இந்துக்களுக்கும் இடையே பல தலைமுறைகளாக தொடர்ந்துவந்த நல்லுறவுதான். கஷ்மீரி பண்டிட் சங்கர்ஷ் சமிதி (KPSS) என்ற கஷ்மீரிப் பண்டிட்டுகளின் அமைப்பு, அங்கு தொடர்ந்த வன்முறையில் 400 பண்டிட்டுகள் குறிவைத்துத் தாக்கப்பட்டுக் கொல்லப்பட்டதாகத் தெரிவிக்கிறது. 1990ஆம் ஆண்டு முடிவில் கிட்டதட்ட 25,000 பண்டிட் குடும்பங்கள் கஷ்மீர் பள்ளத்தாக்கை விட்டு வெளியேறிவிட்டதாக இந்திய அரசின் செய்திக் குறிப்புகள் தெரிவிக்கின்றன.[12]

வீடு, தாய், நிலம், உடமை அனைத்தையும் ஒரு சில மாதங்களிலேயே முற்றிலும் அவர்கள் இழந்தார்கள். அடுத்த சில வருடங்களில் மேலும் பலரும் வெளியேறினார்கள். கிட்டதட்ட மொத்த பண்டிட் மக்கள்தொகையும் கஷ்மீரை விட்டு நீங்கியது.[13] போராட்டங்களும் கலவரங்களும் தொடர்ந்தன. பல்லாயிரக்கணக்கான முஸ்லிம்கள் மட்டுமின்றி 650 பண்டிட்களும் கொல்லப்பட்டதாகச் சமிதி தெரிவிக்கிறது.[14]

அப்போதுமுதல் ஜம்மு நகரில் பரிதாபகரமான அகதி முகாம்களில் எண்ணற்ற பண்டிட்டுகள் வாழ்ந்துவருகிறார்கள். முப்பது வருடங்கள் கழிந்துவிட்டன. புதுதில்லியில் அடுத்தடுத்து வந்த எந்த அரசும் அவர்கள் வீடு திரும்ப வழிவகுக்கவில்லை. இதே கையறு நிலையில் அவர்களை வைத்திருப்பதைத்தான் அரசினர் விரும்புகிறார்கள். அவர்களுடைய கோபத்தையும், புரிந்துகொள்ளக்கூடிய கசப்பையும், இந்தியாவில் பொதுவாக கஷ்மீர்மீது உருவாக்கப்பட்டிருக்கும் வெறுப்புத் தீயில் எண்ணெய்யாக வார்த்து, அபாயகரமான தேசியவாத வெறியை வளர்ப்பதற்குத் திட்டமிடுகிறார்கள். ஒரு தனிப்பட்ட இனத்தின் துயரத்தை, வஞ்சகமாக கஷ்மீர் சிக்கலின்மீது போர்த்திவிடுகிற சூழ்ச்சி நடக்கிறது.

இன்று உலகிலேயே மிக அதிக அளவில் ராணுவத் துருப்புகளை நிறுத்தி வைத்திருக்கும் இடங்களில் ஒன்று – அல்லது முதலிடத்தில் இருப்பது – கஷ்மீர். சொற்பமான எண்ணிக்கையில்தான் பயங்கரவாதிகள் உள்ளனர் என்று ராணுவத்தினரே ஒப்புக்கொண்டுள்ள போதிலும் ஐந்து லட்சத்துக்கும் அதிகமான ராணுவ வீரர்கள் அங்கு பணியமர்த்தப் பட்டிருக்கிறார்கள். அவர்களுடைய பிரதான எதிரிகள் கஷ்மீர் மக்கள்தானோ என்ற சந்தேகம் ஒருவேளை முன்பு இருந்திருக்கக்கூடுமென்றால், அது இப்போது மிகத் தெளிவாக உறுதியாகியிருப்பதைத் தெரிந்துகொள்ளலாம். கடந்த முப்பது வருடங்களாக இந்தியா கஷ்மீரில் செய்த காரியங்கள் மன்னிக்க முடியாதவை, பொதுமக்கள், பேராளிகள், ராணுவத்தினர் என்று கிட்டதட்ட 70,000 பேர் கொல்லப்பட்டிருக்கிறார்கள். ஆயிரக்கணக்கானோர் ‘காணாமல்’ போயிருக்கிறார்கள். கஷ்மீர் பள்ளத்தாக்கு எங்கும் வலைப்பின்னலிட்டுள்ள சிறு அளவிலான அபு காரிப்களைப் போன்ற சித்திரவதைக் கூடங்களில் பல்லாயிரக்கணக்கானோர் சீரழிக்கப்பட்டிருக்கின்றனர்.[15]

கூட்டத்தைக் கலைக்க ராணுவம் கண்டுபிடித்திருக்கும் ரவைக் குண்டுத் துப்பாக்கிகளால் கடந்த சில வருடங்களில் பார்வையை இழந்த இளைஞர்கள் நூற்றுக்கணக்கானோர்.[16] இன்று கஷ்மீர் பள்ளதாக்கில் இயங்கிவரும் போராளிகளில் பெரும்பாலோர், உள்ளூரிலேயே பயிற்சியும் ஆயுதங்களும் அளிக்கப்பட்டிருக்கும் கஷ்மீரி இளைஞர்களே. துப்பாக்கியைக் கையில் எடுத்தவுடனே தமது ஆயுள் ஆறு மாதத்தைக் கூடத் தாண்டப் போவதில்லை என்று அவர்களுக்குப் புரிந்துவிடுகிறது. ஒவ்வொரு முறையும் ஒரு ‘பயங்கரவாதி’ கொல்லப்படும்போதும் பல்லாயிரக்கணக்கில் கஷ்மீரிகள் திரண்டுவந்து அஞ்சலி

செலுத்துகின்றனர். தமது விடுதலைக்காக உயிர் நீத்த 'ஷஹீத்' (தியாகி) என்று அவர்களை வணங்குகின்றனர்.

இவையெல்லாமே கடந்த முப்பது வருட ராணுவ ஆக்கிரமிப்பில் நடந்த கொடுமைகளின் ஒரு துளி. தசாப்தங்களாகத் தொடர்ந்து நடந்துவரும் கொடூரங்களை இவ்வளவு சிறிய கட்டுரையில் விவரித்துவிட முடியாது.

இந்தியப் பிரதமராக நரேந்திர மோடி ஆட்சி செய்த முதல் ஐந்தாண்டுப் பருவத்தில் அவர் கடைப்பிடித்த ஈவிரக்கமற்ற போக்கு கஷ்மீரில் கசப்புணர்வையும் வன்முறைகளையும் அதிகரித்திருக்கிறது. 2019 பிப்ரவரியில் ஒரு கஷ்மீரி மனித வெடிகுண்டாகச் செயல்பட்டு நாற்பது பாதுகாப்புப் படை வீரர்களைக் கொன்றவுடன், இந்தியா பாகிஸ்தான்மீது வான்வழித் தாக்குதல் நடத்தியது.[17] பாகிஸ்தானும் பதிலடி கொடுத்தது. இரண்டு அணு ஆயுத நாடுகள் நேருக்கு நேராக வான்வழித் தாக்குதல்களில் இறங்கியது சரித்திரத்திலேயே அதுதான் முதல்முறை. இப்போது அவர் இரண்டாவது முறையாக ஆட்சியேற்ற இரண்டாம் மாதத்திலேயே மிகவும் அபாயகரமான நடவடிக்கை ஒன்றை எடுத்திருக்கிறார். வெடிமருந்து மூட்டைக்குள் எரியும் தீக்குச்சியை எறிகின்ற வேலை இது.

இந்த நடவடிக்கைதான் மோசமானதென்றால், அதனை நிறைவேற்றிய விதமோ மிகவும் கேவலமான வஞ்சகம் நிறைந்த சூழ்ச்சியாக இருந்தது. ஜூலை மாதத்தின் கடைசி வாரத்தில் 45,000 ராணுவத் துருப்புகள் ஏதேதோ காரணங்களைக் காட்டிக் கஷ்மீருக்கு அனுப்பப்பட்டன.[18] அந்தக் காரணங்களில் பிரதானமானது, ஒவ்வொரு வருடமும் நடக்கும் அமர்நாத் யாத்திரையின்போது பாகிஸ்தான் ஒரு 'தீவிரவாதத் தாக்குதலை' இந்து பக்தர்கள்மீது நடத்தத் திட்டமிட்டிருப்பதாக உளவுச் செய்திகள் வந்திருப்பதாகச் சொன்னது.[19] (மலையுச்சியில் அமைந்த அமர்நாத் குகையில் இயற்கையாக உருவாகும் பனி லிங்கத்தைத் தரிசித்துத் தொழுவதற்கு வருடாவருடம் ஆயிரக்கணக்கில் பக்தர்கள் வருகின்றனர். நடக்க முடியாதவர்களைச் சுமந்துசெல்பவர்கள் கஷ்மீரி போர்ட்டர்களே).

ஆகஸ்ட் 1ஆம் தேதி, இந்த யாத்திரைத் தடத்தில் பாகிஸ்தான் ராணுவ முத்திரையுடன் ஒரு கண்ணிவெடி கண்டுபிடிக்கப்பட்டதாகச் சில இந்தியத் தொலைக்காட்சிகள் அறிவித்தன.[20] ஆகஸ்ட் 2ஆம் தேதி எல்லா யாத்திரீகர்களும் (இந்த யாத்திரைத் தடத்திலிருந்து பல மைல்கள் தூரத்தில் இருந்த சுற்றுலாவாசிகள் உட்பட) கஷ்மீர் பள்ளத்தாக்கை விட்டு உடனடியாக வெளியேறுமாறு அரசு உத்தரவிட்டது.[21] இது

பெரும் பதற்றத்தை எழுப்பியது. தினக்கூலிகளாக கஷ்மீரில் பணிபுரியும் ஏறக்குறைய 2,00,000 இந்தியக் குடியேறிகளை இந்த வெளியேற்றும் உத்தரவை நிறைவேற்ற வந்தவர்கள் கண்டுகொள்ளவில்லை. பஞ்சப்பராரிகளாக இருப்பதால் உண்டான அலட்சியமோ என்னவோ? ஆகஸ்ட், 3, சனிக்கிழமை எல்லா பக்தர்களும் சுற்றுலாவாசிகளும் வெளியேறிவிட்டனர். பாதுகாப்புப் படையினர் பள்ளத்தாக்கு எங்கிலும் பரவி நிலைகொள்ளத் தொடங்கினார்கள்.

ஞாயிற்றுக்கிழமை நள்ளிரவுக்குள் எல்லா கஷ்மீரிகளும் தமது வீடுகளுக்குள் பலவந்தமாக அடைக்கப்பட்டார்கள். எல்லாத் தகவல் தொடர்பு இணைப்புகளும் செயலிழப்புச் செய்யப்பட்டன. அடுத்த நாள் நூற்றுக்கணக்கானவர்களோடு மூன்று முன்னாள் முதலமைச்சர்களும் – தேசிய மாநாடு கட்சியைச் சேர்ந்த ஃபரூக் அப்துல்லா, அவருடைய புதல்வர் உமர் அப்துல்லா, மக்கள் ஜனநாயகக் கட்சியைச் சேர்ந்த மெஹ்பூபா முஃப்தி – கைது செய்யப்பட்டிருப்பது தெரியவந்தது.[22] பல ஆண்டுகளாகத் தொடரும் கொந்தளிப்பில் இந்தியாவுக்கு ஆதரவாக இருந்த முக்கியமான அரசியல் தலைவர்கள் இவர்கள்தாம்.

ஜம்மு கஷ்மீர் காவல்துறை செயலிழக்கப்பட்டிருப்பதாக நாளேடுகள் அறிவித்தன.[23] வேறு எவரைவிடவும் இந்த உள்ளூர் காவலர்கள்தான் ராணுவத்துக்கு அடிப்படையான வேலைகளைச் செய்து, ராணுவ ஆக்கிரமிப்புக்கான எல்லாத் தகவல்களையும் அளித்து, செயலாற்றும் விதத்தைக் கற்றுத்தந்து, அவர்களுடைய எஜமானர்களின் நோக்கங்களை நிறைவேற்ற உதவி செய்து, மிருகத்தனமான கொடுமைகள் நடப்பதற்கு உடன் நின்றவர்கள். இதனால் உள்ளூர் மக்களின் கடும் வெறுப்பையும் ஈட்டிக் கொண்டவர்கள். இப்போது சூழ்நிலை கட்டுக்கடங்காமல் வெடித்துச் சிதறும் நிலைக்கு வந்திருக்கும் போது வெறிக்கும்பலுக்குத் தீனி போடுவதற்காக அதிகாரம் இவர்களைப் பயன்படுத்திக்கொண்டிருக்கிறது.

இந்தியாவின் தோழர்களாக இருந்தவர்களை நரேந்திர மோடி அரசு பொதுவெளியில் அவமானப்படுத்தித் துரோகமிழைத்திருப்பதற்கு இறுமாப்பும் அறியாமையுமே காரணம். பல தந்திர நோக்கங்கள் இருந்தாலும் உண்மையான அக்கறையோடு பல பதிற்றாண்டுகளாக இந்திய அரசின் நிர்வாக அமைப்புப் பெரும் சிரமத்துடன் கட்டியெழுப்பியிருந்த மறைவடக்கமான மாபெரும் கட்டுமானத்தை இது தீக்கிரையாக்கியிருக்கிறது. இப்போது எல்லாம் முடிந்து

விட்டது. இனி ராணுவ வீரர்கள் நடுத்தெருவில் பொதுமக்களோடு நேருக்கு நேராகப் போராட வேண்டியதுதான் அடுத்த கட்டம். கஷ்மீர் இளைஞர்களை மட்டுமல்ல, நம்முடைய ராணுவ வீரர்களையும் அநியாயமாகப் பலிகொடுக்கும் அவலம் இது.

தன்னாட்சி உரிமை அல்லது பாகிஸ்தானுடன் இணைவு என்று போராடிக்கொண்டிருக்கும் அதிதீவிர காஷ்மீர் போராளிகளுக்கு இந்தியச் சட்டங்கள், அரசியலமைப்புச் சட்டம் குறித்து எந்த மதிப்பும் இருப்பதில்லை. ரகசியக் கூட்டாளிகள் என்று அவர்கள் சந்தேகப்படுபவர்களைப் போராட்டக் களத்திலிருந்து இந்தியா ஒழித்துக் கட்டிவிட்டதில் அவர்கள் பெரும் மகிழ்ச்சி அடைவார்கள். பொய் சத்தியங்கள் செய்து ஏமாற்றிவந்த துரோகிகளின் 'புகையும் கண்ணாடியும்' விளையாட்டு முடிந்துவிட்டதாக இந்தப் போராளிகள் மகிழலாம். ஆனால் இவர்கள் அவசரப்பட்டுக் குதூகலிப்பதாகத் தோன்றுகிறது. ஏனென்றால் முட்டைகள் முட்டைகளாகவும், மீன்கள் மீன்களாகவும் மட்டுமே இருப்பது எவ்வளவு நிச்சயமோ அவ்வளவு நிச்சயம் புதிய புகைகளும் புதிய கண்ணாடிகளும் எழுந்துவரும் என்பதும். புதிய அரசியல் கட்சிகளும் வரும்; புதிய விளையாட்டுக்களும் ஆரம்பமாகும்.

முழு அடைப்புத் தொடங்கி நான்காவது நாள் ஆகஸ்ட் 8ஆம் தேதி பகட்டாரவாரமாகக் கொண்டாடிக்கொண்டிருந்த இந்திய மக்களுக்கும், சிறைப்பட்டிருந்த கஷ்மீர மக்களுக்கும் நரேந்திர மோடி தொலைக்காட்சியில் உரையாற்றினார். முற்றிலும் மாறிவிட்ட மனிதராகத் தெரிந்தார். வழக்கமான ஆவேசப் பேச்சோ, கர்ண கடூரமான குற்றம்சாட்டும் தொனியோ இல்லை. ஓர் இளம் தாயின் மென்மையோடு பேசினார். இதுவரை அவர் எடுத்திருக்கும் அவதாரங்களிலேயே இதுதான் மிகவும் பயத்தில் சில்லிட வைப்பதாக இருந்தது.

அவருடைய குரல் நடுங்கியது. கண்ணீர் சேகரமாகிக் கண்கள் பளிச்சிட்டன. புதிய மாற்றத்தினால் முன்னாள் மாநிலமான ஜம்மு கஷ்மீருக்கு இப்போது கிடைக்கப்போகிற பலன்களைப் பட்டியலிட்டார். பழைய ஊழல் ஆட்சியாளர்கள் அகற்றப்பட்டு புதுதில்லியிலிருந்து நேரடியாக ஆளப்போவதால் மக்களுக்குக் கிடைக்கும் நன்மைகளை எடுத்துரைத்தார். பண்டைக் காலத்தைச் சேர்ந்த காலப்பேழை ஒன்றிலிருந்து எழுந்துவந்திருக்கும் நாட்டுப்புறத்தாருக்கு விளக்குவதுபோல இந்தியாவின் நவீன வளர்ச்சிகளை வர்ணித்தார். அவர்களின் பசும் புல்லார்ந்த பள்ளத்தாக்கில் மீண்டும் பாலிவுட் திரைப்படப் படப்பிடிப்புகள் நடக்கப்போவதை எண்ணிப் புல்லரித்தார்.

அவர் அவ்வளவு உணர்ச்சிகரமாக உரையாற்றிக் கொண்டிருக்கும்போது எதற்காக கஷ்மீரிகள் வீடுகளுக்குள் அடைக்கப்பட்டிருந்தார்கள், எதற்காகத் தகவல் தொடர்புகள் துண்டிக்கப்பட்டிருந்தன என்று அவர் சொல்லவில்லை. அவர்களுக்குப் பெருமளவு நன்மை தரக்கூடியவை என்று அவர் வர்ணிக்கும் திட்டங்களைப்பற்றிக் கஷ்மீர் மக்களிடம் ஏன் கலந்தாலோசிக்கவில்லை என்பதையும் குறிப்பிடவில்லை. ராணுவ ஆக்கிரமிப்பின்கீழ் வாழ்ந்துகொண்டிருப்பவர்களுக்கு இந்திய ஜனநாயகத்தின் மகத்தான அனுகூலங்கள் எப்படிக் கிடைக்கும் என்பதைப் பற்றியும் தனது உரையில் சொல்லவில்லை. சில நாட்கள் கழித்து வரவிருக்கும் ஈத் பெருநாளுக்காக மறக்காமல் வாழ்த்துச் சொன்னார். அந்தப் பண்டிகைக்காக ஊரடங்கு விலக்கப்படுமா என்பதைப்பற்றி வாயைத் திறக்கவில்லை. ஊரடங்கு விலக்கப்படவுமில்லை.

அடுத்த நாள் காலை செய்தித்தாள்களில் பல சுதந்திரச் சிந்தனையாளர்களும் நரேந்திர மோடியைத் தீவிரமாக விமர்சிப்பவர்கள் உட்பட பலரும் அவருடைய நெகிழ்ச்சியான உரையைச் சிலாகித்திருந்தார்கள். தமக்கு உரித்தான உரிமைகளையும், சலுகைகளையும் மறுப்பவர்கள்மீது பொங்கியெழுகின்ற பல இந்தியர்கள், இன்னமும் அசல் காலனியர்களாக இருந்துவருவதற்குச் சான்று கஷ்மீர் விவகாரத்தில் முற்றிலும் முரண்பாடான நிலையை அவர்கள் எடுத்திருப்பதில் தெரியும்.

ஆகஸ்ட் 15ஆம் தேதி தில்லியில் செங்கோட்டையின் மதில்மேடையிலிருந்து நரேந்திர மோடி எழுச்சியுரையாற்றினார். 'ஒரே நாடு, ஒரே அரசியலமைப்புச் சட்டம்' என்ற இந்தியாவின் நெடுநாளையக் கனவை, தனது அரசின் கஷ்மீர் நடவடிக்கை மூலம் நிறைவேற்றியிருப்பதாகப் பெருமை பொங்க முழங்கினார்.[24] அதற்கு முந்தைய தினம்தான் முன்னாள் ஜம்மு கஷ்மீரைப்போலச் சிறப்பு அந்தஸ்து பெற்றிருந்த வடகிழக்கு மாநிலங்களில் சில போராட்டக் குழுக்கள் சுதந்திர தினத்தைப் பகிஷ்கரிக்கப் போவதாக அறிவித்திருந்தன.[25] நரேந்திர மோடியின் உரையைச் செங்கோட்டையில் குழுமியிருந்தவர்கள் உற்சாகமாக ரசித்துக்கொண்டிருக்கையில் 70 இலட்சம் கஷ்மீரிகள் ஊரடங்கில் தத்தமது வீடுகளுக்குள் அடைந்து கிடந்தனர். தகவல் தொடர்பு முடக்கம் இன்னும் சில வாரங்களுக்கோ மாதங்களுக்கோ நீடிக்கும் என்று தெரிகிறது.

ஊரடங்கு என்றாவது ஒருநாள் முடிந்துதான் தீர வேண்டும். அப்போது நிச்சயமாக வன்முறைகள் வெடித்து, இந்தியா முழுக்கப் பரவத்தான் போகிறது. அதையும் இந்திய

முஸ்லிம்கள்மீது மற்றவர்களுக்குப் பொதுவாகவே இருக்கின்ற கோபத்தை கிளறிவிடுகின்ற உபாயமாகத்தான் இவர்கள் பயன்படுத்துவார்கள். இங்கே முஸ்லிம்கள் ஏற்கனவே வெறுப்புக்குரியவர்களாகச் சித்திரிக்கப்பட்டு, ஒதுக்கி வைக்கப்பட்டிருக்கிறார்கள். பொருளாதார ஏணியில் மிகவும் கீழ்மட்டத்தில் இருக்கும் இவர்கள்மீது சீரான இடைவெளிகளில் நடைபெறும் கொலைவெறித் தாக்குதல்கள் நாகரிகச் சமூகத்துக்குப் பெரிதும் இழிவானவை.[26] இவர்களை மட்டு மன்றி, துணிச்சலுடன் வெளிப்படையாக எதிர்த்து நின்று போராடிய களப் பணியாளர்கள், வழக்கறிஞர்கள், கலைஞர்கள், மாணவர்கள், அறிவுஜீவிகள், பத்திரிகையாளர்கள் எல்லோரை யும் இந்தச் சந்தர்ப்பத்தைப் பயன்படுத்திக்கொண்டு அடக்கி ஒடுக்க அரசு நிச்சயமாக முயற்சி செய்யும்.

அபாயம் பல திசைகளிலிருந்து வரக்கூடும். ஆர்எஸ்எஸ் என்ற ராஷ்ட்ரீய ஸ்வயம்சேவக் சங்கம்தான் இந்தியாவிலேயே மிகவும் வலிமையான அமைப்பு. நரேந்திர மோடி உட்பட ஆறு லட்சத்துக்கும் அதிகமான உறுப்பினர்களைக் கொண்ட இந்தத் தீவிர வலதுசாரி அமைப்பில் மத்திய அமைச்சர்கள் பலரும் உண்டு. முசோலினியின் 'கருஞ்சட்டைக்காரர்'களையொத்த, பயிற்சிபெற்ற தன்னார்வலர்கள் ஏராளமானோர் ஆர்எஸ்எஸில் இருக்கிறார்கள்.[27] இந்தியாவில் உள்ள எல்லா அரசு நிறுவனங்களுக் குள்ளும் ஆர்எஸ்எஸ் புகுந்திருக்கிறது. அதன் பிடி எல்லா மாவட்டங்களிலும் ஒவ்வொரு நாளும் இறுகிக்கொண்டே செல்கிறது. உண்மையைச் சொல்லப் போனால் கிட்டத்தட்ட அதுதான் இன்று இந்தியாவை ஆள்கிறது எனலாம்.

இத்தகைய அரசாங்கம் அளிக்கின்ற பாதுகாப்பு, ஆதரவு இவற்றின் துணைகொண்டு எண்ணற்ற இந்துத்துவக் கண்காணிப்பு அமைப்புகள் புற்றீசல்கள்போலக் கிளம்பி நாடெங்கிலும் வெறித் தாக்குதல்கள் நடத்திக்கொண்டிருக்கின்றன. அறிவுஜீவி களும் கல்வியாளர்களும் இவற்றின் பிரதான இலக்குகள்.[28] மே மாதம் பொதுத் தேர்தலில் பாஜக வென்றதும், அக்கட்சியின் பொதுச் செயலாளரும் ஆர்எஸ்எஸ்ஸின் முன்னாள் செய்தித் தொடர்பாளருமான ராம் மாதவ் இவ்வாறு எழுதினார்: 'போலி மதசார்பற்றவாதிகள் / போலி தாராளவாதிகள் கூட்டணியைச் சேர்ந்த 'உதிரிகள்' பலரும் தேசத்தின் அறிவுத் தளத்திலும் அரசியல் கொள்கை முடிவெடுக்கும் இடங்களிலும் கணிசமாக ஊடுருவி, நாட்டின் போக்கைத் திசை திருப்பிக் கொண்டிருக்கிறார்கள். . . இவர்களை நமது தேசத்தின் கல்வி, பண்பாட்டு, அறிவுத் தளத்திலிருந்து விலக்க வேண்டியது அவசியமாகிறது'.[29]

இந்த 'விலக்கல்' பணிக்குத் தயாராவதற்காக, ஆகஸ்ட் 1ஆம் தேதி UAPA (Unlawful Activities Prevention Act) எனும் கொடூரமான 'சட்டவிரோத நடவடிக்கைகள் தடுப்புச் சட்டம்' திருத்தப்பட்டு, 'பயங்கரவாதி' என்ற சொல் வெறும் அமைப்புகளை மட்டும் குறிப்பிடுவதாக அல்லாமல் தனிநபர்களையும் குறிப்பிடலாம் என்று விரிவுபடுத்தப்பட்டது.[30] இத்திருத்தத்தின் மூலமாக எந்தவொரு தனிநபரையும் இதுவரை பின்பற்றிவந்த சட்டரீதியான நடைமுறைகளான முதல் தகவல் அறிக்கை, குற்றப் பத்திரிகை, விசாரணை, தண்டனை என எதையும் கடைப்பிடிக்காமல் 'பயங்கரவாதி' என்று அரசாங்கம் அறிவித்துவிடலாம். 'யாரை வேண்டுமானாலும்' – என்பதற்கு உள்துறை அமைச்சர் அமித் ஷா பாராளுமன்றத்தில் தெளிவாக பொருள் விளக்கம் அளித்தார்: "ஐயா, பயங்கரவாதத்தை உண்டாக்குவது துப்பாக்கிகள் அல்ல; பயங்கரவாதத்தின் வேர் என்பது பரப்புரை செய்யப்படும் பிரசாரங்களில் இருக்கிறது... இந்தக் காரியத்தைச் செய்பவர்கள் அனைவரையும் 'பயங்கரவாதிகள்' என்று நாம் அறிவித்தோமென்றால், நாடாளுமன்ற உறுப்பினர்களில் எவரும் ஆட்சேபிக்க மாட்டார்கள் என்று நம்புகிறேன்."[31]

அவருடைய இரக்கமற்ற கண்கள் நேராக எங்களைத்தான் வெறித்துக் கொண்டிருப்பதாக எங்களில் பலருக்கும் தோன்றியது. அவருடைய சொந்த மாநிலமான குஜராத்தில் வரிசையாக நடந்த கொலைகளில் முக்கியக் குற்றவாளியாக அவருடைய பெயரும் முதல்கட்ட விசாரணையில் இருந்தது எங்களுக்கு நினைவில் வந்துகொண்டே இருந்தது. விசாரணை நடந்துகொண்டிருக்கும்போதே விசாரணை நீதிபதி ஜஸ்டிஸ் பிரிஜ்கோபால் ஹரிகிஷன் லோயா மர்மமான முறையில் இறந்துபோனார். அவரது இடத்தில் பணியமர்த்தப்பட்ட இன்னொரு நீதிபதி அமித் ஷா குற்றமற்றவர் என்று வழக்கிலிருந்து விடுவித்தார். இத்தீர்ப்பினால் துணிச்சலடைந்த இந்தியச் செய்தித் தொலைக்காட்சிகளின் தீவிர வலதுசாரி செய்தித் தொகுப்பாளர்கள் அமித் ஷா மீது குற்றம் சுமத்திய எல்லோரையும் வெளிப்படையாகத் தாக்கத் தொடங்கியதோடு அபாண்டமான அவதூறுகளையும் அள்ளி வீசினார்கள். அவர்கள் அனைவரும் உடனடியாகக் கைது செய்யப்பட வேண்டும் என்றும், கடுமையாகத் தண்டிக்கப்பட வேண்டுமென்றும் கத்தினார்கள். 'தொலைக்காட்சிகளால் கொல்லப்பட்டவர்கள்' என்பது இந்திய அரசியலின் புதிய நிகழ்வாக உருவெடுக்கக்கூடும்.

இந்திய பாசிஸம் மெதுவாகக் கட்டமைக்கப்பட்டு வானளாவ உயர்ந்து வருவதை உலகம் கவனித்துக்கொண்டிருக்கிறது.

சில நண்பர்களைச் சந்திப்பதற்காக ஜூலை 28ஆம் தேதி கஷ்மீர் செல்வதற்குத் திட்டமிட்டிருந்தேன். பதற்றம் நிலவுவதாகவும் ராணுவத் துருப்புகள் வரத் தொடங்கிவிட்டதாகவும் செய்திகள் கிடைத்தன. செல்வதா, வேண்டாமா என்ற குழப்பத்தில் ஆழ்ந்தேன். நானும் நண்பர் ஒருவரும் என் வீட்டில் பேசிக்கொண்டிருந்தோம். அவர் அரசு மருத்துவமனை ஒன்றில் பணிபுரியும் மூத்த மருத்துவர். முஸ்லிம். ரவுடிக் கும்பல் தெருவில் செல்பவர்களை, குறிப்பாக முஸ்லிம்களை, சுற்றி வளைத்து 'ஜெய் ஸ்ரீராம்!' என்று முழக்கமிட வற்புறுத்துவது இப்போது அதிகரித்திருப்பதைப் பற்றிப் பேச்சு வந்தது.[32]

கஷ்மீர் பாதுகாப்புப் படையினரால் ஆக்கிரமிக்கப்பட்டிருக்கிறது என்றால், இந்தியா ரவுடிக் கும்பலால் ஆக்கிரமிக்கப்பட்டிருக்கிறது.

இதைப்பற்றி அவரும் சிந்தித்துக்கொண்டிருப்பதாகச் சொன்னார். தில்லி நெடுஞ்சாலைகளில் அடிக்கடி பயணிப்பவர் அவர். அவருடைய வீடு சில மணிநேரப் பயணத் தொலைவில் இருக்கிறது.

"என்னையும் அவர்கள் தடுத்து நிறுத்தக்கூடும்," என்றார்.

"அப்படியென்றால் அவர்கள் சொல்கிறபடி நடந்துகொள்ளுங்கள்," என்றேன். "உயிர் முக்கியமில்லையா?"

"மாட்டேன்," என்றார். "எப்படியும் அவர்கள் என்னைக் கொல்லத்தான் போகிறார்கள். தப்ரீஸ் அன்ஸாரியை அப்படித்தானே கொன்றார்கள்!"[33]

கஷ்மீர் பேசத் தொடங்குவதற்காக நாங்கள் காத்திருக்கையில் எங்கள் உரையாடல் இப்படித்தான் இருக்கிறது. கஷ்மீர் நிச்சயம் பேசும்.

6

முடிவை அறிவிக்கும் சமிக்ஞைகள்: எழுச்சி கூடிவரும் இந்து ராஷ்டிரம்*

சீலே, கடலோனியா, பிரிட்டன், பிரான்ஸ், இராக், லெபனான், ஹாங்காங் ஆகிய நாடுகளின் வீதிகளில் போராட்டங்கள் நிகழ்ந்துகொண் டிருக்கின்றன. அவை இந்தப் பூமியின்மீது நிகழ்த்தப் படும் அழிவு வேலைகளை எதிர்த்துப் புதிய தலைமுறையினர் பெரும் கோபம் கொண்டிருப்பதின் அடையாளங்கள். இந்த நிலையில் வேறொரு காரணத்துக்காக வீதிகளில் போராட்டங்கள் வெடித்துக் கொண்டிருக்கும் இடத்தைப் பற்றிப் பேசுவதற்காக என்னை நீங்கள் மன்னிப்பீர்களென்று நம்புகிறேன். ஒரு காலத்தில் எதிர்ப்புணர்வு என்பதே இந்தியாவின் அடையாளமாக இருந்திருக்கிறது. ஆனால் மேற்குலகில் போராட்டங்கள் அதிகரித்துக் கொண்டிருக்கும் இக்காலகட்டத்தில் நாங்கள் நடத்திவந்த மகத்தான போராட்டங்களான முதலாளித்துவ எதிர்ப்பு, சமூக, சூழியல் நீதிக்காக ஏகாதிபத்திய எதிர்ப்பு, ராட்சத அணைகளுக்கு எதிரான கண்டன ஊர்வலங்கள், எமது நதிகளை யும் வனங்களையும் தனியார் நிறுவனங்களிடம் விற்றுவிட்டு உள்ளூர் மக்களை அவர்களின்

---

* 2019ஆம் ஆண்டு நவம்பர் 19ஆம் தேதி நியூயார்க்கில் உள்ள கூப்பர் யூனியன் கிரேட் ஹாலில் 'உலகத்தின் எதிர்காலம்' குறித்து நிகழ்த்திய 'தி ஜொனாதன் ஷெல் நினைவு உரை'. அச்சில் முதலில் வெளிவந்த இதழ் *The Nation*, 22.11.19

வாழ்விடங்களிலிருந்து விரட்டுவதை எதிர்த்துப் போராடுவது எனத் துடிப்போடு செயல்பட்டுக்கொண்டிருந்தவை எல்லாமே இப்போது மவுனமாகிவிட்டிருக்கின்றன. இவ்வருடம் செப்டம்பர் 27ஆம் தேதியன்று பிரதமர் நரேந்திர மோடி நர்மதையாற்றில் கட்டப்பட்டு மேல் விளிம்புவரை நிரம்பியிருந்த சர்தார் சரோவர் நீர்த்தேக்க அணையைத் திறந்துவைத்து இச்சாதனை தனது அறுபத்தொன்பதாவது பிறந்த நாளுக்கான பரிசென்று தனக்குத்தானே மகுடம் சூட்டிக்கொண்ட நேரத்தில், அந்த அணைக்கு எதிராக முப்பது வருடங்களாகப் போராடிவந்த ஆயிரக்கணக்கான கிராமவாசிகளின் வீடுகளும் நிலங்களும் உயர்ந்து பெருகிவந்த தண்ணீரின் அடியில் மூழ்கிப்போயின. அது ஒரு மகத்தான குறியீட்டுக்கான தருணமாக அமைந்திருந்தது.

இன்று இந்தியாவில் ஒரு நிழல் உலகம் பட்டப்பகலில் எங்கள்மீது கவிந்துகொண்டிருக்கிறது. அதன் பிரம்மாண்டத்தையும், உருமாறிக்கொண்டே வரும் அதன் வடிவத்தையும் இந்த ஆபத்தின் தீவிரத்தையும் எங்களுக்குள்ளே பகிர்ந்துகொள்வதுகூடக் கடினமாகி வருகிறது. உண்மை நிலவரத்தைத் துல்லியமாக விவரிக்கப் புகுந்தால் அது உயர்வு நவிற்சியாகத் தெரியும் அபாயமும் இருக்கிறது. அதனால் நம்பகத்தன்மைக்காகவும், நற்பண்புகளைக் கடைப்பிடிப்பதற்காகவும், எங்கள் உடம்புக்குள் விஷப்பற்களைப் பதித்திருக்கும் அம்மிருகத்தைப் பேணிப் பராமரித்து, தலைசீவி, எச்சில் வழியும் கடைவாயைத் துடைத்து மரியாதைக்குரியோர் மத்தியில் ஒழுங்காகத் தோற்றமளிக்கும்படி கவனித்து அனுப்புகிறோம். உலகிலேயே இந்தியாதான் மிகவும் மோசமான, மிகவும் அபாயகரமான நாடு என்று சொல்லவில்லை. அதாவது இன்னும் அந்த நிலையை அடையவில்லை. ஆனால் எப்படி இருந்திருக்கவேண்டும் என்பதற்கும்,எப்படி ஆகியிருக்கிறது என்பதற்கும் இடையிலுள்ள மாபெரும் வேறுபாடுதான் பெரும் அவலம்.

தற்போது கஷ்மீர் பள்ளதாக்கில் உள்ள எழுபதுஇலட்சம் மக்களும் – இவர்களில் கணிசமானோர் இந்தியக் குடிமக்களாக இருப்பதில் விருப்பமின்றி, சுயாட்சிக்காகப் பல தசாப்தங்களாகப் போராடிவருபவர்கள் – டிஜிட்டல் முற்றுகையிலும், உலகிலேயே மிகவும் அதிக எண்ணிக்கையிலான ராணுவத் துருப்புகளின் ஆக்கிரமிப்பிலும் அடைபட்டிருக்கின்றார்கள். அதே நேரத்தில் கிழக்கு மாநிலமான அஸ்ஸாமில் இந்திய மக்களாக இருப்பதற்குப் போராடிக்கொண்டிருக்கும் கிட்டத்தட்ட இருபது லட்சம் பேர் தமது பெயர்கள் தேசியக் குடிமக்கள் அடங்கலில் இடம்பெறாமலிருப்பது கண்டு அதிர்ச்சியடைந்திருக்கிறார்கள்.[1] இந்தியா முழுவதும் தேசியக் குடிமக்கள் அடங்கல் பட்டியலை

விரிவுபடுத்துவதற்கு இந்திய அரசு திட்டமிட்டிருப்பதாக அறிவித்துள்ளது.[2] இச்சட்டம் விரைவில் அமல்படுத்தப்பட விருக்கிறது. இது உலகில் யாரும் கேள்விப்பட்டிராத அளவுக்கு நாடற்றவர்களை உருவாக்கப்போகிறது.

பணக்கார மேலைநாடுகள் எதிர்காலப் பருவநிலைப் பேரழிவிலிருந்து தம்மைப் பாதுகாத்துக்கொள்ளப் பதுங்கு குழிகளைக் கட்டிக்கொள்கின்றனர். உணவுப் பொருட்களையும் குடிநீரையும் சேமித்து வைத்துக்கொள்கின்றனர். ஏழை நாடுகளில் வேறுவிதமான முன்னேற்பாடுகள் செய்துகொள்ளப்படுகின்றன. உலகின் ஐந்தாவது மிகப்பெரிய பொருளாதாரத்தைக் கொண்டிருந்தாலும் இந்தியா இன்னமும் பசியும் பட்டினியுமாக இருக்கும் ஏழை நாடாகத்தான் இருக்கிறது. ஆகஸ்ட் 5, 2019இல் கஷ்மீரின் சிறப்புத் தகுதிகள் ரத்து செய்யப்பட்டு, மற்ற மாநிலங்களுக்கு இணையாக இணைக்கப்பட்டதற்குப் பின்னால், ஜம்மு-கஷ்மீர் மாநிலத்தின் வழியே பாய்கின்ற ஆறுகளைக் கையகப்படுத்தும் திட்டமும் அடங்கியிருக்கிறது.[3] இயற்கை வளங்கள் வற்றிப்போகும் சூழ்நிலையில், தேசியக் குடிமக்கள் பதிவேட்டுமுறை குடிமக்களிடையே படிநிலைகளை ஏற்படுத்தி, குடிமக்கள் சிலரைவிட வேறுசிலர் அதிக உரிமை படைத்தவர்கள் என்று நிறுவியிருப்பது அரசுக்குப் பலன் அளிக்கக்கூடியதாக மாறப்போகிறது. ஹன்னா ஆரண்ட் சொன்னதைப்போலக் குடியுரிமை என்பது உரிமைகளைப் பெறுவதற்கான உரிமை.[4]

சுதந்திரம், சகோதரத்துவம், சமத்துவம் என்ற கொள்கையைச் சின்னாபின்னமாக்கப்போகும் – உண்மையில் ஏற்கனவே ஆக்கிவிட்டிருக்கும் – முதல் களப்பலி பருவநிலை நெருக்கடிதான். இது எப்படி நடக்கிறது என்பதைச் சற்று விளக்க முயல்கிறேன். மிகவும் நவீனமான இந்த நெருக்கடியைத் தீர்க்க வந்திருக்கும் இந்தியாவின் நவீன மேலாண்மை அமைப்பின் வேர்கள் எப்படி வரலாற்றின் அருவருப்பான, அபாயகரமான இழைகளோடு பின்னிப் பிணைந்திருக்கின்றன என்பதையும் பார்க்கலாம்.

சேர்த்தலின் வன்முறையும் விலக்கலின் வன்முறையும் இந்தியாவின் அடித்தளத்தை அசைத்து, அதன் பொருளையும், இடத்தையும் இடம் மாற்றிச் சிதைப்பதற்கான முன்னோடிகளாக இருப்பவை. அரசியலமைப்புச் சட்டம் இந்தியாவை ஒரு மதச்சார்பற்ற, சோசலிசக் குடியரசு என்று அழைக்கிறது. 'மதச்சார்பின்மை' என்ற சொல்லை உலகில் மற்ற இடங்களில் பயன்படுத்துவதைப் போலல்லாமல் சற்று மாறுபட்ட அர்த்தத்தில் நாங்கள் பயன்படுத்துகிறோம். எங்களைப் பொறுத்தவரை சட்டத்தின் பார்வையில் எமது சமூகத்தின் எல்லா மதங்களும் ஒரே நிறையானவை என்பதற்கான

அடையாளச் சொல் அது. ஆனால் நடைமுறையில் இந்தியாவில் மதச்சார்பின்மையும் கிடையாது, சோசலிஸமும் கிடையாது. அது எப்போதுமே உயர்சாதி இந்து அரசாகத்தான் செயல்பட்டு வருகிறது. ஆனால் மதச்சார்பின்மையைக் கடைப்பிடித்துவருவ தாகப் பாவனை செய்து வருவதுதான், அது எவ்வளவுதான் பாசாங்காக இருந்தாலும், இந்தியாவை ஒருங்கிணைத்திருக்கும் ஒரே பிணைப்பாக இருக்கிறது. எங்களிடம் உள்ள மிகச்சிறந்த பண்பு இந்தப் பாசாங்குதான். இது இல்லாவிட்டால் இந்தியா நொறுங்கிவிடும்.

பிரதமர் மோடி இரண்டாவது முறையாக மே 2019இல் நாடாளுமன்றத் தேர்தலில் வெற்றி பெற்ற பின் ஆற்றிய உரையில், அந்தத் தேர்தல் பிரச்சாரத்தில் எந்த அரசியல் கட்சிக்கும் 'மதச்சார்பின்மை' என்ற சொல்லைப் பயன்படுத்தும் துணிச்சல் இருக்கவில்லை என்று பெருமையடித்துக்கொண்டார்.[5] மதச்சார்பின்மை என்ற குளம் இப்போது வற்றிவிட்டிருப்ப தாக மோடி அறிவித்தார். எனவே இது அதிகாரப்பூர்வமாகி விட்டது. இந்தியா வற்றிவிட்ட குளத்தை நம்பியிருக்கிறது. பாசாங்கைக் கொண்டாடுவதற்கு மிகவும் தாமதமாகக் கற்றுக் கொண்டிருக்கிறோம். ஏனென்றால் இதனோடு தூரத்து ஞாபகமாக நாகரிகத் தகைமையின் சான்றெச்சமும் – அது பாவனையாக இருந்தாலும் – சேர்ந்தே வருகிறது.

இந்தியா என்பது உண்மையில் ஒரு நாடு அல்ல. அது ஒரு கண்டம். ஐரோப்பா மொத்தத்திலும் இருப்பவற்றைவிட அதிகமான மொழிகளையும் – கடைசியாக எடுக்கப்பட்ட கணக்கெடுப்பின்படி, கிளைமொழிகளைத் தவிர்த்து 780 மொழிகள் – தேசிய இனங்களையும் துணைத் தேசிய இனங்களையும் பழங்குடி இனங்களையும் மதங்களையும் பல்வகைப்பட்ட சிக்கல்களையும் கொண்ட பிரதேசம். இம்மகத்தான பெருங்கடலை, இந்த வலுவற்ற எப்போதும் சச்சரவிட்டுக்கொண்டிருக்கிற சமூகச் சூழ்நிலை மண்டலத்தை, 'ஒரே தேசம், ஒரே மொழி, ஒரே மதம், ஒரே அரசியலமைப்புச் சட்டம்' என்ற கோட்பாட்டில் நம்பிக்கை கொண்ட ஒரு இந்து மேலாதிக்க அமைப்பு திடீரெனத் தனது அதிகாரத்தின்கீழ் கொண்டுவர முயல்வதைக் கற்பனை செய்துபாருங்கள்.

நான் குறிப்பிடுவது ஆர்எஸ்எஸ் என்ற ராஷ்ட்ரீய ஸ்வயம்சேவக் சங்கம் என்ற அமைப்பை. இது 1925ஆம் வருடம் துவங்கப்பட்டது. இன்றைய பாரதிய ஜனதா கட்சியின் தாய்க்கழகம் இதுதான். இந்த அமைப்பை நிறுவியவர்கள் ஜெர்மானிய, இத்தாலிய பாசிஸக் கோட்பாடுகளால் வெகு

வாகக் கவர்ந்திழுக்கப்பட்டிருந்தவர்கள். இந்திய முஸ்லிம்களை ஜெர்மனியின் யூதர்களோடு ஒப்பிட்டு, இந்துக்களின் இந்தியாவில் முஸ்லிம்களுக்கு இடமில்லை என்று நம்பியவர்கள். இன்றைய ஆர்எஸ்எஸ், அதன் பிரத்தியேகக் குணமான பச்சோந்தித்தனத்துடன் அந்தக் கருத்துக்கும் தமக்கும் தொடர்பில்லை என்று நடித்துக்கொண்டிருக்கிறது. ஆனால் அவர்களுடைய அடிப்படைக் கொள்கையான 'முஸ்லிம்கள் எப்போதுமே, நன்றிகெட்ட அந்நியர்கள்தாம்' என்பதை பாஜகவின் மேடைப் பேச்சுகளில் இப்போதும் கேட்க முடியும். பாஜகவினர் உருவாக்கியுள்ள கடுமையான கோஷங்கள் இப்போதும் கூட்டத்தினரை வெறியேற்றிவருகின்றன. உதாரணத்துக்கு ஒன்று: *முஸல்மான் கா ஏக் ஹை ஸ்தான் – கப்ரிஸ்தான் யா பாகிஸ்தான். முஸல்மான்களுக்கு ஒரேயொரு இடம்தான் – கல்லறை அல்லது பாகிஸ்தான்.* கடந்த அக்டோபரில் ஆர்எஸ்எஸ்ஸின் பெருந்தலைவரான மோகன் பாகவத், "இந்தியா ஒரு இந்து ராஷ்ட்ரம் (தேசம்). இதில் மறுபேச்சுக்கே இடமில்லை," என்றார்.

இந்தக் கொள்கை இந்தியாவின் அற்புதங்கள், உன்னதங்கள் அனைத்தையும் தூள்தூளாக்கிச் சிதைக்கின்றது.

இன்று தான் அரங்கேற்றிவரும் எல்லா அத்துமீறல்களையும் ஆர்எஸ்எஸ் ஒரு யுகப்புரட்சி என்றே சித்திரித்து வருகிறது. பண்டைக்காலத்தில் இந்தியாவின் முஸ்லிம் அரசர்களால் இந்துக்கள் அடக்குமுறைக்கு ஆளாகிவந்தனர் என்பதே ஒரு சரித்திரப் புரட்டின் ஒரு பகுதிதான். உண்மையில் இந்திய முஸ்லிம்கள் இந்து மதத்தின் சாதிக் கொடுமைகளிலிருந்து தப்பிக்கவே மதம் மாறியவர்கள் என்பதே வரலாறு.

நாஜி ஜெர்மனி என்றொரு நாடு தனது வல்லாதிக்கத்தை ஒரு கண்டத்தின் மீதும், அக்கண்டத்தைத் தாண்டியும் செலுத்த முயன்றதென்றால், ஆர்எஸ்எஸ் ஆளும் இந்தியாவின் கொள்கைகளும் செயற்பாடுகளும் அதற்கு நேரெதிராக இருக்கின்றன. இங்கே ஒரு கண்டம் தன்னை ஒரு நாடாகச் சுருக்கிக்கொள்ள விழைகிறது. நாடுகூட அல்ல, ஒரு மாகாணமாக. புராதன, மத – இனக்குழு மாகாணமாக. இது கற்பனைக்கு அப்பாற்பட்ட ஒரு வன்முறைச் செயலாக்கம். நிறுத்தி நிதானமாக வெடிக்கப்போகும் அரசியல் அணுகுண்டு. இதன் கதிர்வீச்சு அதனைச் சுற்றியுள்ள அனைத்தையும் நாசமாக்கப்போகிறது. சந்தேகமின்றி தன்னைத்தானே அழித்துக்கொள்ளவும் போகிறது. கேள்வி என்னவென்றால் அதனோடு சேர்ந்து அழியப்போவது வேறு என்னென்ன, யார் யார் அழியப்போகிறார்கள், இந்த அழிவு எந்தளவுக்கு இருக்கப் போகிறது என்பதுதான்.

இன்று உலகில் தலையெடுத்திருக்கும் வெள்ளை இன ஆதிக்கக் குழுக்கள், நியோ – நாஜி அமைப்புகள் எதற்கும் ஆர்எஸ்எஸ்ஸிடம் இருக்கும் ஆள்பலமோ, உட்கட்டமைப்பு வசதியோ கிடையாது. ஆர்எஸ்எஸ் தன்னுடைய 57,000 ஷகாக்கள் (கிளைகள்) நாடெங்கும் பரவியிருப்பதாகச் சொல்கிறது. ஆயுதம் தரித்த 'தன்னார்வலர்கள்' ஆறு லட்சத்துக்கும் அதிகமானோர் இருக்கின்றனர்.[6] இந்த அமைப்பு நடத்தும் பள்ளிகளில் லட்சக்கணக்கான மாணவர்கள் பயில்கின்றனர். இதற்கென்று தனியான மருத்துவக் குழுக்கள், தொழிலாளர் சங்கங்கள், விவசாய அமைப்புகள், ஊடகத் தளங்கள், மகளிர் குழுக்கள் உள்ளன. இந்திய ராணுவத்தில் சேர விரும்புபவர்களுக்குப் பயிற்சி நிலையம் ஆரம்பித்திருப்பதாக அண்மையில் இது அறிவித்தது. பகவாத் துவஜம் (புனிதக் கொடி) எனக் குறிப்பிடப்படும் அதன் காவிக்கொடியின் கீழ் பல்வேறு தீவிர வலதுசாரி அமைப்புகள் – சங் பரிவார் (ஆர்எஸ்எஸ் குடும்பம்) – பல்கிப் பெருகியுள்ளன. இத் தீவிர வலதுசாரி அமைப்புகள் இந்தியாவில் மட்டுமன்றி உலகெங்கும் சிறுபான்மைச் சமூகத்தினர்மீது நடத்தப்பட்ட தாக்குதல்களில் தொடர்பு கொண்டுள்ளன. இந்தியாவில் மட்டுமே கணக்கில் கொண்டுவரப்படாத ஆயிரக்கணக்கானோர் கொல்லப்பட்டுள்ளனர். வன்முறை, சாதிக் கலவரம், போலித் தீவிரவாதத் தாக்குதல் ஆகியவை இவர்களுடைய பிரதான யுத்த தந்திரமாகவும், காவிப் பிரச்சாரத்தின் மைய அம்சமாகவும் இருந்துவருகிறது.

பிரதமர் நரேந்திர மோடி ஆரம்பத்திலிருந்தே ஆர்எஸ்எஸ் உறுப்பினராக இருந்துவந்துள்ளார். ஆர்எஸ்எஸ்ஸின் தயாரிப்பு அவர். பிராமணராக இல்லாவிட்டாலும், இதற்கு முன்பிருந்த எவரையும்விட ஆர்எஸ்எஸ்ஸை இந்தியாவிலேயே மிகவும் பலம் வாய்ந்த அமைப்பாக மாற்றியதில் இவருடைய பங்கே அதிகம். மோடி எவ்வாறு அதிகார மட்டத்தின் உச்சிக்கு வந்தார் என்ற கதையைத் திரும்பத்திரும்பச் சொல்வது அயர்ச்சியூட்டுவதாக இருந்தாலும், நமது மக்களின் 'தேர்ந்தெடுத்த மறதி'யைக் கருத்தில்கொண்டு மீண்டும் சொல்லவேண்டியது கடமையாகிறது.

மோடியின் அரசியல் வாழ்வில் திடீர் ஏற்றம் ஏற்பட்டது 2001ஆம் ஆண்டு அக்டோபரில். அமெரிக்காவில் நடந்த 9/11 தாக்குதல்களுக்குச் சில வாரங்கள் கழித்து, பாஜக அப்போது குஜராத் மாநில முதல்வராகத் தேர்ந்தெடுக்கப்பட்டிருந்த கேஷூபாய் படேலை நீக்கிவிட்டு மோடியைப் பதவியில் அமர்த்தியது. அப்போது மோடி மாநிலத்தின் சட்டசபை உறுப்பினராகக்கூட இருக்கவில்லை. அவர் பதவிக்கு வந்து ஐந்து மாதங்கள் கழித்து மிகக் கொடூரமான சம்பவம் ஒன்று மர்மமான

முறையில் கோத்ரா ரயில் நிலையத்தில் நிகழ்ந்தது. 59 இந்து யாத்திரீகர்கள் அவர்கள் பயணம் செய்த ரயில் பெட்டியோடு கொளுத்தப்பட்டார்கள். இதற்குப் 'பழிதீர்க்கும்' வகையில் இந்து அமைப்பினரால் மிகவும் திட்டமிட்ட முறையில் மாநிலம் முழுவதுமுள்ள முஸ்லிம் மக்கள்மீது கொலைவெறித் தாக்குதல்கள் தொடங்கின. சுமார் 2500 பேர் பட்டப்பகலில் கொல்லப்பட்டனர். நகர வீதிகளில் பெண்களைக் கூட்டாக வன்புணர்ந்தனர். பல்லாயிரக்கணக்கானோர் வீடுகளிலிருந்து துரத்தப்பட்டனர். இத்திட்டமிட்ட இனப்படுகொலைகளுக்குப் பிறகு மோடி தேர்தலை அறிவித்தார். இப்படுகொலைகளை மீறி – அல்ல – இப்படுகொலைகளின் காரணமாகவே இத்தேர்தலில் மோடி வெற்றி பெற்றார். இவ்வெற்றிக்குப் பிறகு அவர் 'ஹிந்து ஹிருதய் சாம்ராட்' – இந்துக்களின் இதய அரசன் – என்று அழைக்கப்படலானார். அதன் பிறகும் மூன்று முறை தேர்தலில் தொடர்ந்து வெற்றி பெற்றார். 2014ஆம் வருடம் பாஜகவின் பிரதமர் வேட்பாளராகத் தேர்தல் பிரச்சாரத்தில் அவர் ஈடுபட்டிருந்தபோது – இத்தேர்தலுக்கு முன்பும் பெருமளவில் முஸ்லிம்கள் படுகொலை செய்யப்பட்டனர்; இம்முறை உத்தரப் பிரதேசத்தின் முஜாபர்நகர் மாவட்டத்தில் – *ராய்ட்டர்ஸ்* செய்தி நிறுவனத்தின் நிருபர் மோடியிடம் 2002ஆம் ஆண்டு கலவரம் அவருக்கு வருத்தமளிக்கிறதா என்று கேட்டார்.[7] மோடி மிகவும் உண்மையான தொனியில், தான் காரில் சென்றுகொண்டிருக்கும்போது தெருநாய்கள் எதிர்பாராத வகையில் சக்கரத்தில் சிக்கி இறந்துபோனால், அவற்றுக்காகக்கூட வருத்தமடைவேன் என்று சொன்னார்.[8] இதுதான் நன்கு பயிற்சியளிக்கப்பட்ட ஆர்எஸ்எஸ் வசனம் என்பது.

இந்தியாவின் பதினான்காவது பிரதமராக மோடி பதவியேற்றபோது அவரை நம்பிக்கைக்கும் முன்னேற்றத்துக்கு மான சின்னமாக, பழமையும் புதுமையும் – இந்து தேசியவாதமும் தடையற்ற தாராளமய முதலாளித்துவமும் – ஒருங்கிணைந்த காவித் தொழிலதிபர் உடையணிந்த மீட்பராக நினைத்து வரவேற்றவர்கள் அவருடைய பிரதான ஆதரவாளர்களான இந்து தேசியவாதிகள் மட்டுமல்ல, இந்தியாவின் முக்கியமான பெரும் தொழிலதிபர்களும் வியாபாரிகளும் பல இந்திய லிபரல்களும் சர்வதேச ஊடகங்களும் அவர்களில் அடங்குவர்.

இந்து தேசியவாதத்துக்கு வலுச்சேர்த்த மோடி, தாராள வர்த்தகத்தில் மோசமாகத் தடுமாறினார். வரிசையாகச் செய்துவந்த பல அபத்தங்களினால் அவர் இந்தியப் பொருளாதாரத்தை மண்ணைக் கவ்வ வைத்துவிட்டார். அவருடைய முதல் பதவிக்காலத்தின் தொடக்கத்திலேயே, 2016இல், ஒரு நாள்

இரவு தொலைக்காட்சியில் தோன்றி அந்தக் கணம் முதல் ஐநூறு, ஆயிரம் ரூபாய் நோட்டுகள் மதிப்பிழந்துவிட்டதாக அறிவித்தார். புழக்கத்தில் இருந்த நோட்டுகளில் எண்பது சதவீதத்துக்கும் அதிகமானவை இவை.[9] உலக சரித்திரத்தில் எந்த நாட்டிலும் இந்தளவுக்குப் பெரிய அபத்தத்தை எப்போதும் அரங்கேற்றியதில்லை. இந்த முடிவை எடுப்பதற்கு முன் நிதியமைச்சரையோ தலைமைப் பொருளாதார ஆலோசகரையோ கலந்தாலோசித்ததாகத் தெரியவில்லை.[10] இந்தப் 'பணமதிப்பிழப்பு' ஊழலின் மீதும், தீவிரவாதச் செயல்களுக்கு அளிக்கப்படும் நிதியுதவிகளின் மீதும் தொடுக்கப்பட்ட 'துல்லியத் தாக்குதல்' என்றார் மோடி. ஆனால் இது வெறும் கிறுக்கு நடவடிக்கை. பல கோடி மக்கள் வாழும் தேசத்துக்கு அளிக்கப்பட்ட முரட்டு வைத்தியம். இதன் விளைவு கிட்டத்தட்டப் பேரழிவாக இருந்தது. ஆனாலும் எங்கும் கலவரங்கள் வெடிக்கவில்லை. எதிர்ப்புகள் எழவில்லை. மக்கள் அமைதியாக வங்கிகளின் முன்நின்று தமது பழைய கரன்சி நோட்டுகளைத் தந்து மாற்றிக்கொண்டார்கள். சீலே, கடலோனியா, லெபனான், ஹாங்காங் போன்று எதுவும் நடக்கவில்லை. ஒரே இரவில் வேலைகள் பறிபோயின. கட்டுமானத் தொழில் முடங்கியது. சிறு குறு வணிகங்கள் காணாமற்போயின.

எங்களில் சிலர், இது மோடியின் ஆட்சியை முடிவுக்குக் கொண்டு வரப்போகிறது என்று முட்டாள்த்தனமாக நம்பினோம். எங்கள் நம்பிக்கை எவ்வளவு தவறானது என்று விரைவிலேயே தெரிந்தது. மக்கள் கொண்டாடினார்கள். எவ்வளவுதான் அவஸ்தைக்குள்ளானாலும் அவர்கள் மகிழ்ந்து கொண்டாடினார்கள். ஏதோ வலி என்பது சந்தோஷமாக உருமாற்றமடைந்துவிட்டதைப்போல. இந்தப் பிரசவவலியைப் பொறுத்துக்கொண்டால், மிக அற்புதமான, செல்வச் செழிப்பான இந்து இந்தியா பிறந்துவிடும் என்று நம்பினார்கள்போல.

பணமதிப்பிழப்பும், அதனையொட்டி 'ஒரே நாடு, ஒரே வரி' என்ற கோஷத்துடன் அமல்படுத்தப்பட்ட சரக்கு சேவை வரியும் வேகமாகச் சென்றுகொண்டிருக்கும் காரின் சக்கரத்தில் சுடுவதற்கு ஒப்பானது என்று பெரும்பாலான பொருளாதார அறிஞர்கள் கருத்துத் தெரிவித்தார்கள். பொருளாதார வளர்ச்சி குறித்து அரசாங்கம் வெளியிட்ட புள்ளிவிவரங்கள் எல்லாமே உண்மையை வைத்து மேற்கொண்ட பரிசோதனைகளே என்பது பலரின் கருத்து. இப்போது இந்தியப் பொருளாதாரம் அடைந்திருக்கும் பின்னடைவுக்குக் காரணம் பணமதிப்பிழப்பு தான் என்பது அவர்களின் வாதம். கடந்த 45 ஆண்டுகளாக இல்லாத அளவுக்கு வேலையின்மை அதிகரித்திருப்பதாக

அரசே ஒப்புக்கொள்கிறது.[11] 'அகில உலகப் பட்டினி அளவீட்டு முறை'யில் இந்தியா ஏறத்தாழக் கடைசியில் – 117 நாடுகளில் 102ஆவது இடத்தில் – இருக்கிறது (நேபாளம் 73ஆவது இடத்திலும் பங்களாதேஷ் 88ஆவது இடத்திலும் பாகிஸ்தான் 94ஆவது இடத்திலும் உள்ளன)[12].

ஆனால் பணமதிப்பிழப்பு என்பது வெறும் பொருளாதாரம் தொடர்பானது மட்டுமல்ல. அது விசுவாசத்துக்கான சோதனை. மகத்தான தலைவர் எங்களுக்கு வைத்த பரீட்சை. எது நடந்தாலும் எப்போதும் நாங்கள் அவரை ஆதரிப்போமோ? விரும்புவோமோ? ஆனால் நாங்கள் அந்தப் பரீட்சையில் அமோகமாக வெற்றிபெற்றோம். பணமதிப்பிழப்பை ஏற்றுக் கொண்ட அந்தக் கணத்திலேயே எங்களுடைய அறிவையும் முதிர்ச்சியையும் பலிகொடுத்து அப்பட்டமான அதிகாரத் தோரணையின் முன் சரணாகதியாகிவிட்டோம்.

ஆனால் நாட்டுக்குக் கெடுதலாக இருந்தவொன்று பாஜகவுக்குப் பிரமாதமானதாக இருந்தது. 2016க்கும் 2017க்கும் இடைப்பட்ட காலத்தில், பொருளாதாரம் தொய்வடைந் திருந்தாலும் அது உலகத்திலேயே பணக்கார அரசியல் கட்சியாக வளர்ந்தது.[13] அதன் வருமானம் 81% அதிகரித்திருந்தது. அதன் முக்கிய எதிர்க்கட்சியான காங்கிரஸைவிட ஐந்து மடங்கு பணக்காரக் கட்சியாகியிருந்தது. இக்காலக்கட்டத்தில் காங்கிரஸின் வருமானம் 14% குறைந்திருந்தது. சிறிய கட்சிகள் திவாலாகிப்போயின. இந்தச் செல்வச் செழிப்பின் காரணமாக பாஜக மிக முக்கியமான உத்தரப் பிரதேச மாநிலத் தேர்தலில் வென்றது. 2019 பொதுத்தேர்தல் ஃபெராரி காருக்கும் பழைய சைக்கிளுக்கும் இடையே நடந்த ஓட்டப் பந்தயம் போலாயிற்று. தேர்தல்கள் பணம் தொடர்பானவை. அதிகாரக் குவிப்பும் முதலீட்டுக் குவிப்பும் ஒன்றோடொன்று கைகோத்திருப்பவை. எனவே சுதந்திரமான, நேர்மையான தேர்தல் என்பதற்கு இப்போதைக்கு வாய்ப்பில்லை என்பதே யதார்த்தம். ஆகையால் பணமதிப்பிழப்பு ஒன்றும் மடத்தனமான தவறு என்றெல்லாம் சொல்ல முடியாதுதான்போல.

மோடி இரண்டாவது முறையாகப் பதவிக்கு வந்ததும் ஆர்எஸ்எஸ் தனது வேலைகளை நன்கு முடுக்கிவிட்டிருக்கிறது. அது இனியும் ஒரு நிழல் அரசோ இணை அரசோ அல்ல. *அதுதான் அரசு.* ஒவ்வொரு நாளும் அதன் கட்டுப்பாட்டின் கீழ் ஊடகங்களும் காவல்துறையும் உளவுத் துறையும் வந்துகொண்டிருப்பதைப் பார்க்கிறோம். ராணுவத்திலும் அதன் ஆதிக்கம் குறிப்பிடத்தகுந்த அளவுக்குப் பரவியிருப்பது கவலையளிப்பதாக உள்ளது.

ஆஸாதி

ஆர்எஸ்எஸ் தலைவர்களோடு வெளிநாட்டுத் தூதர்கள் கூடிக் குலாவிக் கொண்டிருப்பதை இப்போது பார்க்க முடிகிறது.[14] ஜெர்மன் நாட்டுத்தூதர் சமீபத்தில் நாக்பூரில் உள்ள ஆர்எஸ்எஸ் தலைமையகத்துக்கு விஜயம் செய்தார் (ஆம், அதுவும் ஜெர்மன் நாட்டுத் தூதர்!)[15].

எல்லோருக்கும் வெளிப்படையாகத் தெரியும்படி ஒரு நிறுவனத்தைத் தமது கட்டுப்பாட்டுக்குள் கொண்டுவருவதெல் லாம் இந்த நாட்களில் அவசியமேயில்லை. நானூறுக்கும் மேற்பட்ட 24 மணிநேரத் தொலைக்காட்சி சானல்களும், வாட்ஸ்அப் குழுக்களும், டிக்டாக் வீடியோக்களும் மக்களைத் தொடர்ந்தேர்த்தியான மதவெறி மனப்பான்மையிலேயே வைத்துக் கொண்டிருக்கின்றன.

○

நவம்பர் 9, 2019 அன்று இந்தியாவின் உச்ச நீதிமன்றத்தில் உலகத்திலேயே மிகவும் முக்கியமான வழக்கு என்று சிலரால் கருதப்பட்ட வழக்கில் தீர்ப்பு வழங்கப்பட்டது.[16] டிசம்பர் 6, 1992 அன்று அயோத்தி நகரில் அமைந்திருந்த 400 வருட மசூதியை பாஜக, விஸ்வ ஹிந்து பரிஷத் அமைப்புகளால் ஒன்றுதிரட்டப் பட்ட கலவரக் கும்பல் இடித்துத் தரைமட்டமாக்கியது. பாபர் மசூதி என்றழைக்கப்பட்ட அம்மசூதி, ராமர் பிறந்த இடத்தில் கட்டப்பட்டிருந்த கோயிலை இடித்துவிட்டு அந்த இடத்தில் கட்டப்பட்டது என்பது அவர்களின் வாதம். இதைத் தொடர்ந்த மதக் கலவரங்களில் 2000 பேருக்கு மேல் கொல்லப்பட்டனர். அவர்களில் பெரும்பாலோர் முஸ்லிம்கள். மேற்குறிப்பிட்ட தீர்ப்பு, அந்த இடத்துக்கான ஏகபோக உரிமையையோ, தொடர்ந்து அந்த இடத்தைத் தக்கவைத்துக்கொள்வதற்கோ முஸ்லிம்களுக்குப் பாத்தியதை இல்லை என்று குறிப்பிட்டது. அந்த இடத்தை அறக்கட்டளை ஒன்றின் வசம் உச்சநீதிமன்றம் ஒப்படைத்தது. அந்த அறக்கட்டளை பாஜக அரசால் அமைக்கப்படும் என்றும், அந்த இடத்தில் ஒரு கோயிலைக் கட்டிக்கொள்ளலாம் என்றும் அனுமதியளித்தது. இத்தீர்ப்பை எதிர்த்த ஏராளமானோர் கைதுசெய்யப்பட்டனர். அயோத்தி மசூதியைப் போலவே நாடெங்கும் இந்துக் கோயில்களை இடித்துக் கட்டப்பட்ட மசூதிகள் இருக்கின்றன என்று பல வருடங்களாக எழுப்பிவரும் தமது வாதத்தை விஸ்வ இந்து பரிஷத் மீண்டும் கையில் எடுத்தது. அவர்களைப் பொறுத்தவரை எல்லோரும் எங்கிருந்தோ வந்தவர்கள், எல்லாமும் எதன்மீதோ கட்டப்பட்டவை என்பதால் அவர்களுடைய பிரச்சாரம் ஒருபோதும் முடியப்போவதில்லை.

அளவற்ற செல்வம் கையிருப்பில் இருப்பதால் அதன் அரசியல் எதிரிகளை வளைத்துப்போடுவதும், விலை கொடுத்து

வாங்குவதும், அல்லது அழித்தொழிப்பதும் பாஜகவுக்கு எளிதான காரியங்களாக இருக்கின்றன. இதில் பெரிதும் பாதிக்கப்படுவது உத்தரப் பிரதேசம், பிகார் போன்ற வடமாநிலங்களில் உள்ள தலித்துகளும் பிற ஒடுக்கப்பட்ட சாதியினரும் சார்ந்த கட்சிகளே. பகுஜன் சமாஜ் கட்சி, ராஷ்ட்ரிய ஜனதாதள், சமாஜ்வாதி கட்சி போன்ற கட்சிகளின் பெரும்பாலான வாக்காளர்கள் பாஜகவுக்கு வந்துவிட்டனர். இதைத் திட்டமிட்டுச் செயல்படுத்திய பாஜகவின் சாதனை உண்மையிலேயே பிரமிப்பூட்டுவதுதான். தலித்துகள் ஒடுக்கப்பட்ட சாதியினரிடம் அவர்களுக்கிடையேயுள்ள உபசாதிப் பிரிவுகள், அவற்றினிடையேயுள்ள உயர்வு, தாழ்வுத் தகுதிகள் போன்றவற்றை பாஜக மிக நுட்பமாக ஆராய்ந்து அவர்களிடையே பிரிவினையை உண்டாக்கியது. அதனிடம் நிரம்பி வழியும் பணப்பெட்டிகள் இந்த ஒடுக்கப்பட்ட சாதிகளுக்குள்ளிருக்கும் உட்சாதி வேற்றுமையை அதிகப் படுத்திக் கட்சிகள் உடைவதற்குக் காரணமாக அமைந்தன. சாதிகளின் உள் கட்டமைப்புப் பற்றி மிகத் துல்லியமாக அறிந்து வைத்திருப்பது பாஜகவின் பலம். இது மரபான சாதி அரசியல் கணக்குகளை அடியோடு மாற்றியுள்ளது.

தலித், ஒடுக்கப்பட்டவர்களின் வாக்குகளைத் திரட்டிக் கொண்டதற்குப் பிறகு, கல்வியையும் பொதுத்துறை நிறுவனங் களையும் தனியார்மயப்படுத்தும் பாஜகவின் முடிவுகளால், இவ்வளவு காலமாக ஒதுக்கப்பட்டுவந்தவர்கள் வேலைவாய்ப்பி லும் கல்வி நிறுவனங்களிலும் இடஒதுக்கீட்டின் மூலம் அடைந்துவந்த எல்லா முன்னுரிமைகளையும் இழந்து போயினர். இதற்கிடையே தேசியக் குற்றப்பதிவுக் கழகம் தலித்துகளுக்கெதி ராக நிகழ்த்தப்படும் கொடுமைகள், கொலைகள், உள்ளூர்த் தண்டனைகள் ஆகியவை மிகவேகமாக அதிகரித்துவருவதைச் சுட்டிக்காட்டுகிறது.[17] செப்டம்பர் 2019இல் திறந்தவெளிக் கழிப்பிடமில்லா இந்தியாவை உருவாக்கியிருப்பதற்காக கேட்ஸ் பவுண்டேஷனால் மோடி கௌரவிக்கப்பட்டார். அதே நேரத்தில் இரண்டு தலித் சிறுவர்கள் திறந்த வெளியில் மலம் கழித்ததற்காக அடித்துக் கொல்லப்பட்டார்கள்.[18] இந்த இரு சிறுவர்களின் வீடு, தெருவோரத்தில் ஒரு பிளாஸ்டிக் ஷீட்டை மட்டுமே கூரையாகக் கொண்டிருந்த ஓர் இடம். நாடெங்கும் பல்லாயிரக்கணக்கான தலித்துகள் மனிதக் கழிவுகளைத் தமது கைகளாலேயே அப்புறப்படுத்திக்கொண்டிருக்கும் சூழலில் துப்புரவு சாதனைக்காக ஒரு பிரதமரைக் கௌரவிப்பதென்பது குரூர நகைச்சுவைதான்.

சிறுபான்மை மதத்தினர்மீது வெளிப்படையாக நிகழ்த்தப் பட்டு வரும் தாக்குதல்களோடு, வர்க்க, சாதிக் கலவரங்களும்

தூண்டப்பட்டுக் கொழுந்துவிட்டெரியும் காலகட்டத்தில் இப்போது நாங்கள் வாழ்ந்துகொண்டிருக்கிறோம். தமது அரசியல் ஆதாயங்களைத் தக்கவைத்துக் கொள்வதற்காக இடைவிடாமல் கலவரங்களைத் தூண்டிவிட்டுக் கொண்டிருப்பது ஆர்எஸ்எஸ், பாஜகவின் வழக்கமான யுத்த தந்திரமாக இருந்து வருகிறது. அவர்களுடைய சமையலறைகளில் எப்போதும் சில எண்ணெய்க் கொப்பரைகள் கொதிநிலையில் அடுப்புகளின்மீது காத்துக்கொண்டிருக்கும். தேவைப்படும் நேரத்தில் அந்த அடுப்புகளைப் பற்றவைத்துவிடுவார்கள்.

முன்னாள் சமஸ்தானங்களான ஜம்முவையும் கஷ்மீரையும் இந்திய ஒன்றியத்துடன் இணைக்கும் 1947ஆம் ஆண்டு ஜம்மு கஷ்மீர் சமஸ்தான இணைப்பாவணத்தை 2019 ஆம் ஆண்டு ஆகஸ்ட் 5ஆம் தேதி இந்திய அரசு தன்னிச்சையாக எடுத்த முடிவின்படி ரத்து செய்தது. இதனால் ஜம்மு கஷ்மீரின் மாநில அந்தஸ்தும் அரசியலமைப்புச் சட்டத்தில் அளிக்கப்பட்டிருந்த (அதற்கென்று தனியாக ஓர் அரசியலமைப்புச் சட்டத்தையும், தனிக் கொடியையும் வைத்துக்கொள்ளலாம் என்பதைப் போன்ற) சிறப்புத் தகுதிகளையும் அது இழந்தது. மாநில அந்தஸ்தோடு, ஜம்மு கஷ்மீர் மக்களுக்குக் கூடுதல் உரிமைகள் சிலவற்றை அளித்துக் கஷ்மீரிகளை அந்தப் பிரதேசத்தின் உண்மையான அதிபதிகளாக ஆக்கியிருந்த அரசியல் சட்டத்தின் 35A பிரிவும் ரத்தானது. இந்த நடவடிக்கைகளை எடுப்பதற்கு முன்பாக அங்கு ஏற்கனவே நிறுத்தப்பட்டிருந்த லட்சக்கணக்கான ராணுவ வீரர்களோடு கூடுதலாக ஆயிரக்கணக்கான ராணுவ வீரர்களையும் மத்திய அரசு அனுப்பிவைத்தது.[19] ஆகஸ்ட் 4ஆம் தேததி, இரவு கஷ்மீர் பள்ளத்தாக்கிலிருந்த சுற்றுலாப் பயணிகளும் யாத்ரீகர்களும் வலுக்கட்டாயமாக வெளியேற்றப் பட்டனர். நள்ளிரவை நெருங்கும் சமயத்தில் இணையத் தொடர்புகளும் தொலைபேசிகளும் துண்டிக்கப்பட்டன. பள்ளிகளும் அங்காடிகளும் மூடப்பட்டன. 4000 பேருக்கு மேல் கைது செய்யப்பட்டார்கள்.[20] இவர்களில் அரசியல்வாதிகளும் வியாபாரிகளும் வழக்கறிஞர்களும் மனித உரிமைப் போராளி களும் உள்ளூர்த் தலைவர்களும் மாணவர்களும் முன்னாள் முதல்வர்கள் மூவரும் அடங்குவர். கஷ்மீரில் இருந்த அரசியல்வாதிகள் அனைவரும், இதுவரை இந்தியாவுக்கு ஆதரவாக இருந்தோர் உட்படச் சிறையில் அடைக்கப்பட்டனர்.

கஷ்மீரின் சிறப்புத் தகுதி ரத்து, அகில இந்திய அளவில் தேசியக் குடிமக்கள் பதிவேடு அறிமுகம், அயோத்தியில் ராமர் கோயில் – இவையெல்லாமே ஆர்எஸ்எஸ், பாஜகவின் சமையலறையில் பல வருடங்களாகத் தயாரிக்கப்பட்டுவந்த

பண்டங்கள். உணர்ச்சிகளைத் தூண்டிக் கோபத்தைக் கிளறு வதற்கு அவர்கள் செய்ய வேண்டியதெல்லாம், அவர்களுடைய அலமாரியிலிருந்து ஒரு வில்லனை எடுத்து வெளியில் விட்டு, வேட்டைநாய்களை அவிழ்த்துவிட வேண்டியதுதான். அவர்களுடைய வில்லன்கள் பல ரகத்தினர் – பாகிஸ்தானி ஜிகாதிகள், கஷ்மீர் தீவிரவாதிகள், பங்களாதேஷிலிருந்து 'ஊடுருவியவர்கள்', அல்லது இந்தியாவிலுள்ள இருபது கோடி முஸ்லிம்களில் பாகிஸ்தான் ஆதரவாளர் என்றோ, தேச விரோதி என்றோ இவர்களால் முத்திரை குத்தப்பட்ட எவரும். மேற்சொன்ன ஒவ்வொரு பிரிவினரும் மற்றவர் களைச் சார்ந்து நிறுத்தப்பட்டிருப்பவர்கள். சில நேரங்களில் ஒருவருடைய இடத்தில் இன்னொருவர் பொருத்தப்படுவார். அவர்களுக்கிடையே பொதுவான எந்த அம்சமும் இருப்பதில்லை. ஆனால் சொந்தத் தேவைகள், விருப்பங்கள், கொள்கைகள் சார்ந்து அவர்களிடையே பகைமையுணர்வு மட்டுமே நிலவுகிறது. அவர்கள் வாழ்கின்ற சூழலும் நட்பை வளர்க்க உதவுவ தில்லை. இதனால் ஒவ்வொருவரும் மற்றவரைத் தமது இடத்தை அபகரிக்க வந்திருக்கும் அச்சுறுத்தலாகவே பார்க்கிறார்கள். இவர்கள் அனைவருமே முஸ்லிம்கள் என்பதால் ஒருவருடைய செயல்கள் மற்றவர்களையும் பாதிப்பதாக இருக்கின்றன.

கடந்த இரண்டு பொதுத்தேர்தல்களில், 'முஸ்லிம்களின் வாக்கு' இல்லாமலேயே பாராளுமன்றத்தில் அறுதிப் பெரும்பான்மை யோடு ஆட்சியமைக்க முடியும் என்று பாஜக நிரூபித்திருக்கிறது. இதன்மூலம் இந்திய முஸ்லிம்களின் வாக்குரிமை மிகவும் சாமர்த்தியத்துடன் செல்லாக்காசாக்கப்பட்டிருக்கிறது. இந்திய முஸ்லிம்கள் பாதுகாப்பற்றவர்களாக, அரசியல் பிரதிநிதித்துவ மற்றவர்களாக, குரல்களற்றவர்களாகியிருக்கிறார்கள். பல்வேறு வடிவங்களில் அவர்கள்மீது செலுத்தப்படும் சமூகப் பகிஷ்கரிப்பு, அவர்களைப் பொருளாதார ஏணியின் கடைசிப் படிக்குத் தள்ளியிருக்கிறது. நகரங்களில் ஒதுக்குப்புறமான இடங்களில் வசிக்கும்படி தள்ளப்படுகிறார்கள். பிரதான ஊடகங்களிலும் இந்திய முஸ்லிம்கள் தமது இடத்தை இழந்துள்ளனர். தொலைக்காட்சி நிகழ்ச்சிகளில் நாம் கேட்க நேர்கின்ற முஸ்லிம் களின் குரல்கள், முதிர்ச்சியற்ற பழமைவாதச் சிந்தனைகளைவிட்டு வெளியே வராத இஸ்லாமிய மவுலானாக்களின் அபத்தமான வாதங்கள் மட்டுமே. இவர்கள் ஏற்கனவே நிலவிவரும் சூழலை மேலும் மோசமாக்குபவர்கள். இவர்களைத் தவிர, பொது வெளிகளில் பேச அனுமதிக்கப்படும் இந்திய முஸ்லிம்கள் எப்போதும் தமது இந்திய விசுவாசத்தை, தேசியக் கொடியின்மீது அவர்களுக்கு இருக்கும் பக்தியை நிரூபிப்பவர்களாக இருக்க

வேண்டும். கஷ்மீரிகளுக்கு அவர்களுடைய சரித்திரத்தின் காரணமாகவும், அதைவிட நிலவியலின் காரணமாகவும் –*ஆஸாதி* – சுதந்திரத்துக்கான கனவோடு போராடும் நிலை இருப்பதால், இந்திய முஸ்லிம்களுக்கு உடைந்த கப்பலின் மேற்தளத்தில் நின்று பழுது நீக்க வேண்டிய கட்டாயம் ஏற்பட்டிருக்கிறது.

('தேச விரோதிகள்' பட்டியலில் வேறு வகையினரும் இருக்கிறார்கள். மனித உரிமைச் செயல்பாட்டாளர்கள், வழக்கறிஞர்கள், மாணவர்கள், கல்வியாளர்கள், 'நகர்ப்புற மாவோயிஸ்ட்டுகள்'. இவர்கள்மீது தொடர்ந்து அவதூறுகள் சுமத்தப்பட்டுவருகின்றன. இஸ்ரேலின் ரகசியக் கண்காணிப்பு வலை வீசப்படுகிறது, பல நேரங்களில் இவர்கள் கொல்லப் படுகிறார்கள். இந்தப் பட்டியல் கூறும் கதை வேறு விதமானது).

தப்ரீஸ் அன்ஸாரியின் கொலை, எந்தளவுக்கு அழுகல் புரையோடிப் போயிருக்கிறது என்பதற்கு ஒரு உதாரணம். இது பலர் முன்னிலையில் பகிரங்கமாக, ஒரு சடங்கைப்போல நிகழ்த்தப்பட்ட படுகொலை. ஓர் ஆணையோ பெண்ணையோ எல்லோர் முன்னிலையிலும் ஒரு கும்பல் வெட்டிக் கொல்கிறது என்றால், அது கொலையுண்டவர்களின் சமூகம் அந்தக் கும்பலின் தயவில்தான் வாழ்ந்தாக வேண்டுமென்று எல்லோருக்கும் விடுக்கும் எச்சரிக்கை. காவல்துறையும் சட்டமும் அரசாங்கமும் மட்டுமல்ல, ஒரு ஈயைக்கூடக் கொல்லாத, தாமுண்டு தன் வேலையுண்டு என்று இருக்கும், வீட்டை விட்டுத் தேவை யில்லாமல் வெளியே காலெடுத்து வைக்காத நல்ல பிரஜைகள் எல்லாரும் இந்தக் கும்பலுக்கு நண்பர்கள். தப்ரீஸ் ஜூன் 2019இல் கொல்லப்பட்டார்.[21] அவர் ஓர் அநாதை. ஜார்க்கண்டில் அவருடைய மாமாக்களின் ஆதரவில் வளர்ந்தவர். பதின்வயதில் புனே நகருக்குச் சென்று அங்கு 'வெல்டிங்' வேலைகள் செய்து பிழைப்பை ஓட்டிக்கொண்டிருந்தார். இருபத்தியிரண்டு வயதாகியிருக்கும்போது திருமணம் செய்துகொள்வதற்காகச் சொந்த ஊருக்கு வந்தார். பதினெட்டு வயது ஷாஹிஸ்தாவைத் திருமணம் செய்துகொண்டு சில நாட்கள் கழித்து இருவரும் கடைத்தெருவுக்கு வந்தபோது ஒரு கும்பல் அவர்களை மடக்கியது. தப்ரீஸை ஒரு விளக்குக் கம்பத்தில் கட்டிவைத்து, இப்போது புதிய போர் முழக்கமாகியிருக்கும் 'ஜெய் ஸ்ரீராம்!' என்ற கோஷத்தை எழுப்பச் சொல்லி மணிக்கணக்காக அடித்திருக்கிறார்கள். பிறகு போலீஸ் வந்து அவரை விடுவித்துக் காவல்நிலையத்துக்குக் கொண்டுசென்று லாக்அப்பில் அடைத்திருக்கிறார்கள். அவருடைய உறவினர்களையும் இளம் மனைவியையும் அவரை மருத்துவமனைக்குக் கொண்டுசெல்ல அனுமதிக்க வில்லை. பதிலாக அவரைத் திருடன் என்று போலீசார்

சொல்லியிருக்கிறார்கள். ஒரு மாஜிஸ்ட்ரேட் முன்பு அவரை நிறுத்தியிருக்கிறார்கள். அவர் மீண்டும் சிறையில் அடைக்கப் பட்டார். நான்கு நாட்கள் கழித்து இறந்துபோனார்.

அக்டோபரில் வெளியிட்ட 'தேசிய குற்றச் செயல்கள் பதிவு மைய'த்தின அறிக்கையில் கூட்டு வன்கொலைகள் கவனமாகத் தவிர்க்கப்பட்டுள்ளன. இணையச் செய்தித்தளமான குவின்ட் *Quint* – 2015முதல் 113 பேர் கும்பல்களால் கொலை செய்யப்பட்டிருப்பதாகச் செய்தி வெளியிடப்பட்டுள்ளது.[22] வன்கொலையாளர்களும் வெறுப்பினால் உந்தப்பட்ட குற்றச் செயல்களில் ஈடுபட்டவர்களும் கூட்டுக் கொலைகளில் பங்கெடுத்தவர்களும் மோடியின் அமைச்சரவையில் இடமளிக்கப்பட்டுக் கௌரவப்படுத்தப்பட்டிருக்கிறார்கள். ட்விட்டரில் பிறந்தநாள் வாழ்த்து, இரங்கல் செய்தி என மும்முரமாகச் செயல்படும் மோடி, வன்கொலைகள் நிகழும்போது மட்டும் அமைதியாகிவிடுகிறார். கார் சக்கரத்தில் மாட்டிக்கொண்டு செத்துப்போகிற ஒவ்வொரு நாய்க்கும் அவர் இரங்கல் தெரிவிப்பார் என்று எதிர்பார்ப்பது சரியில்லாமல் இருக்கலாம். அல்லது இது அடிக்கடி நடப்பதால் அவரால் இரங்கல் தெரிவிக்க முடியாதிருக்கலாம். ஆர்எஸ்எஸ்ஸின் பெருந்தலைவர் மோகன் பகவத் 'வன்கொலை' என்ற கருத்தாக்கமே பைபிளிலிருந்து எடுத்தாளப்பட்டது என்றும், இந்துக்களிடம் அந்தக் கொலைமரபு இல்லையென்றும் கூறியிருந்தார். இந்த 'வன்கொலைத் தொற்று' என்பது குறித்த பேச்செல்லாம் இந்தியாவின் புகழைக் குலைக்கும் சதியென்றும் அவர் அறிவித்தார்.

ஐரோப்பாவில் இவர்களையொத்த கொள்கைகளைக் கொண்ட ஓர் அமைப்பு முதலில் ஒரு நாட்டைத் தன்வயப்படுத்திக் கொண்டு, பிறகு *Lebenstraum* (வாழிடம்) கேட்டபோது என்ன நடந்தது என்பதை நாமறிவோம். இந்த அமைப்பைப் பற்றி ஆரம்பத்தில் எழுப்பப்பட்ட எச்சரிக்கைகளை, உலகின் மற்ற நாடுகள் அலட்சியப்படுத்தியதால் என்ன ஆயிற்று என்பதையும் நாமறிவோம். தன்னை அசைக்க முடியாத வீரம் செறிந்தவர்கள் என்று நினைத்துக்கொண்டிருந்த ஆங்கிலோ – சாக்ஸன் உலகுக்கு அந்த எச்சரிக்கைகள் மிகவும் அற்பமானவையாகத் தோன்றியிருக்கக்கூடும். மிகையாகப் பயந்து, அல்லது தேவையில்லாமல் பயந்து, சந்தேகப்படுவதாக நினைத்திருக்கலாம்.

குறிப்பிட்ட சில மிகையுணர்ச்சி வெளிப்பாடுகளை நிச்சயம் ஏற்றுக்கொள்ளத்தான் வேண்டும். 22 செப்டம்பர் 2019 அன்று இதைப் போன்றதொரு உணர்ச்சி மேலிட்ட நிகழ்வு ஹூஸ்டன் நகரின் என்.ஆர்.ஜி. அரங்கத்தில் நடந்தது. நர்மதா

அணைத் திறப்பு விழாவில் நடைபெற்ற மோடியின் பிறந்தநாள் கொண்டாட்டத்துக்கு ஐந்து நாட்கள் கழித்து அமெரிக்காவில் நடைபெற்ற இந்நிகழ்ச்சியில் 50,000 அமெரிக்காவாழ் இந்தியர்கள் கலந்துகொண்டனர். 'ஹௌடி மோடி' என்ற இந்தக் கொண்டாட்ட நிகழ்வு உலகெங்கும் பெரும் கவனத்தை ஈர்த்தது.[23] அமெரிக்க ஜனாதிபதி டொனால்ட் ட்ரம்ப் மிகவும் பெருந்தன்மையோடு, வருகை புரிந்திருக்கும் பிரதமரைச் சிறப்பு விருந்தினர் என்று தன் நாட்டு மக்களிடம் அறிமுகம் செய்துவைத்தார். அமெரிக்கக் காங்கிரஸைச் சேர்ந்த பலரும் உரையாற்றினார்கள். அகலமாகப் புன்சிரித்தார்கள். மிகவும் குழைவாகத் தம்மைக் காட்டிக்கொண்டார்கள். வாத்திய இசை முழக்கங்களை மீறி கூட்டத்தினரின் "மோடி! மோடி! மோடி!" கோஷம் ஒலித்தது. நிகழ்ச்சியின் முடிவில் ட்ரம்ப்பும் மோடியும் தமது கைகளைக் கோத்துக்கொண்டு அரங்கத்தில் வெற்றி வலம் வந்தனர். அரங்கம் உற்சாகத்தில் வெடித்தது. இந்தச் சத்தங்கள் இந்தியத் தொலைக்காட்சி அலைவரிசைகளில் ஆயிரம் மடங்கு அதிகரித்து ஒலிக்கப்பட்டன. 'ஹௌடி' என்ற சொல் இந்திச் சொல்லாக மாறியது. அந்த அமெரிக்க அரங்கத்துக்கு வெளியே ஆயிரக்கணக்கானோர் மோடிக்கு எதிராகக் கண்டனக் கூட்டம் நடத்திக்கொண்டிருந்ததை எந்த சானலும் காட்டவில்லை.

அந்த நேரத்தில் எங்களில் சிலர் இந்த 'ஹௌடி மோடி' ஒளிபரப்பையும், மாடிஸன் ஸ்கொயர் கார்டனில் 1939இல் நடைபெற்ற ஊர்வலத்தைப் பற்றி மார்ஷல் கர்ரி தயாரித்திருந்த குறும்படத்தையும் சானல்களை மாற்றிமாற்றிப் பார்த்துப் பயந்துகொண்டிருந்தோம்.[24]

ஹூஸ்டன் அரங்கத்தின் 50,000 பேர் கூச்சலால் கஷ்மீரின் செவியைப் பிளக்கும் நிசப்தத்தை மூடிமறைக்க முடியவில்லை. அந்த செப்டம்பர் 22ஆம் தேதி, கஷ்மீர் பள்ளத்தாக்கில் ஊரடங்கு, தகவல் தொடர்புத் துண்டிப்பின் நாற்பத்தியெட்டாவது நாள்.

மீண்டும் ஒருமுறை மோடி தனக்கேயுரித்தான இரக்கமற்ற கொடுஞ்செயல்களை அண்மைக் காலங்களில் கேள்விப்பட்டிராத அளவுக்குத் தீவிரமாகச் செயல்படுத்தத் தொடங்கினார். அவருடைய விசுவாசிகள் மீண்டும் அவரைக் கொண்டாடத் தொடங்கினர். ஆகஸ்ட் 6ஆம் தேதி ஜம்மு கஷ்மீர் மறுசீரமைப்புச் சட்டம் இந்திய நாடாளுமன்றத்தில் நிறைவேற்றப்பட்டபோது அரசியல் தரப்பெங்கிலும் பாராட்டுகள் குவிந்தன. அலுவலகங் களில் இனிப்புகள் விநியோகிக்கப்பட்டன. தெருக்களில் உற்சாக நடனங்கள் ஆடினார்கள். அது ஒரு கைப்பற்றலுக்கும் காலனியாக்கத்துக்கும் இடையிலான இணைப்பு. இந்து தேசத்துக்கு மற்றுமொரு வெற்றி. வெற்றியாளர்களின் பார்வை மீண்டும்

பாரம்பரிய வெற்றி நினைவுச் சின்னங்களான பெண்கள், நிலம் ஆகியவற்றின்பால் திரும்பியது. மூத்த பாஜக தலைவர்களின் கூற்றுகளும் திடீரென முளைத்து லட்சக்கணக்கானோர் பார்த்து ரசித்த தேசபக்தி பாப் வீடியோக்களும் இந்த அநாகரிகத்தை அங்கீகரித்தன.[25] கூகுள் தேடுபொறியில் 'கஷ்மீரப் பெண்களைக் கல்யாணம் செய்துகொள்வது' பற்றியும் 'கஷ்மீரில் நிலம் வாங்குவது' பற்றியும் தேடல்கள் அதீதமாக உயர்ந்தன.

கூகுளில் நடக்கும் இத்தலைகுனிவுத் தேடல்களோடு இந்த விஷயம் முடிந்துவிடவில்லை. கஷ்மீர் முற்றுகை தொடங்கிய சில வாரங்களிலேயே வனப் பராமரிப்புக் குழு கஷ்மீரின் வனப்பகுதிகளைப் பிற பயன்பாடுகளுக்காக மாற்றம் செய்யும் 125 திட்டங்களுக்கு அனுமதியளித்தது.[26]

ஊரடங்கு தொடங்கிய ஆரம்ப தினங்களில், கஷ்மீர் பள்ளத்தாக்கிலிருந்து கிட்டத்தட்ட எந்தச் செய்தியும் வெளியே வரவேயில்லை. இந்திய அரசு எதை நாங்கள் கேட்க வேண்டும் என்று நினைக்கிறதோ, அவற்றை மட்டுமே இந்திய ஊடகங்கள் செய்திகளாக வெளியிட்டுவந்தன. கஷ்மீரின் செய்தித்தாள்கள் எல்லாமே முழுமையாகத் தணிக்கை செய்யப்பட்டிருந்தன. அவற்றின் பக்கங்களில் ரத்துசெய்யப்பட்ட திருமணங்கள் பற்றிய அறிவிப்புகள், பருவநிலை மாற்றத்தின் விளைவுகள், ஏரிகளையும் வனவிலங்குகளையும், சரணாலயங்களையும் பாதுகாப்பதன் அவசியம் குறித்த கட்டுரைகள், நீரிழிவு நோயுடன் வாழ்வது எப்படி என்பது போன்ற உபயோகமான மருத்துவ ஆலோசனைகள் போன்றவற்றுடன் முதல் பக்கங்களில் அரசு விளம்பரங்கள் வெளியாகிக்கொண்டிருந்தன. இந்த விளம்பரங்களும் கஷ்மீரின் சட்டத் தகுதியிறக்கத்துக்குப் பிறகு கஷ்மீர் மக்களுக்கு என்னென்ன நற்பலன்கள் கிடைக்கப்போகின்றன என்றுதான் பட்டியலிட்டுக்கொண்டிருந்தன.[27] இந்த 'நற்பலன்கள்' என்பவை கஷ்மீரின் ஊடாகப் பாய்கின்ற நதிநீரைக் கையகப்படுத்திக் கொள்ளும் திட்டங்கள் பற்றியவை. காடழிப்பினால் உண்டாகும் மண் அரிப்பு, இமாலயத்தின் சூழல் மண்டல அழிப்பு, இந்திய கார்ப்பொரேட் நிறுவனங்களால் அழியப்போகும் கஷ்மீரின் இயற்கை அழகும் இயற்கை வளங்களும் போன்றவை இந்த விளம்பரங்களில் குறிப்பிடப்படுவதில்லை.

சாதாரண மக்களின் வாழ்க்கை குறித்த உண்மையான செய்திகள் பெரும்பாலும் சர்வதேச ஊடகங்கள் வழியாகவே வெளிவருகின்றன. *Agence France – Presse, Associated Press, Al Jazeera, Guardian, BBC, The New York Times, Washington Post* போன்ற ஊடகங்களில் பணியாற்றும் கஷ்மீரைச் சேர்ந்த செய்தியாளர்களும் புகைப்படக் கலைஞர்களும் நவீன

ஊடகவியலாளர்களுக்குக் கிடைக்கக்கூடிய எந்தத் தொழில்நுட்ப வசதியும் இல்லாத 'தகவல் தொடர்பு வெற்றிடத்தில்' இருந்து கொண்டு, தம்முயிரைப் பணயம் வைத்து அபாயகரமான பகுதிகளைக் கடந்துவந்து செய்திகளை அனுப்புகிறார்கள். இவர்கள் அனுப்பும் செய்திகளின் மூலம்தான் இரவு நேரங்களில் நடத்தப்படும் சோதனைகளைப் பற்றியும், இளைஞர்களைப் பிடித்துவைத்து மணிக்கணக்காக அவர்களை அடித்துத் துன்புறுத்துவதைப் பற்றியும், அவர்களுடைய அலறல்களைச் சுற்றுவட்டாரம் முழுக்க, அந்த இளைஞர்களின் குடும்பத்தினர் கேட்கும்படி சத்தமாக ஒலிபெருக்கிகளில் ஒலிக்கவைப்பதையும், ராணுவத்தினர் கிராம மக்களின் வீடுகளுக்குள் நுழைந்து அவர்கள் குளிர்காலத்துக்காகச் சேமித்துவைத்திருக்கும் உணவுப் பொருட்கள்மீது உரத்தையும் மண்ணெண்ணையையும் ஊற்றி நாசமாக்குவதையும் அறிந்துகொள்ள முடிகிறது.[28] பதின்வயதினரைப் பற்றிய செய்திகள், ஷாட் கன் ரவைகளால் அந்த இளைஞர்களின் உடல்கள் துளைக்கப்பட்ட செய்திகள், அவர்களை மருத்துவமனைக்குக் கூட்டிச் செல்ல முயன்றால் வழியிலேயே கைது செய்யப்படும் அபாயமிருப்பதால் வீட்டிலேயே சிகிச்சை அளிக்கப்படும் செய்திகள்.[29] பெற்றோர்கள் அதீதப் பயத்தில் தம்முடைய குழந்தைகளைக் கண்காணாத இடங்களில் ஒளித்து வைப்பதற்காக நட்டநடு இரவில் கூட்டிச்செல்லும் செய்திகள்.[30] அச்சத்தையும் கோபத்தையும் மன அழுத்தத்தையும் குழப்பத்தையும் மனவுறுதியையும் குலையாத எதிர்ப்புணர்வையும் சொல்லும் செய்திகள்.

ஆனால் உண்மையில் ஊரடங்கு என்பது மக்களின் கற்பனையில்தான் இருக்கிறது என்றார் உள்துறை அமைச்சர் அமித் ஷா. ஜம்மு கஷ்மீரின் ஆளுநர் சத்ய பால் மாலிக், தொலைபேசி இணைப்புகள் கஷ்மீர் மக்களுக்கு அவசியமானவையல்ல, அவை பயங்கரவாதிகளால் மட்டுமே பயன்படுத்தப்படுபவை என்றார். ராணுவத் தலைவர் பிபின் ராவத், "ஜம்மு கஷ்மீரில் இயல்புநிலை பாதிக்கப்படவில்லை. மக்கள் தமது அத்தியாவசிய வேலைகளைச் செய்துகொண்டுதான் இருக்கிறார்கள் ... தங்களுடைய வாழ்க்கையே பாதிக்கப்பட்டிருக்கிறது என்று சொல்பவர்களெல்லாம் பயங்கரவாதத்தைச் சார்ந்து பிழைப்பு நடத்திக்கொண்டிருப்பவர்கள்," என்றார்.[31] இந்திய அரசு யாரையெல்லாம் பயங்கரவாதிகளாகப் பார்க்கிறது என்பதை நாம் தெரிந்துகொள்வது ஒன்றும் கடினமான காரியமல்ல.

நியூயார்க் நகரத்தில் தகவல்தொடர்பு ரத்து செய்யப்பட்டு ஆயிரக்கணக்கான ராணுவ வீரர்களைக் கொண்டு ஊரடங்கில் இருப்பதாகக் கற்பனை செய்துகொள்ளுங்கள். உங்கள் நகரம்

முழுக்க முள்வேலிகள் கட்டப்பட்டிருப்பதாகவும், சித்திரவதை முகாம்கள் எல்லா இடங்களிலும் இருப்பதாகவும் கற்பனை செய்துபாருங்கள். உங்கள் குடியிருப்புக்குப் பக்கத்தில் சின்னதாக ஒரு அபு-காரிப் தோன்றினால் எப்படியிருக்கும் என்று கற்பனை செய்துபாருங்கள். உங்களில் ஆயிரக்கணக்கானோர் கைது செய்யப்பட்டு எங்கேயென்று தெரியாமல் ஏதோ ஓரிடத்துக்கு உங்களைக் கூட்டிச்சென்றால் எப்படியிருக்கும் என்று கற்பனை செய்து பாருங்கள். உங்களால் யாரோடும் தொடர்புகொள்ள முடியாமலிருந்தால் எப்படியிருக்குமென்று கற்பனை செய்து பாருங்கள். வங்கிகளும் பள்ளிகளும் மூடப்பட்டிருப்பதையும் குழந்தைகள் வீட்டிலேயே அடைபட்டிருப்பதையும் கற்பனை செய்துபாருங்கள். உங்கள் பெற்றோரோ, உடன் பிறந்தோரோ, உங்கள் துணைவரோ, குழந்தையோ மரணத் தறுவாயில் இருப்பதை வாரக்கணக்கில் நீங்கள் அறியாமலிருக்கும் நிலையைக் கற்பனை செய்து பாருங்கள். அவசர மருத்துவச் சிகிச்சை, அவசர மனநலச் சிகிச்சை, சட்டரீதியான அவசரங்கள், உணவுப் பற்றாக்குறை, பணப் பற்றாக்குறை, எரிபொருள் பற்றாக்குறை ... இவற்றைக் கற்பனை செய்துபாருங்கள். ஒரு தினக்கூலியாக, ஒப்பந்தத் தொழிலாளியாக, வாரக் கணக்கில் எதுவும் சம்பாதிக்க முடியாமல் இருப்பதாகக் கற்பனை செய்துபாருங்கள். மேற்சொன்னவை எல்லாமே உங்கள் நல்லதுக்காகத்தான் செய்யப்படுகின்றன என்று உங்களிடம் அரசாங்கம் சொல்வதாகக் கற்பனை செய்துபாருங்கள்.

கடந்த சில மாதங்களாகக் கஷ்மீரிகள் அனுபவித்துவரும் பயங்கரங்கள், முப்பது வருடங்களாக நடந்துவரும் ஆயுதப் போரில் 70,000 பேரை இழந்து பள்ளத்தாக்கெங்கிலும் கல்லறைகள் முளைத்திருக்கும் துயரச் சரித்திரத்தின் உச்சகட்டம். போர், பணம், சித்திரவதை, கூட்டாகக் காணாமலடிக்கப்படுதல், ஐந்து லட்சத்துக்கும் அதிகமான ராணுவ வீரர்கள், மொத்தக் கஷ்மீர் மக்கள் தொகை மீதும் கொலைகார அடிப்படைவாதிகள் என்று சுமத்தப்பட்ட அவதூறு என இதுவரை தம்மீது வீசப்பட்ட அத்தனை அஸ்திரங்களையும் தாங்கிக்கொண்டு எதிர்த்து நின்றுவருகிறார்கள் அவர்கள்.

ராணுவ முற்றுகை தொடங்கி மூன்று மாதங்களுக்கு மேலாகிறது. கஷ்மீரின் தலைவர்கள் இன்னமும் சிறையில்தான் இருக்கிறார்கள். அவர்களை விடுதலை செய்வதற்கு ஒரேயொரு நிபந்தனை மட்டுமே விதிக்கப்பட்டிருக்கிறது. ஒரு வருடத்துக்கு எந்த அறிக்கையும் பொதுவில் வெளியிடமாட்டோம் என்று ஓர் உறுதிமொழி அளிக்க வேண்டும். பெரும்பாலோர் இதற்கு உடன்படவில்லை.

இப்போது ஊரடங்கு தளர்த்தப்பட்டிருக்கிறது. பள்ளிகள் திறந்திருக்கின்றன. சில தொலைபேசி இணைப்புகள் வேலைசெய்யத் தொடங்கியிருக்கின்றன. 'இயல்பு நிலை' திரும்பிவிட்டதாக அறிவிக்கப்பட்டுள்ளது. கஷ்மீரில் 'இயல்பு நிலை' என்பது எப்போதுமே பிரகடனம் செய்யப்படுவதுதான். அரசாலோ அல்லது ராணுவத்தாலோ அளிக்கப்படும் கட்டளை அது. மக்களின் தினசரி வாழ்க்கைக்குத் தொடர்பில்லாதது.

இப்புதிய இயல்பு நிலையைக் கஷ்மீர் இதுவரை ஏற்றுக் கொள்ளவில்லை. பள்ளிக்கூட வகுப்பறைகள் காலியாக இருக்கின்றன, தெருக்கள் வெறிச்சோடியிருக்கின்றன, பள்ளத்தாக்கின் பிரதான வர்த்தகமான ஆப்பிள் உற்பத்தி நிலை தடுமாறிப் பழங்கள் தோட்டங்களில் அழுகிக்கொண்டிருக்கின்றன. பெற்றோருக்கோ விவசாயிக்கோ இதைவிடத் தாங்க முடியாத் துயரம் வேறு இருக்க முடியுமா? அவர்களுடைய அடையாளமே முற்றாகத் துடைத்தழிக்கப்படுவதுதான் ஒருவேளை எல்லா வற்றையும்விடப் பெருந்துயரமாக இருக்க முடியும்.

கஷ்மீர் போராட்டத்தின் முகம் இப்போது மாறியிருக்கிறது. இனி முதற்கொண்டு எல்லா இந்தியர்களும் எதிரிகள் என்றும், அவர்கள் எல்லோரும் தாக்குதலுக்கான இலக்குகள் என்றும் போராளிகள் அறிவித்திருக்கின்றனர். இதற்குள் பத்துப் பேருக்கு மேல் சுட்டுக் கொல்லப்பட்டிருக்கிறார்கள். பெரும்பாலும் கஷ்மீரல்லாத வெளிமாநிலக் கூலித் தொழிலாளர்கள்; (ஆம் ஏழைகள்தாம்; எப்போதும் ஏழைகளே அப்பாவிப் பலிகளாக இருப்பவர்கள்). நிலைமை மோசமடைந்து வருகிறது. மிகவும் மோசமடைந்துகொண்டுவருகிறது.

அண்மைக் காலத்தின் இந்த வரலாறு எல்லாமே விரைவில் மறக்கடிக்கப்பட்டுவிடும். தொலைக்காட்சி விவாதங்களில் இந்திய ராணுவத்தினரின் அட்டூழியங்களையும் கஷ்மீர் போராளிகளின் பயங்கரவாதத்தையும் ஒன்றிணைத்துப் பேசத் தொடங்குவார்கள். கஷ்மீரைப் பற்றிப் பேச்செடுத்தாலே இந்திய அரசும் அதன் ஊடகங்களும் உடனே பாகிஸ்தானைப் பற்றிப் பேசத் தொடங்கிவிடுவார்கள். முழுநேரமும் விரோதத்துடனே செயல்பட்டுக்கொண்டிருக்கும் பக்கத்து நாட்டின் தீச்செயல்களை யும், ராணுவக் கட்டுப்பாட்டின் கீழிருக்கும் ஒரு பகுதியினரின் ஜனநாயக எதிர்பார்ப்புகளையும் வேண்டுமென்றே ஒன்றாக இணைத்தும் ஒப்பிட்டும் விவாதிப்பார்கள். கஷ்மீர் மக்களுக்கு இப்போது இருக்கும் ஒரே தெரிந்தெடுப்புரிமை, முழுமையான சமரசம் மட்டுமே என்று இந்திய அரசு தெளிவாக அறிவித்திருக் கிறது. வன்முறை வழியிலோ, பேச்சிலோ, எழுத்திலோ, பாட்டிலோ எந்த வடிவத்திலும் எதிர்ப்புகள் எழுவதைச் சகித்துக்கொள்ள

அருந்ததி ராய்

முடியாது. இருப்பினும் கஷ்மீரிகள் அறிவார்கள், வாழ வேண்டுமானால் எதிர்க்கத்தான் வேண்டுமென்று.

அவர்கள் ஏன் இந்தியாவின் ஒரு பகுதியாக இருக்க விரும்பவில்லை? என்ன காரணத்துக்காக அவர்கள் இருந்தாக வேண்டும்? சுதந்திரம்தான் அவர்களுக்கு வேண்டுமென்றால், அந்தச் சுதந்திரம் அவர்களுக்குக் கிடைப்பதாக இருக்க வேண்டும்.

இந்தியர்களுக்கும் அதுதான் கிடைக்க வேண்டும். கஷ்மீரிகளுக்காக அல்ல, அவர்களுக்காகவே. அவர்களுடைய பெயரால் நிகழ்த்தப்படும் அட்டூழியங்கள் இந்தியாவை அரித்தழிக்காமல் ஓயாது. கஷ்மீரால் இந்தியாவைத் தோற்கடிக்க முடியாமல் போகலாம், ஆனால் அது இந்தியாவை வாட்டிப் பொசுக்கிவிடும். பல வழிகளில் அது இந்தியாவை ஏற்கனவே விழுங்கியிருக்கிறது.

அமெரிக்காவில் குடியேறுவது என்ற உச்சபட்ச இந்தியக் கனவை நிறைவேற்றிக்கொண்ட, ஹூஸ்டன் அரங்குக்கு வெளியே குழுமியிருந்த அந்த 50,000 கொண்டாட்டக்காரர்களுக்கு இதெல்லாம் ஒரு பொருட்டாக இருக்கப்போவதில்லை. அவர்களைப் பொறுத்தவரை கஷ்மீர் என்பதே ஒரு சலிப்பூட்டும் பழைய புதிர். இதற்கான நிரந்தரத் தீர்வு பாஜகவிடம் இருக்கிறது என்பது அவர்களுடைய முட்டாள்த்தனமான நம்பிக்கை. அவர்களே குடியேறிகளாக இருப்பதால் அஸ்ஸாம் மாநிலத்தில் நடந்துகொண்டிருப்பவற்றை நுட்பமாகப் புரிந்துகொள்வது ஒருவேளை சாத்தியப்படலாம். ஒருவேளை அப்படிப்பட்ட நம்பிக்கையும் நிராசையாகிவிடக்கூடும். மிகவும் கொடுத்து வைத்த, அதிர்ஷ்டக்காரக் குடியேறிகளாக இருப்பதால் அஸ்லாம் பிரச்சனையை அவர்கள் பொருட்படுத்தாமல் இருப்பதற்கும் வாய்ப்பிருக்கிறது. அந்த ஹூஸ்டன் அரங்கில் இருந்த பெரும்பாலோர், விடுமுறையைக் கழிப்பதற்குத் தனியாக ஒரு பண்ணை வீட்டை வைத்திருப்பவர்களைப்போல, அமெரிக்கக் குடியுரிமையையும் வெளிநாட்டு இந்தியக் குடியுரிமைச் சான்றிதழையும் (Overseas Citizenship of India) வைத்திருப்பவர்களாக இருக்கக்கூடும்.

அஸ்ஸாமில் வசிக்கும் மக்களில் ஏறத்தாழ இரண்டு லட்சம் பேரின் பெயர்கள் தேசியக் குடிமக்கள் அடங்கலில் இடம்பெறாத பட்டியல் வெளியிடப்பட்டு 22 நாட்கள் கழித்து நடந்த நிகழ்ச்சி இந்த 'ஹௌடி மோடி'.

கஷ்மீரைப் போன்றே அஸ்ஸாமும் தனிப்பட்ட இறையாண்மைகளைக் கொண்ட பிரதேசங்களை உள்ளடக்கிய வரலாற்றைக் கொண்டது, பல நூற்றாண்டுகளாக

இடப்பெயர்வுகளையும் போர்களையும் ஆக்கிரமிப்புகளையும் தொடர்ந்து மாறிக்கொண்டேயிருக்கும் எல்லைக் கோடுகளையும் பிரிட்டிஷ் காலனியாதிக்கத்தையும் கண்டிருக்கும் எல்லைப்புற மாநிலம் அது. ஆனால் கடந்த எழுபது ஆண்டுகளுக்கு மேலாக இங்கு நடந்துவரும் ஜனநாயகத் தேர்தல் முயற்சிகள் ஏற்கனவே அடங்கியிருந்த பல்வேறு கருத்து வேற்றுமைகளைத் தொடர்ந்து கிளறிக் கிளறி, எந்நேரமும் பற்றியெரியக்கூடிய அபாயப் பிரதேசமாக இம்மாநிலத்தை மாற்றிவைத்திருக்கிறது.

தேசியக் குடிமக்கள் அடங்கல் போன்ற ஒரு பட்டியல் தயாரிக்கப்பட்டதன் பின்னணியில் அஸ்ஸாமின் தனித்துவமான கலாச்சார வரலாற்றுக்கு முக்கிய பங்கு இருக்கிறது. 1826இல் முடிந்த முதல் ஆங்கில – பர்மியப் போரின் முடிவில் அமைதி ஒப்பந்தத்தின்படி ஆங்கிலேயர்களுக்குப் பர்மாவினால் தாரை வார்க்கப்பட்ட பகுதிகளில் அஸ்ஸாமும் ஒன்று. அச்சமயத்தில் அது காடுகள் அடர்ந்த, வெகு குறைவான மக்களே வாழ்ந்துவந்த ஒரு சமஸ்தானப் பிரதேசம். ஆயினும் அம்மக்களிடையே போடோக்கள், கச்சார், மிஷிங், லாலுங், அஹோமிய இந்துக்கள், அஹோமிய முஸ்லிம்கள் என நூற்றுக்கணக்கான இனங்கள் இருந்தன. ஒவ்வோர் இனத்துக்கும் தனியான மொழி அல்லது பேச்சுவழக்கு இருந்தது. அவர்கள் எல்லோருமே தத்தம் நிலங்களோடு ஆழ்ந்த பிணைப்புக் கொண்டிருந்தவர்கள். இந்த மனித – நில உறவுமுறை கலாச்சார ரீதியாகத் தலைமுறைகளாக வழிவந்தது. அஸ்ஸாம் என்பது சிறுபான்மை இனங்கள் ஒன்றாகக் கூட்டுச்சேர்ந்து இன–மொழி அடிப்படையில் ஒரு பெரும்பான்மைத் தரப்பாகக் கட்டமைத்துக்கொண்டு இந்தியாவின் ஒரு நுண்மாதிரிப் படிவத்தைப்போல இருந்து வந்திருக்கிறது. இதன் சமநிலையை மாற்றுகிற, அச்சுறுத்துகிற எந்த முயற்சியும் பெரும் வன்முறையைத் தூண்டுபவையாகி விடுகின்றன.

இதைப்போன்ற திருத்தியமைத்தலின் விதைகள் அஸ்ஸாமின் புதிய ஆட்சியாளர்களான பிரிட்டிஷாரால் 1837இல் துவக்கப்பட்டன. அவர்கள் அப்பிரதேசத்தின் அரசாங்க மொழியாக வங்க மொழியை அறிவித்தனர். இதனால் கிட்டத்தட்ட எல்லா நிர்வாக, அரசுப் பணியிடங்களும் படித்த, இந்து, வங்க மொழி பேசும் மேட்டுக்குடியினருக்கே செல்லத் தொடங்கின. இது 1870களின் ஆரம்பத்தில் சற்று மாற்றியமைக்கப்பட்டு, வங்க மொழியோடு அஸ்ஸாமிய மொழிக்கும் அரசு அலுவல்மொழித் தகுதி அளிக்கப்பட்டது. என்றாலும் அஸ்ஸாமிய, வங்க மொழிகளைப் பேசுபவர்களிடையே அதிகாரப் பகிர்வு பெரும் சிக்கலை எழுப்பியது. இவ்விரு தரப்பினரிடையிலும் ஏற்படத்

தொடங்கிய விரோதம் இருநூறு ஆண்டுகளாகத் தொடர்ந்து, வளர்ந்து வந்திருக்கிறது.

பத்தொன்பதாம் நூற்றாண்டின் மத்தியில் இப்பிரதேசத்தின் வானிலையும் மண்வளமும் தேயிலை வளர்ப்புக்கு உகந்ததாக இருப்பது பிரிட்டிஷாரால் கண்டுபிடிக்கப்பட்டது. இத் தேயிலைத் தோட்டங்களில் பண்ணையாட்களாக வேலை பார்க்க உள்ளூர்வாசிகள் விரும்பாததால் மத்திய இந்தியாவிலிருந்து ஏராளமான பழங்குடியினர் வரவழைக்கப்பட்டனர். உலகெங்கும் தமது காலனி நாடுகளில் அடிமைகளாகப் பணியாற்ற பிரிட்டிஷார் இறக்குமதி செய்த ஒப்பந்தக் கூலிகளுக்கும் இவர்களுக்கும் எந்த வித்தியாசமும் இல்லை. இன்று தேயிலைத் தோட்டக் கூலிகளின் எண்ணிக்கை அஸ்ஸாமின் மொத்த மக்கள் தொகையில் 15 முதல் 20 சதவீதம்வரை. ஆனால் தென்னாப்பிரிக்காவில் குடியமர்த்தப்பட்ட இந்தியத் தொழிலாளர்களைப் போலல்லாமல், அஸ்ஸாமின் தேயிலைத் தோட்டக் கூலிகளை உள்ளூர் மக்கள் கேவலமாகப் பார்க்கிறார்கள். தோட்ட முதலாளிகள் அவர்களை அடிமைகளாக நடத்துகிறார்கள். சொற்பக் கூலிக்குக் கடுமையாக வேலை வாங்கப்படுகிறார்கள்.

1890களின் கடைசியில் தேயிலைத் தொழில் வெகுவாக வளர்ந்துவிட்டது. அஸ்ஸாமை ஒட்டியிருக்கும் கிழக்கு வங்கத்தில் விளைச்சல் உச்சநிலையை அடைந்து மேலும் பெருகுவதற்கு வாய்ப்பின்றிப்போனதும் வங்க முஸ்லிம் விவசாயிகளை அஸ்ஸாமுக்குக் குடிபெயர்ந்துவிட பிரிட்டிஷார் ஊக்குவித்தனர். வங்க முஸ்லிம் விவசாயிகள் கடுமையான உழைப்பாளிகள். இடம் மாறிக்கொண்டேயிருக்கும் பிரம்மபுத்திராவின் தீவுத் தொகுதிகளில் வளமிக்க, ஆற்றோர வண்டல் நிலங்களை – இவற்றுக்கு ச்சார்கள் என்று பெயர் – விளைச்சல் நிலமாக்குவதில் வல்லவர்கள். பிரிட்டிஷாரைப் பொறுத்தவரை அஸ்ஸாமின் வனப்பகுதிகளும் நிலப்பகுதிகளும் யாருக்கும் சொந்தமற்ற (terra nullius) எடுப்பார் கைநிலமாக இருந்தால், அது terra-almost-nullius என கிட்டத்தட்ட அவர்களுக்கு சொந்தநிலமாக மாறிவிடுபவை. அஸ்ஸாமின் பல்வேறு பூர்வகுடிகளை ஒரு பொருட்டாகவே கருதாமல், அவர்களைக் கணக்கில் எடுத்துக் கொள்ளாமல், பிரிட்டிஷார் வருவாய்ப் பெருக்கத்துக்கு மட்டும் அவர்களைப் பயன்படுத்திக்கொண்டனர். குடியேறிகள் ஆயிரக்கணக்கில் வந்தனர். காடுகளை அழித்தனர். சதுப்பு நிலங்களை விளைநிலங்களாக மாற்றி உணவுப் பயிர்களையும் சணலையும் வளர்த்தனர். 1930களில் இந்தக் குடியேறிகளால் அஸ்ஸாமின் பொருளாதாரமும் இனப் புள்ளியியலும் பெரும் மாற்றமடைந்தன.

ஆஸாதி

ஆரம்பத்தில் குடியேறிகள் அஸ்ஸாமியத் தேசியவாதக் குழுக்களால் வரவேற்கப்பட்டாலும், இன, மத, மொழிவாதச் சிக்கல்கள் விரைவிலேயே தலைதூக்கத் தொடங்கின. 1941 மக்கள்தொகைக் கணக்கெடுப்பின்போது ஒரு சமாதான முன்னெடுப்பாக வங்க மொழி பேசும் முஸ்லிம்கள் அனைவரும் (அவர்களுடைய பேச்சுமொழி ஒட்டுமொத்தமாக 'மியா' மொழி என்று அழைக்கப்படுவது) அஸ்ஸாமிய மொழியைத் தமது தாய்மொழியாகப் பதிவு செய்தனர். இதன்மூலம் அஸ்ஸாமிய மொழி அதிகாரப்பூர்வ அரசு மொழித் தகுதியைத் தக்கவைத்துக்கொண்டது. இதனால் பதற்றமும் சற்றுத் தணிந்தது. இன்றும் 'மியா' பேச்சுவழக்கு அஸ்ஸாமிய வரிவடித்தில்தான் எழுதப்படுகிறது.

இவ்வளவு ஆண்டுகளில் அஸ்ஸாமின் எல்லைக்கோடு களைத் திரும்பத்திரும்ப மாற்றியமைத்துக்கொண்டிருந்ததை விவரித்தால் தலை சுற்றும். பிரிட்டிஷார் 1905இல் வங்கத்தைப் பிரித்தபோது அஸ்ஸாம் பிரதேசத்தை முஸ்லிம்கள் பெரும் பான்மையாக உள்ள கிழக்கு வங்கத்துடன் இணைத்தனர். இப்பகுதிக்கு டாக்கா தலைநகராக இருந்தது. இதுவரை அஸ்ஸாமில் குடியேறிகளாகச் சிறுபான்மையில் இருந்தவர்கள் இப்போது திடீரெனப் பெரும்பான்மையினரின் ஒரு பகுதியாக மாறிவிட்டனர். ஆறு வருடங்கள் கழித்து வங்கம் மீண்டும் ஒன்றிணைக்கப்பட்டபோது, அஸ்ஸாம் தனிப் பிரதேசமாக மாறியது. அதன் வங்காள மக்கள் மீண்டும் குடியேறிகளா னார்கள். 1947ஆம் வருடப் பிரிவினையில் கிழக்கு வங்காளம், பாகிஸ்தானின் பகுதியாக மாறியது. அஸ்ஸாமில் குடியேறியிருந்த வங்க முஸ்லிம்கள் இடம்பெயராமல் அங்கேயே தங்கிவிட்டனர். ஆனால் பிரிவினையால் வங்கத்து இந்து, முஸ்லிம் அகதிகளின் வரத்து அஸ்ஸாமில் அதிகரித்தது. இதன் பிறகு 1971இல் மீண்டும் அகதிகளின் வருகை பெருமளவில் நடந்தது. பாகிஸ்தான் ராணுவத்தின் இனவெறித் தாக்குதல்களிலிருந்து தப்பித்து அஸ்ஸாமுக்குள் அகதிகள் குடியேறினர். பங்களாதேஷ் என்ற புதிய நாடு பிறக்கக் காரணமாயிருந்த விடுதலைப் போரில் லட்சக்கணக்கானோர் பலியாகினர்.

எனவே, அஸ்ஸாம் முதலில் கிழக்கு வங்கத்தின் ஒரு பகுதியாக இருந்தது. அதன் பிறகு தனியாகியது. கிழக்கு வங்கம் கிழக்குப் பாகிஸ்தானாகியது. கிழக்குப் பாகிஸ்தான் பிறகு பங்களாதேஷாகியது. தேசங்கள் மாறின, கோஷங்கள் மாறின, தேசிய கீதங்கள் மாறின. நகரங்கள் வளர்ந்தன, வனங்கள் அழிந்தன, சதுப்பு நிலங்கள் மீட்கப்பட்டன, பழங்குடி மக்கள்

நவீன 'முன்னேற்ற'த்தால் விழுங்கப்பட்டனர். மக்களிடையே பிளவுகள் முற்றிக் கடினமாகி, சரிப்படுத்த முடியாமலாகின.

பாகிஸ்தானிலிருந்து பங்களாதேஷை விடுதலைபெற வைத்ததில் தான் ஆற்றிய பங்கைக் குறித்து இந்திய அரசு பெருமிதம் கொள்கிறது. அப்போதைய இந்தியப் பிரதமர் இந்திரா காந்தி பாகிஸ்தானின் ஆதரவாளர்களான சீனா, அமெரிக்காவின் அச்சுறுத்தல்களைப் பொருட்படுத்தாமல், இனப்படுகொலையைத் தடுப்பதற்கு இந்திய ராணுவத்தை அனுப்பினார். ஒரு 'தர்ம யுத்த'த்தை நடத்தியதில் உண்டான பெருமை, அகதிகளுக்கோ, அஸ்ஸாமிய மக்களுக்கோ, அல்லது அண்டை மாநிலங்களுக்கோ நியாயத்தை, உண்மையான அக்கறையை, ஒழுங்கான உள்நாட்டுக் கொள்கையை ஏற்படுத்தித் தரவில்லை.

தேசியக் குடிமக்கள் அடங்கலுக்கான கோரிக்கை அஸ்ஸாமிலிருந்து எழுந்ததற்கு அதன் விசேஷமான, குழப்பமான வரலாறே காரணம். இங்கே 'தேசியம்' என்ற சொல், இந்தியாவைக் காட்டிலும் அஸ்ஸாமையே குறிப்பதாக இருக்கிறது. 1951ஆம் வருடம் தயாரிக்கப்பட்ட முதல் தேசியக் குடிமக்கள் அடங்கலைப் புதுப்பிக்க வேண்டும் என்ற கோரிக்கை 1979 முதல் 1985வரை கொழுந்துவிட்டெரிந்த மாணவர்கள் தலைமையிலான அஸ்ஸாமியத் தேசிய இயக்கத்தின் போராட்டங்களால் எழுப்பப்பட்டது. இப்போராட்டத்துடன் பிரிவினைவாத ஆயுதப் போராட்ட இயக்கமும் சேர்ந்திருந்ததால் பல்லாயிரக்கணக்கானோர் உயிரிழந்தனர். வாக்காளர் பட்டியல்களிலிருந்து 'அயல் நாட்டவர்'களை நீக்காவிட்டால் தேர்தல்களைப் புறக்கணிப்போம் என்று அஸ்ஸாமியத் தேசியவாதிகள் அறிவித்தனர். அவர்கள் மூன்று 'D'களை கோஷமாகக் கொண்டிருந்தனர்: Detect, Delete, Deport (கண்டெடு, நீக்கு, வெளியேற்று). 'அயல்நாட்டவர்கள்' எனப்பட்டவர்கள் 50 லட்சத்திலிருந்து 80 லட்சம் பேர் இருப்பார்கள் என உத்தேசக் கணக்குச் சொல்லப்பட்டது. இந்தப் போராட்டம் சில நாட்களிலேயே வன்முறைக்கு மாறியது. கொலைகள், தீவைப்பு, குண்டு வெடிப்பு, பெரிய அளவில் ஆர்ப்பாட்டங்கள் என 'அந்நியர்கள்' மீதான வெறி கட்டுக்கடங்காமல் அதிகரித்துக்கொண்டேவந்து, 1979ஆம் ஆண்டு வாக்கில் மாநிலமே கொழுந்துவிட்டு எரிந்துகொண்டிருந்தது, இப்போராட்டங்கள் முதலில் வங்காளிகளுக்கும் வங்க மொழி பேசுபவர்களுக்கும் எதிராகவே தொடங்கியிருந்தாலும், போராட்ட இயக்கத்தில் ஊடுருவியிருந்த இந்து மதவெறியாளர்கள் இதற்கு 'முஸ்லிம் எதிர்ப்பு'த் தன்மையை உருவாக்கி, அதில் வெற்றியும் கண்டனர். 1983ஆம் ஆண்டு இது உச்சத்தை எட்டியது.

ஆஸாதி

‘நெல்லிப் படுகொலைகள்’ என்ற அதிபயங்கரச் சம்பவத்தில் மத்திய அஸ்ஸாமியக் கிராமங்களில் இரண்டாயிரத்துக்கும் அதிகமான வங்க வம்சாவளி முஸ்லிம் குடியேறிகள் வெறும் ஆறு மணி நேரத்தில் படுகொலை செய்யப்பட்டனர் (உண்மையில் கொல்லப்பட்டவர்களின் எண்ணிக்கை இதற்கு இரண்டு மடங்குக்கு மேல் இருக்கும் என்று அதிகாரப்பூர்வமற்ற செய்திகள் கூறின). இக்கொலைகளைப் புரிந்தவர்கள் அண்டைப் பகுதியிலிருந்த மலைவாழ் பழங்குடிகள் என்று காவல்துறையினர் தெரிவித்தனர். ஆனால் இப்பழங்குடியினர் இந்துக்களோ, அஸ்ஸாமியத் தேசியவெறியர்களோ அல்லர். யாரும் எதிர்பாராத நேரத்தில் திடீரென நடந்தேறிய இக் கொடூரப் படுகொலைகள் இன்றளவும் மர்மமாகவே இருந்தாலும், உறுதி செய்யப்படாத தகவல்கள் இவற்றை நடத்தியவர்கள் அச்சமயத்தில் அஸ்ஸாமில் ஊடுருவியிருந்த ஆர்எஸ்எஸ் ஊழியர்கள்தான் என்றன.

இப்படுகொலைகளைப் பற்றி எடுக்கப்பட்ட *What The Fields Remember* என்ற செய்திப்படத்தில், இந்த வன்முறையில் தன் பிள்ளைகள் எல்லோரையும் இழந்திருந்த ஒரு முஸ்லிம் பெரியவர் தன்னுடைய மகளைப் பற்றிச் சொல்கிறார். இப்படுகொலைகள் நிகழ்வதற்குச் சில நாட்கள் முன்புதான் அவருடைய மகளும் ‘அயல் நாட்டவர்’களை வெளியேற்றும்படி கோரிய ஊர்வலத்தில் கலந்துகொண்டிருந்தாளாம்.[32] அவள் உயிரைத் துறக்கும் தறுவாயில் சொன்ன கடைசி வார்த்தைகள்: “அப்பா, நாம்கூட அயல்நாட்டவர்கள்தானா?”

1985இல் அஸ்ஸாம் போராட்டத்தின் மாணவத் தலைவர்கள் மத்திய அரசுடன் ‘அஸ்ஸாம் ஒப்பந்த’த்தில் கையெழுத்திட்டனர். அதே ஆண்டில் நடந்த மாநிலத் தேர்தலில் அவர்கள் வென்று ஆட்சியமைத்தனர். தகுதித் தேதி ஒன்று நிர்ணயிக்கப்பட்டது. அதன்படி 24, மார்ச் 1971 – கிழக்குப் பாகிஸ்தானில் பாகிஸ்தானிய ராணுவம் பொதுமக்கள்மீது தாக்குதலைத் தொடங்கிய நாள் – அன்று நள்ளிரவுக்குப் பிறகு அஸ்ஸாமுக்குள் நுழைந்தவர்கள் வெளியேற்றப்படுவார்கள். தேசியக் குடிமக்கள் அடங்கலைப் புதுப்பித்தல் என்பது அஸ்ஸாமின் ‘அசலான குடிமக்களை’, 1971க்குப் பிறகு ஊடுருவியவர்களிடமிருந்து சலித்துப் பிரித்தெடுப்பது என்றாகியது.

1983இல் இந்திராகாந்தியின் தலைமையிலான அரசு ஒரு புதிய சட்டத்தைக் கொண்டுவந்தது. அடுத்துவந்த வருடங்களில், எல்லைப்புறக் காவல்துறையினரால் கண்டுபிடிக்கப்பட்ட ‘ஊடுருவல்காரர்’களும், ‘சந்தேகத்துக்குரிய வாக்காளர்கள்’ என்று தேர்தல் அலுவலர்களால் அறிவிக்கப்பட்டவர்களும்

மேற்குறிப்பிட்ட (தீர்ப்பாய அறிக்கையின்படி) சட்டவிரோத மாகக் குடியேறியவர்கள் குறித்த சட்டத்தின் (IMDT) கீழ் கைது செய்யப்பட்டனர். சிறுபான்மையினரை அலைக்கழிக்கவிடக் கூடாது என்ற 'நல்லெண்ணத்தினால்', குற்றம் சாட்டப்பட்ட வரைத் தனது குடியுரிமையை நிரூபிக்கச் சொல்வதற்குப் பதிலாக, குற்றம் சாட்டுபவரே (காவல்துறையினர்) ஒருவருடைய குடியுரிமையை மறுக்கலாம் என்று IMDT சட்டம் தெரிவித்தது. 1997 முதல் 'சந்தேகத்துக்குரிய வாக்காளர்களும்' (தமது குடியுரிமையை நிரூபிக்க இயலாத) அறிவிக்கப்பட்ட அயல்நாட்டவர்கள் 4 இலட்சம் பேரும் அந்நியர் தீர்ப்பாயத்தின் கீழ் விசாரணைக்கு உட்படுத்தப்பட்டனர்.[33] ஆயிரத்துக்கும் மேற்பட்டோர் சிறைக்குள்ளிருக்கும் சிறைகளான தடுப்புக் காவலில் அடைக்கப்பட்டனர். சாதாரணக் குற்றவாளிகளுக்கு உள்ள உரிமைகள்கூட இவர்களுக்குக் கிடையாது. அவர்கள் இன்னமும் அங்கேயே அடைபட்டிருக்கிறார்கள்.[34]

2005ஆம் வருடம் உச்ச நீதிமன்றத்தில் IMDT சட்டத்தை ரத்து செய்யும்படி கோரி வழக்கு ஒன்று தொடுக்கப்பட்டது. இந்தச் சட்டத்தால் 'சட்டவிரோதக் குடியேறிகளைக் கண்டுபிடிப்பதும் வெளியேற்றுவதும் இயலாத காரியம்' என்று சொல்லப்பட்ட அவ்வழக்கில் இச்சட்டத்தை ரத்து செய்து தீர்ப்பளிக்கப்பட்டது.[35] "அஸ்ஸாம் மாநிலத்துக்கு வெளியிலிருந்து பல நெருக்கடிகளும், பங்களாதேஷிலிருந்து சட்டவிரோதமாகக் குடியேறுபவர்களால் உள்நாட்டிலும் பெரும் பிரச்சினைகள் ஏற்பட்டு வருவதை யாரும் மறுக்க முடியாது" என்று தீர்ப்பில் கூறப்பட்டது.[36] இத் தீர்ப்பு, குடியுரிமைத் தகுதியை நிரூபிப்பது குடிமக்களின் பொறுப்பு என்று கூறியது. இது அதிகார அடுக்குமுறையை முற்றிலுமாக மாற்றியது. புதிய தேசியக் குடிமக்கள் அடங்கல் உருவாக வழிவகுத்தது. இந்த வழக்கைத் தொடுத்தவர் அனைத்து அஸ்ஸாமிய மாணவர் ஒன்றியத்தின் முன்னாள் தலைவரான சர்பானந்தா சோனோவால். இவர் பிறகு பாஜகவில் சேர்ந்து தற்போது அஸ்ஸாமின் முதலமைச்ச ராக உள்ளார்.[37]

2013ஆம் ஆண்டு அஸ்ஸாம் பொதுப்பணிச் சங்கம் என்ற ஒரு என்.ஜி.ஓ. அமைப்பு, சட்டவிரோதமாகக் குடியேறியவர் களின் பெயர்களை வாக்காளர் பட்டியல்களிலிருந்து நீக்கிவிட வேண்டுமென்று உச்ச நீதிமன்றத்தில் வழக்குத் தொடுத்தது.[38] தேசியக் குடிமக்கள் அடங்கலை இறுதி செய்வதற்கான சாத்தியக்கூறுகளை ஆராய்வதற்காக இவ்வழக்கு நீதிபதி ரஞ்சன் கோகாயின் நீதிமன்ற அமர்வுக்கு மாற்றப்பட்டது. கோகாய் அஸ்ஸாம் மாநிலத்தைச் சேர்ந்தவர்.

2014ஆம் வருடம் டிசம்பரில் நீதிபதி கோகாய், நீதிபதி ரோஹிண்டன் ஃபாலி நாரிமன் ஆகியோர் அடங்கிய அமர்வில், புதுப்பிக்கப்பட்ட தேசியக் குடிமக்கள் அடங்கலை ஒரு வருடக் காலத்துக்குள் உச்ச நீதிமன்றத்தில் சமர்ப்பிக்க வேண்டும் என்று உத்தரவிடப்பட்டது.[39] எல்லோரும் உத்தேசமாகக் கணக்கிட்டுச் சொல்லும் ஐம்பது லட்சம் 'ஊடுருவல்காரர்களை' எப்படிக் கண்டுபிடித்து அவர்களை என்ன செய்யப் போகிறார்கள் என்று யாருக்கும் புரியவில்லை. அவர்களைத் திரும்பவும் பங்களாதேஷுக்கே விரட்டிவிடுவது என்பது சாத்தியமேயில்லை. இவ்வளவு அதிகமான எண்ணிக்கையில் இருப்பவர்களைத் தடுப்புக் காவல் முகாம்களில்தான் அடைக்க முடியுமா? அதுவும் எவ்வளவு காலத்துக்கு? அவர்களுடைய குடியுரிமை ரத்து செய்யப்படுமா? இந்த நடவடிக்கையை மூன்று கோடி மக்களையும் 52,000 அரசாங்க அதிகாரிகளையும், பிரம்மாண்டமான நிதி ஒதுக்கீடையும் வைத்துக்கொண்டு நிறைவேற்றுவதை இந்தியாவின் உச்ச நீதிமன்றம் மேற்பார்வையிட்டு வழிகாட்டப் போகிறதா?

தொடர்பு வசதியற்ற தொலைதூரக் கிராமங்களில் வசிக்கும் லட்சக்கணக்கானோரிடமிருந்து 'மரபுரிமை ஆவணங்களை' அரசு எதிர்பார்க்கிறது. 1971க்கு முன்பிருந்தே அவர்களுடைய முன்னோர்கள் தொடர்ச்சியாக இம்மாநிலத்தில் வாழ்ந்துவந்திருப்பதற்கான அத்தாட்சி இருக்க வேண்டுமாம். உச்ச நீதிமன்றம் விதித்த காலக்கெடு பயங்கர விளைவுகளை உண்டாக்கியிருக்கிறது. படிக்காத ஏழை கிராமத்து மக்கள் அரசு இயந்திரத்தின் புதிர்வழிப் பாதைகளிலும் சட்ட ஆவணங்களின் புரியாத சொற்பிரயோகங்களிலும் சான்றுப் பதிவேற்றங்களிலும், நீதிமன்ற விசாரணைகளிலும் இரக்கமற்ற சூழ்ச்சிகளிலும் அலைக்கழிக்கப்பட்டனர்.

பிரம்மபுத்திராவின் சேற்றுப்படிவுகளான தீவுகள் நகர்ந்துகொண்டேயிருப்பவை. ச்சார் என்றழைக்கப்படும் இத்தீவுகளில் குடியேறியுள்ள மக்கள் கிட்டத்தட்ட நாடோடி வாழ்க்கை வாழ்பவர்கள். அபாயகரமான அளவுக்கு ஏராளமான பயணிகளை ஏற்றிக்கொண்டு செல்லும் உள்ளூர்க்காரர்களின் படகுகளே இத்தீவுகளுக்குச் செல்வதற்கான ஒரே வழி. 2500க்கும் அதிகமான ச்சார்த் தீவுகள் அடிக்கடி மனம் மாறிவிடுகின்ற பிரம்மபுத்திரா நதியின் போக்குக்கு ஏற்ப இடம்மாறிக் கொண்டேயிருப்பவை. திடீரென ஒரு தீவை பிரம்மபுத்திரா நதி நகர்த்திவிடும். இத்தீவுகளின் குடியேற்றங்களும் தற்காலிகமானவையே. குடியிருப்புகள் என்பவை வெறும் குடிசைகளாகவே இருக்கும். இருந்தபோதிலும் சில தீவுகள் மிகவும் வளமானவை. வருடத்திற்கு மூன்று போகம்

விளைவிக்கும் திறமை வாய்ந்த விவசாயிகளை இங்கே காணலாம். இந்த நிலையாமையின் காரணமாகவே நில ஒப்பந்தங்கள், வளர்ச்சித் திட்டங்கள், பள்ளிகள், மருத்துவமனைகள் எதுவுமே இங்கு இருப்பதில்லை.

2019 அக்டோபரில் அவ்வளவாகச் செழிப்பற்றிருந்த சில தீவுத்திட்டுகளுக்குச் சென்று பார்த்தேன். அவற்றின் வறுமை பிரம்மபுத்திராவின் கரிய வண்டலைப்போலப் பரவியிருந்தது. அங்கு தென்பட்ட ஒரே நவீன விஷயம் பளிச்சென்ற நிறங்களில் பிளாஸ்டிக் பைகள். அவர்களுடைய குடியுரிமைக்குச் சான்றாக இருக்கும் சில ஆவணங்கள் அந்த பிளாஸ்டிக் பைகளில் இருப்பது தெரிந்தது. அந்நியர்கள் யார் வந்தாலும் அவர்களுடைய எஜமானர்கள் சூழ்ந்துகொண்டு சந்தேகத்துடன் பார்க்கிறார்கள். அந்த அப்பாவி மக்களுக்கு எழுதப் படிக்கத் தெரியாததால் அவர்களுடைய ஆவணங்களை நாம் வாங்கிப் பார்க்கும்போது கவலையோடு கவனித்துக்கொண்டிருக்கிறார்கள். அந்தக் கசங்கிய, மங்கலான காகித வாசகங்களின் புதிர்களை அவிழ்த்து அவர்களுக்கு நம்பிக்கை வார்த்தைகளைச் சொல்வோமா என்று எதிர்பார்க்கிறார்கள். இந்த ஆவணங்கள் எங்களையும் எங்களுடைய பிள்ளைகளையும் காப்பாற்றுமா? அஸ்ஸாமின் அடர்ந்த காட்டுப் பகுதியான கோல்பரா என்ற இடத்தில் ஒரு மிகப்பெரிய தடுப்புக் காவல் முகாமைக் கட்டியிருப்பதாகச் சொல்கிறார்களே, அங்கு எங்களை அனுப்பிவிடுவார்களா? கற்பனை செய்துபாருங்கள், இதைப் போன்ற காகித ஆவணங் களைப் பற்றியே எந்நேரமும் கவலைப்பட்டு, பயத்தில் தளர்வடைந்திருக்கும் லட்சக்கணக்கான பரிதாப மக்களைச் சற்றுக் கற்பனை செய்துபாருங்கள். இது ராணுவ ஆக்கிரமிப்பல்ல, ஆவண ஆக்கிரமிப்பு. இந்த ஆவணங்கள்தான் இம்மக்களுடைய மிகவும் மதிப்பு வாய்ந்த சொத்து. ஒரு குழந்தையை அல்லது வயதான பெற்றோரைக் கவனித்துக்கொள்வதைவிட அதிக அக்கறையோடு இந்த ஆவணங்களைப் பாதுகாத்துவருகிறார்கள். வெள்ளங்கள், புயல்கள் என எத்தனையோ இயற்கைச் சீற்றங்களிலிருந்தும் இவை காப்பாற்றப்பட்டுவந்திருக்கின்றன. தலை நரைத்த, வெயிலில் தீய்ந்து கருகிய விவசாயிகள், ஆண்கள், பெண்கள், நிலங்களுக்கும் தற்காலிகத் தீவுத்திட்டுகளுக்கும் உரிமையாளர்கள் எல்லோரும் பல ஆங்கிலச் சொற்களைப் பயன்படுத்துகிறார்கள். 'Legacy Document', 'Link Paper', 'Certified Copy', 'Reverification', 'Reference Case', 'D-Voter', 'Declared Foreigner', 'Voter List', 'Refugee Certificate' – எனப் பல சொற்களை அவர்களுடைய தாய்மொழிச் சொற்கள்போலவே தெரிந்து வைத்திருக்கிறார்கள். பரவாயில்லை. தேசியக் குடிமக்கள் அடங்கலினால் உண்டான நன்மை இவர்களுடைய சொற்கிடங்குக்கு இவ்வளவு ஆங்கிலச்

சொற்களைக் கொண்டுவந்து சேர்த்திருப்பது. இவற்றில் மிகவும் துயரமான சொற்றொடர் ஒன்றும் இருக்கிறது. Genuine Citizen. மெய்யான குடிமகன்.

ஒவ்வொரு கிராமத்திலும் சொல்கின்ற கதைகள் வேதனை யளிக்கின்றன. பின்னிரவில் வந்து எழுப்பி, 200, 300 கிலோ மீட்டர் தொலைவில் உள்ள நீதிமன்றம் ஒன்றில் காலை ஆஜராக வேண்டும் என்பார்களாம். அவர்கள் குடும்ப உறுப்பினர்கள் எல்லோரையும் எழுப்பி, அவர்களுடைய ஆவணங்களைச் சேகரித்துக்கொண்டு, கும்மிருட்டில் சீறிச்செல்லும் ஆற்றைத் துடுப்புப் படகுகளில் கடந்து மறுகரைக்குச் சென்றால், அங்கே இவர்களுக்காகக் காத்திருக்கும் லாரி, பேருந்து ஓட்டுநர்கள் வழக்கமான கட்டணத்தைவிட மூன்று மடங்குக்கும் அதிகமாகக் கேட்பார்களாம். அபாயகரமான நெடுஞ்சாலைகளில் கண் மண் தெரியாமல் ஓட்டிச் செல்லும் பயணங்களைப் பற்றிக் கேட்கும்போது குலை நடுங்குகிறது. நான் கேட்டதிலேயே மிகவும் பயங்கரமான கதை ஒரு குடும்பத்தை ஏற்றிச் சென்ற மினி லாரி எதிரே தார் டிரம்களை ஏற்றிவந்த லாரியோடு மோதி விபத்துக்குள்ளானதைப் பற்றியது. தார் பீப்பாய்கள் கீழே விழுந்து உருண்டு உடைந்ததில் அந்த குடும்பத்தினர் எல்லோரின் மீதும் தார் வழிந்து மூடிக்கொண்டதாம். அவர்களை மீட்டு மருத்துவமனையில் சேர்த்த பிறகு, காயமுற்ற அவர்களைச் சென்றுபார்த்த களப் பணியாளர் என்னிடம் சொன்னார்: "நான் அங்கு போனபோது அவர்களுடைய இளைய மகன் தன் உடம்போடு ஒட்டிக்கொண்டிருந்த தாரையும், அதில் புதைந்திருந்த சிறு கற்களையும் பிய்த்து எடுத்துக்கொண்டே அவன் அம்மாவிடம் கேட்டான். 'நம்மை அயல்நாட்டவர்கள் என்று சொல்லும் Kala daag *(கறை)* எப்போதுமே நம்மைவிட்டுப் போகாதா அம்மா?'"

இத்தனையையும் மீறி, இது எப்படிச் செயல்படுத்தப்படும் என்ற தயக்கங்களையும் தாண்டி, தேசியக் குடிமக்கள் அடங்கலைப் புதுப்பிப்பதற்கு அஸ்ஸாமில் உள்ள கிட்டத்தட்ட எல்லாத் தரப்பினரும் ஆதரவு தெரிவித்தனர். எல்லோரிடமும் அவரவர்களுக்கான சுயநலக் காரணங்கள் இருந்தன. அஸ்ஸாமியத் தேசியவாதிகளுக்கு வங்காளத்திலிருந்து ஊடுருவிய அகதிகள், அவர்கள் இந்துவாக இருந்தாலும், முஸ்லிமாக இருந்தாலும், கண்டுபிடிக்கப்பட்டு அதிகாரபூர்வமாக 'அயல் நாட்டவர்கள்' என்று அறிவிக்கப்பட வேண்டும் என்ற நோக்கம் இருந்தது. உள்நாட்டுப் பழங்குடி மக்களுக்கு, இவ்வளவு காலமாகத் தம்மீது இழைக்கப்பட்டுவந்த அநீதிகளுக்குப் பரிகாரம் கிடைக்கு மென்ற நம்பிக்கை இருந்தது. வங்க வம்சாவளி இந்துக்களுக்கும்

முஸ்லிம்களுக்கும் தேசியக் குடிமக்கள் அடங்கலில் தமது பெயர்கள் இடம்பெறுவதால் ‘அயல்நாட்டவர்’ என்ற Kala Daag, கறை, துடைத்தழிக்கப்படுமென்ற நம்பிக்கை. இந்து தேசியவாதிகள் – இப்போது மாநிலத்தை ஆள்பவர்களும் அவர்களே – லட்சக்கணக்கான முஸ்லிம்களின் பெயர்களை தேசியக் குடிமக்கள் அடங்கலிலிருந்து நீக்க வேண்டும் என்பது விருப்பமாக இருந்தது. எல்லோருமே இந்த விஷயம் ஒருவழி யாகத் தீர்க்கப்பட வேண்டுமென்று விரும்பினார்கள்.

பலமுறை ஒத்திவைக்கப்பட்ட பிறகு, புதுப்பிக்கப்பட்ட இறுதிப் பட்டியல் 2019, ஆகஸ்ட் 31 அன்று வெளியிடப்பட்டது. அதில் 19 லட்சம் பெயர்கள் விடுபட்டிருந்தன.[40] அண்டைவீட்டார், எதிரிகள், அயலார்கள் என யார் வேண்டுமானாலும் ஒருவர் அயல் நாட்டவரா இல்லையா என்று ஆட்சேபம் தெரிவிக்கலாம் என்று ஒரு விதிமுறை இருப்பதால் இந்த எண்ணிக்கை மேலும் கூடுவதற்கும் வாய்ப்பிருக்கிறது. இப்போது வரை 2,00,000 ஆட்சேபனைகள் எழுப்பப்பட்டிருக்கின்றன. பெயர்கள் விடுபட்டிருப்பவர்களில் பெண்களும் சிறுவர் சிறுமிகளுமே அதிகம். இவர்களில் பெரும்பாலோர் சிறுவயதிலேயே திருமணம் செய்துவிடும் சமூகங்களைச் சேர்ந்தவர்கள். மணமான பிறகு இப்பெண்களின் பெயர்கள் அவர்களுடைய சாதி வழக்கப்படி மாறிவிடும். அவர்களிடம் மரபுரிமை தொடர்பு ஆவணங்கள் இருக்காது. படிப்பறிவில்லாத பலருடைய பெயர்கள் காலப்போக்கில் பலவிதமாக எழுதப்பட்டு மாற்றமடைந்திருக்கின்றன: H-a-s-a-n என்பவர் H-a-s-s-a-n என்று மாறியிருப்பார். ஜாய் நுல், ஜைநுல்லாகியிருப்பார். முகம்மது என்ற பெயர் பலவிதமாக எழுதப்படும். ஒரு சிறிய விடுபடல் போதும்; உங்கள் பெயர் போய்விடும். உங்கள் அப்பா இறந்துவிட்டாலோ, அல்லது உங்கள் அம்மாவிடமிருந்து பிரிந்து சென்றுவிட்டிருந்தாலோ, அவர் தேர்தலில் வாக்களிக்காமல் இருந்தாலோ, படிக்காமல் இருந்தாலோ, சொந்தமாக நிலம் இல்லாவிட்டாலோ, உங்கள் பெயர் இருக்காது. ஏனென்றால் தாய்வழி மரபுரிமை செல்லுபடியாகாது. தேசியக் குடிமக்கள் அடங்கல் புதுப்பித்தலில் காணப்படும் மிகப்பெரிய பாரபட்சம் பெண்களிடமும் ஏழைகளிடமும்தான். இது வழிவழியாக வருகின்ற பாரபட்சம். இன்று இந்தியாவில் ஏழைகளாக இருப்பவர்களில் பெரும்பாலோர் முஸ்லிம்களும் தலித்துகளும் பழங்குடி மக்களும்.

பெயர்கள் விடுபட்டிருக்கும் 19 இலட்சம் பேரும் இப்போது ஓர் அந்நியர் தீர்ப்பாயத்தில் முறையிட வேண்டும். இப்போதைக்கு, அஸ்ஸாமில் நூறு அந்நியர் தீர்ப்பாயங்கள்

இருக்கின்றன. இன்னும் ஆயிரம் வரவிருக்கின்றன.[41] இந்தத் தீர்ப்பாயங்களைத் தலைமையேற்று நடத்துபவர்கள், தீர்ப்பாயங்களின் ‘உறுப்பினர்கள்’ என்று அழைக்கப்படுகின்றனர். இலட்சக்கணக்கான மக்களின் தலைவிதியை நிர்ணயிக்கும் இடத்தில் இருக்கும் இவர்கள் நீதிபதிகளாகப் பணியாற்றி அனுபவம் பெற்றவர்களல்லர். அரசாங்கத்தால் மாற்றுப் பணியில் அமர்த்தப்பட்டிருக்கும் அதிகாரிகளாகவோ, ஜூனியர் வழக்கறிஞர்களாகவோ இருப்பவர்கள். இவர்களுக்கு நல்ல ஊதியம் தரப்படுவதுண்டு. முற்சார்பு என்பது இந்த அமைப்பிலேயே ஊறிப்போயிருக்கிறது. இந்த உறுப்பினர்கள் எப்படித் தேர்ந்தெடுக்கப்படுகின்றனர் என்பதை ஆய்வு செய்த தன்னார்வலர்கள் வெளிப்படுத்தும் உண்மைகள் திடுக்கிட வைக்கின்றன. தீர்ப்பாய விசாரணைகளில் எவரொருவர் அதிகப்படியான நபர்களைத் தகுதியற்றவர் என்று நிராகரிக்கிறாரோ, அவர் மீண்டும் தீர்ப்பாய உறுப்பினராகத் தேர்ந்தெடுக்கப்படுகிறார் என்பது தெரிகிறது. தீர்ப்பாயங்களில் முறையிடச் செல்பவர்கள் வழக்கறிஞர்களை அமர்த்த வேண்டியிருக்கிறது. அவர்களுக்குத் தர வேண்டிய தொகைக்காக அந்த ஏழைகள் கடன் வாங்குகிறார்கள், வீடுகளையும் நிலங்களையும் விற்கிறார்கள், வாழ்நாள் முழுக்க மீள முடியாத கடனில் மூழ்கி அழிந்துபோகிறார்கள். பலருக்கும் விற்பதற்கு வீடோ நிலமோ இருப்பதில்லை. அந்நிலையில் ஏராளமானோருக்குத் தற்கொலை செய்துகொள்வது மட்டுமே ஒரே தீர்வாக இருந்துவருகிறது.[42]

அவ்வளவு விஸ்தாரமாகத் திட்டமிட்டு, லட்சக்கணக்கான ரூபாய்களைச் செலவழித்துத் தேசியக் குடிமக்கள் அடங்கலைப் புதுப்பித்து வெளியிட்ட பிறகும், சம்மந்தப்பட்ட எல்லாத் தரப்பினருக்கும் அந்த இறுதிப் பட்டியல் மீது கடும் அதிருப்தி ஏற்பட்டது. வங்காளக் குடியேறிகளுக்கு, தகுதிவாய்ந்த குடிமக்களை வேண்டுமென்றே பட்டியலில் சேர்க்காமல் விட்டிருக்கிறார்கள் என்ற அதிருப்தி இருந்தது. ஐம்பது லட்சம் ஊடுருவல்காரர்கள் நீக்கப்படுவார்கள் என்று எதிர்பார்த்திருந்த அஸ்ஸாமியத் தேசியவாதிகளுக்கு வெறும் 19 லட்சம் பேர்கள் மட்டும் நீக்கப்பட்டிருப்பதில் அதிருப்தி. சட்டவிரோதமாக ஊடுருவியிருக்கும் ஏராளமான அயல்நாட்டவர்கள் பட்டியலில் இடம்பெற்றிருப்பதாக அவர்கள் குற்றம் சாட்டினர். இந்தியாவை ஆண்டுவரும் இந்து தேசியவாதிகளுக்கு அதிருப்தி ஏற்பட்டதற்குக் காரணம், நீக்கப்பட்ட 19 இலட்சம் பேர்களில் பாதிக்கு மேற்பட்டவர்கள் முஸ்லிம் அல்லாதவர்கள் என்பது. (இதற்குக் காரணம் விநோதமானது. பல வருடங்களாக எதிர்ப்பைச் சந்தித்துவந்த வங்க முஸ்லிம்கள் பெரும் முயற்சியெடுத்து தமது

'மரபுரிமை ஆவணங்'களைப் பெற்றுவிட்டனர். தமக்கு எந்த ஆபத்தும் வராது என்று அலட்சியமாக இருந்த இந்துக்கள் இவ்விஷயத்தில் கோட்டை விட்டுவிட்டனர்).

தேசியக் குடிமக்கள் அடங்கல் மறுசீரமைப்பின் தலைமை ஒருங்கிணைப்பாளராக இருந்த பிரதீக் ஹஜேலாவை நீதிபதி கோகாய் பணி மாறுதல் செய்து, ஏழு நாட்களுக்குள் அஸ்ஸாமை விட்டு வெளியேறவேண்டுமென உத்தரவிட்டார். இந்த உத்தரவு பிறப்பித்ததற்கான காரணத்தை நீதிபதி கோகாய் சொல்ல வில்லை.

புதிய தேசியக் குடிமக்கள் அடங்கலுக்கான கோரிக்கைகள் ஏற்கனவே எழத் தொடங்கிவிட்டிருக்கின்றன.

இந்தப் பைத்தியக்காரத்தனத்தைக் கவிதையினால் அல்லாது வேறு எப்படிப் புரிந்துகொள்ள முடியும்? மியா கவிஞர்கள் என்றழைக்கப்பட்ட இளம் முஸ்லிம் கவிஞர்கள் குழு, அவர்களுடைய வேதனைகளையும் அவமானங்களையும் அவர்களுக்கு மிகவும் அந்நியோன்யமாக இருக்கும் மொழியில், அவர்கள் தமது வீட்டுக்குள் மட்டுமே பேசிக்கொள்ளும் மியாவின் திசைவழக்குகளான தாக்கையா, மைமன்சிங்கியா, பாப்நய்யாவில் எழுதத் தொடங்கினர். அவர்களில் ஒருவரான ரெஹ்னா சுல்தானா 'அம்மா' என்ற கவிதையில் இப்படி எழுதினார்:

மா, அமி துமார் கச்சே ஆமர் பொரிஸோய் தித்தி தித்தி பியாகுல்

ஓயா த்ஸாய்

அம்மா, என்னை உனக்கு திரும்பத் திரும்ப அறிமுகம்செய்து, சலித்துப் போயிருக்கிறேன்.[43]

இந்தக் கவிதைகள் ஃபேஸ்புக்கில் வெளியாகிப் பரவலாகப் பகிரப்பட்டபோது, ஒரு தனிமுறைப்பட்ட மொழி திடீரெனப் பொதுத்தளத்தில் பிரபலமாகியது. மொழிசார் அரசியலின் பழைய பிசாசு முகம் மீண்டும் தலைதூக்கியது. அஸ்ஸாமியச் சமூகத்தை இழிவுபடுத்துவதாக மியா கவிஞர்களுக்கெதிராகக் காவல்துறை குற்றம்சாட்டி வழக்குகள் தொடுத்தது. ரெஹ்னா சுல்தானா தலைமறைவாக வேண்டியிருந்தது.

அஸ்ஸாமில் பிரச்சினை இருக்கிறது என்பதை மறுக்க முடியாது. ஆனால் அதை எப்படித் தீர்ப்பது? சிக்கல் என்னவென்றால் இனரீதியான தேசியவாதம் என்ற தீப்பந்தத்தைக் கொளுத்திவிட்டால், காற்று எந்தத் திசையில் தீயை வளர்த்துக்

கொண்டுசெல்லும் என்பதைக் கணிக்க முடியாது. ஜம்மு கஷ்மீரின் சிறப்புத் தகுதி ரத்து செய்யப்பட்டபோது புதிதாக உருவாக்கப்பட்ட ஒன்றியப் பிரதேசமான லடாக்கில் புத்த மதத்தினருக்கும் ஷியா முஸ்லிம்களுக்குமிடையே பூசல் கொதித்துக் கொண்டிருக்கிறது. இந்தியாவின் வடகிழக்குப் பிரதேசங்களில் பழைய விரோதங்கள் புதுப்பிக்கப்பட்டு ஏற்கனவே எரியத் தொடங்கிவிட்டன. அருணாசலப் பிரதேசத்தைப் பொறுத்தவரை அவர்களுக்கு வேண்டாத குடியேறிகள் அஸ்ஸாமியர்கள். மேகாலயா அஸ்ஸாமுடனான தனது எல்லையை அடைத்து விட்டு, இருபத்தி நான்கு மணிநேரத்துக்கும் மேலாக அங்கு தங்கியிருக்கும் எல்லா 'வெளியாட்களையும்' அரசின் புதிய 'மேகாலயா மக்களின் காப்புறுதி மற்றும் பாதுகாப்புச் சட்டத்தின் கீழ் பதிவு செய்துகொள்ள வேண்டும்' என்று உத்தரவிட்டது. நாகாலாந்தில், மத்திய அரசுக்கும் நாகா கலகக்காரர்களுக்கும் இடையே, இருபத்தி இரண்டு வருடங்களாக நடைபெற்று வந்த அமைதிப் பேச்சுவார்த்தை நாகாலாந்துக்கெனத் தனிக் கொடியும் அரசியலமைப்புச் சட்டமும் தேவை என்ற கோரிக்கையினால் தடைப்பட்டு நின்றுள்ளது. நாகாக்களுக்கும் மத்திய அரசுக்கும் உடன்பாடு எட்டிவிடுமோ என்ற அச்சத்தில் மணிப்பூரில் எதிர்ப்பாளர்கள் லண்டனில் நாடு கடந்த அரசாங்கம் ஒன்றைத் தமக்காக நிறுவப்போவதாக அறிவித்துள்ளனர். திரிபுராவின் பழங்குடிகள் தம்மைச் சிறுபான்மையினர்களாக்கியிருக்கும் வங்க இந்துக்களை நீக்கம் செய்து தமக்காக ஒரு தேசியக் குடிமக்கள் அடங்கல் உருவாக்கப்பட வேண்டுமெனக் கோரிவருகின்றனர்.

அஸ்ஸாமின் தேசியக் குடிமக்கள் அடங்கல் உண்டாக்கி யிருக்கும் குழப்பங்கள், சிக்கல்களால் மனம் தளராது மோடியின் அரசாங்கம் அதை நாடெங்கும் விரிவுபடுத்த ஏற்பாடு களைச் செய்துவருகிறது. அஸ்ஸாமில் இந்துக்களுக்கும் மற்ற ஆதரவாளர்களுக்கும் தேசியக் குடிமக்கள் அடங்கலால் ஏற்பட்ட குழப்பங்களைப்போல மற்ற இடங்களில் நிகழக் கூடாதென்பதற்காக அது ஒரு புதிய 'இந்தியக் குடியுரிமைத் திருத்த மசோதா'வை அறிமுகப்படுத்தியது.(நாடாளுமன்றத்தால் இம்மசோதா நிறைவேற்றப்பட்டு இப்போது 'குடியுரிமை திருத்தச் சட்ட'மாகியிருக்கிறது)[44] பாகிஸ்தான், வங்கதேசம், ஆப்கானிஸ்தான் ஆகிய நாடுகளில் அடக்குமுறைக்கு ஆளாகி, அங்கிருந்து தப்பி இந்தியாவுக்கு அகதிகளாக வந்த 'முஸ்லிம்கள் அல்லாத' எல்லோருக்கும் – அதாவது இந்துக்கள், சீக்கியர்கள், பவுத்தர்கள், கிறிஸ்துவர்கள் –இந்தியாவில் அடைக்கலம் தரப்படும் என்று இச்சட்டம் கூறுகிறது. அதாவது, குடியுரிமைத் திருத்தச் சட்டத்தினால் குடியுரிமை மறுக்கப்படுபவர்கள் முஸ்லிம்களாக மட்டுமே இருப்பார்கள்.

தேசியக் குடிமக்கள் அடங்கல் தயாரிப்புத் தொடங்குவதற்கு முன்னால் ‘தேசிய மக்கட்தொகை அடங்கல்’ தயாரிக்கும் திட்டம் ஒன்று அரசிடம் இருக்கிறது.[45] இத்திட்டத்தின்படி வீடுவீடாகச் சென்று ஆய்வு நடத்தப்படும். இதில் அடிப்படையான மக்கள்தொகைக் கணக்கெடுப்போடு, ‘விழித்திரை மின்பனுவலும்’ (iris scan), உயிரி அளவியல் பதிவுகளும் (biometric data) எடுப்பதற்கு அரசு திட்டமிட்டுள்ளது. உலகின் மாபெரும் தகவல் சேகரிப்புக் கிடங்காக இருக்கப்போகிறது இது.

அடிப்படை வேலைகள் ஏற்கனவே தொடங்கிவிட்டன. உள்துறை அமைச்சராகப் பொறுப்பேற்றுக்கொண்ட முதல் நாளே அமித் ஷா இந்தியாவெங்கிலும் அயல்நாட்டவர் தீர்ப்பாயங்களைத் தொடங்குவதற்கும், அவற்றை நடத்தச் சட்டத்துறை சாரா அலுவலர்களைப் பெரும் அதிகாரங்களையளித்து அமர்த்தவும் மாநில அரசுகளுக்கு அதிகாரம் வழங்கினார். கர்நாடகம், உத்தரப் பிரதேசம், ஹரியானா ஆகிய மாநில அரசுகள் இப்பணியைத் தொடங்கிவிட்டன. தேசியக் குடிமக்கள் அடங்கல் அஸ்ஸாமுக்குத் தேவைப்பட்டதற்குக் காரணம் அதன் தனித்துவமான வரலாற்றுக் காரணங்களுக்காக என்பதைப் பார்த்தோம். இதை இந்தியா முழுக்கவும் கொண்டுவருவதென்பது பெரிதும் கேடு விளைவிக்கக்கூடிய செயலாக இருக்கும். தேசியக் குடிமக்கள் அடங்கலைப் புதுப்பிக்க வேண்டுமென்ற கோரிக்கை அஸ்ஸாமில் நாற்பது வருடங்களாக எழுந்துவந்த ஒன்று. அங்கு ஐம்பது வருடங்களாக மக்கள் தமக்கான ஆவணங்களை சேகரித்து வைத்துக்கொண்டிருக்கிறார்கள். இந்தியாவில் உள்ள எத்தனை பேரால் ‘மரபுரிமை ஆவணங்களை’க் காட்ட முடியும்? எங்களுடைய பிரதமரால்கூட முடியாமற் போகலாம். அவருடைய பிறந்த தேதி, கல்லூரிப் பட்டம், திருமணமான விவரம் எல்லாமே தேசிய அளவில் சர்ச்சைக்குள்ளானவை.

அகில இந்திய அளவில் தேசியக் குடிமக்கள் அடங்கல் தயாரிப்பதற்குக் காரணம் பல லட்சக்கணக்கான வங்கதேச ‘ஊடுருவல்காரர்களை’க் கண்டுபிடிப்பதுதான் என்று சொல்லப்படுகிறது. இவர்களை அமித் ஷா ‘கரையான்கள்’ என்று வர்ணிக்கிறார். இத்தகைய அநாகரிகமான சொற்பிரயோகங்கள் எந்த அளவுக்கு இந்திய – வங்கதேச உறவைப் பாதிக்குமென்று நினைத்துப் பாருங்கள். மேலும் சட்டவிரோதமாக ஊடுருவியிருப்பவர்களின் எண்ணிக்கையை மனம்போன போக்கில் பல லட்சக்கணக்கில் சொல்வது வழக்கமாகியிருக்கிறது. பதிவு செய்யாத வங்கதேசத் தொழிலாளர்கள் ஏராளமாக இந்தியாவில் இருப்பது உண்மைதான். ஆனால் இந்தியாவில் உள்ள மிக ஏழ்மையான, நிராகரிக்கப்பட்ட விளிம்புநிலை மனிதர்களாகத்தான்

அவர்கள் வாழ்ந்து வருகின்றனர். தாராள வர்த்தகத்தில் நம்பிக்கை கொண்டிருப்பவர்களாகக் கூறிக்கொள்பவர்களுக்கு இந்தத் தொழிலாளர்கள் வேறு யாரும் பணியாற்ற முன்வராத இடங்களில், வேறு யாரும் ஒப்புக்கொள்ள முடியாத அளவுக்குக் குறைந்த ஊதியத்தில், அத்தகைய காலியான பொருளாதாரத் தடத்தை நிரப்பியிருப்பவர்கள் என்று தெரிந்திருக்கும். இவர்கள் கடுமையாக உழைத்து ஊதியம் பெறுகிறார்கள். இவர்கள் நாட்டை அழித்துக்கொண்டிருக்கவில்லை, மக்கள் பணத்தைத் திருடிக்கொண்டிருக்கவில்லை, வங்கிகளை திவாலாக்கிக் கொண்டிருக்கவில்லை. இவர்கள் வெறும் ரகசியப் பொறி. ஆர்எஸ்எஸ்ஸின் உண்மையான நோக்கத்துக்கு துணைபுரியும் ஒரு ட்ரோஜன் குதிரை.

அகில இந்தியக் குடிமக்கள் அடங்கல், அதனோடு சேர்ந்த குடியுரிமைத் திருத்தச் சட்டம், இவையெல்லாமே இந்திய முஸ்லிம் சமூகத்தை, அதுவும் மிகவும் ஏழ்மை நிலையில் உள்ளவர்களை அச்சுறுத்தவும், நிலைகுலைய வைக்கவும், பழிசுமத்தி ஒதுக்கி வைக்கவும் கொண்டுவந்திருக்கும் உபாயங்கள். குடிமக்களிடையே ஒரு படிநிலையை உருவாக்கிவைப்பதுதான் நோக்கம். ஒரு குறிப்பிட்ட பிரிவினருக்கு உரிமைகள் மறுக்கப்பட்டு, மற்றொரு பிரிவினரைச் சார்ந்து இருப்பதற்கு, அவர்களின் கரிசனத்தில் வாழ்வதற்குப் போடப்பட்டிருக்கும் நவீன சாதியமைப்புத் திட்டம். இப்புதிய சாதியமைப்பு, ஏற்கனவே நிலவிவரும் பழைய சாதியமைப்போடு இணையாக இயங்குவதாக இருக்கும். இதில் முஸ்லிம்கள் புதிய தலித்துகள். வெறும் கருத்தளவில் அல்ல, உண்மையாகவே. மேற்கு வங்கம் போன்ற இடங்களில் பாஜக ஆட்சி அதிகாரத்தைக் கைப்பற்ற முரட்டுத்தனமாக முயன்றுவருகிறது. தற்கொலைகள் நாளுக்கு நாள் அதிகரித்துவருகின்றன.

ஆர்எஸ்எஸ்ஸின் பெருந்தலைவராக இருந்த எம்.எஸ். கோல்வல்கர் 1939 ஆம் வருடம் தனது நூலான *We or Our Nationhood Defined*இல் எழுதியிருப்பது இது.

இந்துஸ்தானில் முஸ்லிம்கள் முதலில் காலெடுத்து வைத்த துர்த்தினத்திலிருந்து, இப்போதைய கணம்வரை, இந்து தேசம் இந்தக் கொள்ளைக்காரர்களைத் தீரத்துடன் எதிர்த்துப் போராடிக்கொண்டிருக்கிறது ... இனப்பெருமை கண்விழிக்கத் தொடங்கியிருக்கிறது.

இந்துக்களின் தேசமான இந்துஸ்தான் இந்து தேசமாகவே வாழ்கிறது, வாழவும் வேண்டும் ...

> தேச நன்மைக்கு எதிராக இருப்பவர்கள் எல்லோரும் துரோகிகள், எதிரிகள். மென்மையாகச் சொன்னால் முட்டாள்கள்...
>
> இந்துஸ்தானில் உள்ள அயல் இனங்கள் ... இந்த நாட்டில் வாழலாம், ஆனால் இந்து தேசத்துக்குக் கீழ்படிந்துதான் வாழ வேண்டும், எதையும் கோரக் கூடாது, எந்தச் சலுகையையும் எதிர்பார்க்கக் கூடாது, விசேஷ சலுகைகள் எதுவும் இருக்காது – குடிமக்களுக்கு இருக்கும் சாதாரண உரிமைகள்கூட இருக்காது.[46]

அவர் மேலும் தொடர்கிறார்:

> தனது இனம், கலாச்சாரத்தின் தூய்மையைப் பாதுகாப்பதற்காக ஜெர்மனி உலகையே அதிர்ச்சிக்குள்ளாக்கும்படியாக செமிட்டிக் இனத்தை – யூதர்களை – தனது நாட்டிலிருந்து துடைத்தழித்தது. இனப்பெருமை உன்னதமாக ஸ்தாபிக்கப் பட்டது அங்குதான் ... இந்துஸ்தான் கற்றுக்கொண்டு பலன் பெறவேண்டிய நல்ல பாடம் அது ...[47]

இதை நவீனச் சொல்லாடலில் மொழிபெயர்க்க வேண்டுமென்றால், தேசியக் குடிமக்கள் அடங்கலோடு சேர்ந்த குடியுரிமைத் திருத்த மசோதா என்பதைத் தவிர வேறு எப்படிச் சொல்ல முடியும்? 1935ஆம் வருடம் ஜெர்மனியில் ஹிட்லரின் மூன்றாம் ரீச் அரசு வழங்கியிருக்கும் குடியுரிமை ஆவணத்தில் இடம்பெற்றிருப்பவர்கள் மட்டுமே ஜெர்மானியக் குடிமக்களாக இருக்க முடியும் என்று அறிவித்த நூரென்பெர்க் சட்டத்தின் ஆர்எஸ்எஸ் வடிவம் இது. முஸ்லிம்களுக்கு எதிராகக் கொண்டுவந்திருக்கும் திருத்தம் ஓர் ஆரம்பம்தான். நிச்சயமாக இது கிறிஸ்துவர்கள், தலித்துகள், கம்யூனிஸ்ட்டுகள் என ஆர்எஸ்எஸ்ஸின் எதிரிகள் எல்லார் மீதும் திரும்பத்தான் போகிறது.

இப்போது இந்தியாவெங்கும் முளைக்கத் தொடங்கியிருக்கும் அயல்நாட்டவர் தீர்ப்பாயங்கள் மற்றும் தடுப்புக் காவல் மையங்களில் கோடிக்கணக்கான முஸ்லிம்களையும் அடைக்கத் திட்டமிட்டிருப்பதாகச் சொல்ல முடியாதுதான். ஆனால் அவர்கள் தமது மரபுரிமை ஆவணங்களைச் சமர்ப்பிக்காவிட்டால் அதுதான் கதி என்று மிரட்டுவதற்கு இந்த முயற்சிகள் பயன்படும். ஏனென்றால் இந்துக்கள் மட்டுமே இவர்களைப்

பொறுத்தவரை இந்தியாவின் உண்மையான அபாரிஜின்கள். அவர்கள் மரபுரிமை ஆவணங்களைக் காட்ட வேண்டியதில்லை. நானூறு வருடப் பழமைவாய்ந்த பாபர் மசூதிக்கே உரிய மரபுரிமை ஆவணங்கள் இல்லாதபோது, ஏழை விவாசாயிக்கும் நடைபாதை வியாபாரிக்கும் என்ன வாய்ப்பு இருக்கப்போகிறது?

இந்த அவக்கேட்டுக்கு ஆதரவாகத்தான் ஹூஸ்டன் அரங்கில் இருந்த அந்த 50,000 பேரும் உற்சாகக் கோஷமெழுப்பிக் கொண்டிருந்தார்கள். இதற்கு ஆதரவாகத்தான் அமெரிக்க ஜனாதிபதி மோடியுடன் கைகுலுக்கிப் பாராட்டினார். இதனோடுதான் இஸ்ரேலிகள் கூட்டணி சேர விரும்புவதும், ஜெர்மனி வர்த்தக உறவு வைத்துக்கொள்ள விரும்புவதும், போர் விமானங்களை பிரான்ஸ் விற்க விரும்புவதும், சவுதி நிதியுதவி செய்ய விரும்புவதும்.

ஒருவேளை நாடுதழுவிய குடிமக்கள் பட்டியல் சேகரிப்பு தனியார்மயமாக்கப்படலாம். தகவல் தொகுப்பு, விழித்திரை ஸ்கேன் உட்பட எல்லாவற்றையும் தனியார் நிறுவனங்கள் சேகரிக்கக்கூடும். இதன்மூலம் கிடைக்கக்கூடிய வேலைவாய்ப்புகளும் இலாபங்களும் சரிந்துகொண்டிருக்கும் எங்கள் பொருளாதாரத்தைத் தூக்கி நிறுத்தலாம். தடுப்புக் காவல் மையங்களை ஸீமென்ஸ், பேயர், ஐஜி ஃபேர்பென் நிறுவனங்களைப் போன்ற இந்திய நிறுவனங்கள் கட்டக்கூடும். அந்த கார்ப்பரேஷன்கள் எதுவாக இருக்குமென்று ஊகிப்பது கடினமல்ல. ஸைக்ளான் – பியின் அளவுக்கு எங்களால் செல்ல முடியாவிட்டாலும், நிறையப் பணம் ஈட்டிவிட முடியும்.

இந்திய மக்களுக்கு இந்தச் சூழ்ச்சிகள் அனைத்தும் புரிந்து, இவற்றை எதிர்த்து நிற்காவிட்டால் முடிவு நெருங்கிவிடுமென்று உணர்ந்து கூடிய விரைவில் தெருக்களை நிரப்பிப் போராடத் தொடங்குவார்கள் என்று நம்புவோம்.

அது நடக்காமல் போனால், இந்தக் காலகட்டத்தை வாழ்ந்து கடந்த ஒருவரின் சொற்கள் முடிவை அறிவிக்கும் சமிக்ஞைகளாக இருந்தனவென்று உணர்ந்துகொள்ளுங்கள்.

7

இடுகாடு பதில் அளிக்கிறது: பொய்ச் செய்திகளின் காலத்தில் புனைவிலக்கியம்*

நூற்றி முப்பத்தியிரண்டாம் வருடத்தைக் கொண்டாடும் கிளார்க் பேருரையை நிகழ்த்த என்னை அழைத்தமைக்கு நன்றி. அழைப்பிதழ் கிடைத்தபோது, இதற்கு முன் பேருரை ஆற்றியவர்களின் பெயர்களைப் பார்த்தேன். எண்ணற்ற 'சர்'கள், 'சர்'களைப் போல ஒலிக்கும் பெயர்கள். பல்வேறு தலைப்புகளில் உரையாற்றி யிருக்கிறார்கள். 'அரசி ஆன் காலத்திய இலக்கிய விமர்சனம்,' 'பிரான்ஸில் வால்டேரின் காலம் முதல் ஷேக்ஸ்பியர் விமர்சனம்', 'ஆங்கிலக் கவிதை அடைந்திருக்கும் தொழிற்தகுதி: சிகரம் தொடும் தனிச்சிறப்பு', 'படைப்பாளியும் படைப்பும்: ஸ்பென்ஸர், ஷேக்ஸ்பியர், மில்டன், யீட்ஸ், எலியட்.' இந்தப் பட்டியலைப் பார்த்ததும், நான் ஒரு கார்ட்டூனாகி, புருவத்தை சுருக்கியபடி 'என்னது?' என்று கேட்பது என் தலைக்கு மேல் ஒரு பலூன் வட்டத்தில் வசனமாக மிதந்தது. ஆனால் டோனி மாரிஸனின் 'அமெரிக்க ஆப்பிரிக்கத்துவத் தில் ஆய்வுகள்' என்ற தலைப்பைப் பார்த்ததும் கொஞ்சம் தைரியம் உண்டாயிற்று. எனக்கு அழைப்பு விடுத்த டாக்டர் ஜான் மேரன்பன்னிடம் முந்தைய உரைகள் சிலவற்றை அனுப்ப முடியுமா என்று

---

* கேம்பிரிட்ஜ் பல்கலைகழகத்தின் ட்ரினிடி கல்லூரி நடத்திய 2020ஆம் வருட கிளார்க் பேருரை.

கேட்டேன். இந்த உரைகள் இணையத்தில் கிடைக்கவில்லை. அவர், உரை நிகழ்த்துபவர்களிடம் உரையின் பிரதியை அவர்கள் வாங்கி வைத்துக்கொள்வதில்லை என்று சொன்னார். ஆனால் டி.எஸ். எலியட் இங்கு நிகழ்த்திய உரையை விரிவுபடுத்தித்தான் *The Varieties of Metaphysical Poetry*–யை எழுதியிருப்பதாகத் தெரிவித்தார்.

அதாவது – எனக்கு எந்த அழுத்தமும் இல்லை.

இந்த உரை, நாம் வாழும் இக்காலகட்டத்தில் இலக்கியத்துக்கான இடம், மொழியின் அரசியல் போன்ற தலைப்புகளில் சமீபத்தில் நான் ஆற்றிய உரைகளிலிருந்து உருவாகிவந்திருக்கிறது. இதுவே என் பணியைச் சற்றுப் பிடிகொடாமல் ஆக்கியிருக்கிறது. என் எழுத்துக்களையெல்லாம் உங்களில் பெரும்பாலோர் படித்திருப்பீர்கள் என்று உத்தேசித்துக்கொள்வதால் வருகிற சிக்கல் இது. அதுபோல நினைத்துக்கொள்வதற்காக நான் மன்னிப்பு கோர வேண்டும்.

இந்தியாவில் உள்ள இடுகாடுகளில் பெரும்பாலானவை முஸ்லிம் இடுகாடுகள். மக்கள்தொகையில் கிறிஸ்துவர்கள் எண்ணிக்கை மிகவும் குறைவானது. இந்துக்களும் மற்ற இனத்தவர்களும் பெரும்பாலும் சடலங்களைச் சுடுகாட்டில் எரிப்பவர்களாகவே இருக்கின்றனர். 'கப்ரிஸ்தான்' என்றழைக்கப் படும் முஸ்லிம்களின் இடுகாடுகள் இந்து தேசியவாதிகளின் விஷமேறிய கோஷங்களுக்குப் பயன்படுத்தப்பட்டிருக்கின்றன. *'முஸல்மான் கா ஏக் ஹை ஸ்தான், கப்ரிஸ்தான் யா பாகிஸ்தான்!'* முஸ்லிம்களுக்கு ஒரேயொரு இடம்தான் இருக்க முடியும். இடுகாடு அல்லது பாகிஸ்தான். இந்தியத் தெருக்களில் கத்திகளைச் சுழற்றிக்கொண்டு வெறிக் கூச்சலோடு போர் முழக்கம் செய்தபடி வலம்வரும் கொலைகாரக் கும்பல்களின் அபிமான கோஷம் இது.

இந்துத்துவ வலதுசாரிகள் கிட்டத்தட்ட எல்லா அரசு, அரசு அல்லாத அமைப்புகளுக்குள்ளும் ஊடுருவி அவற்றைத் தமது கட்டுப்பாட்டுக்குள் கொண்டுவந்துள்ளனர். சமூக, பொருளாதாரத் தளங்களில் முஸ்லிம்களை மிகவும் வெளிப்படையாகவே விலக்கீடு செய்வது தொடங்கியிருக்கிறது. இக்காரணங்களால் அவர்கள் சமூகப் படிநிலையில் மேலும் கீழே அழுத்தப்பட்டு, 'மதச்சார்பற்ற' பொதுவெளிகளிலும் வாழிடங்களிலும் ஒதுக்கப்பட்டுவருகிறார்கள். பாதுகாப்புக் காரணங்களுக் காகவும், தேவைக்காகவும் நகர்ப்புறப் பகுதிகளில் முஸ்லிம்களில் வசதியானவர்களிலிருந்து ஏழை எளியோர்வரை ஒரே பகுதியில் தமது குடியிருப்புகளை அமைத்துக்கொள்ளும் கட்டாயம் அவர்களுக்கு ஏற்பட்டிருக்கிறது. இப்பகுதிகளை 'மினி பாகிஸ்தான்'

என்று வெறுப்பாளர்கள் அழைப்பதும் நடக்கிறது. இப்போது வாழ்க்கையில், மரணத்தைப் போலவே, தனிமைப்படுத்தி விலக்கிவைத்தல் என்பது ஒரு விதியாகிவருகிறது. தில்லியைப் போன்ற நகரங்களில் வீடற்றவர்களும், ஆதரவற்றவர்களும் வழிபாட்டுத் தலங்களிலும் இடுகாடுகளைச் சுற்றியுள்ள பகுதிகளிலும் தனியாக ஒதுங்கி வாழத் தொடங்கியிருக்கிறார்கள். இடுகாடுகள் இறந்தவர்களுக்கான ஓய்விடங்களாக மட்டு மின்றி உயிரோடு இருப்பவர்களுக்கும் சரணாலயங்களாக மாறியிருக்கின்றன. இன்று புதிய இந்தியாவில் முஸ்லிம்களின் இடுகாடு (கப்ரிஸ்தான்) புதிய சேரிகளாக – நேர்ப்பொருளிலும் உருவகமாகவும் – மாறியிருப்பதைப் பற்றிப் பேசப்போகிறேன். மேலும், இத்தகைய காலகட்டத்தில் நாவல் எழுத நேர்ந்ததைப் பற்றியும் கூறப்போகிறேன்.**

ஒரு விதத்தில் பார்க்கப் போனால், 2017ஆம் வருடம் வெளிவந்த எனது *பெருமகிழ்வின் பேரவை* நாவலை இரண்டு இடுகாடுகளுக்கு இடையிலான உரையாடலாகவே வாசிக்கலாம். முதல் இடுகாடு, பழைய மதிலக நகரமான தில்லியில் ஒரு முஸ்லிம் குடும்பத்தில் பையனாக வளர்க்கப்பட்டு, ஹிஜ்ராவாக மாறிய அஞ்சும் என்பவள் தான் வசிக்கும் இடமாக மாற்றிக்கொண்ட ஒரு கைவிடப்பட்ட முஸ்லிம் இடுகாடு. அங்கே அவள் ஜன்னத் (சொர்க்கம்) விருந்தினர் இல்லம் என்ற பெயரில் ஓர் இல்லத்தைக் கட்டுகிறாள். ஆதரவிழந்த பல எளிய மக்கள் அங்குவந்து வசிக்கத் தொடங்குகிறார்கள் மற்றொரு இடுகாடு பரிசுத்தமான அழகில் பிரமிக்கவைக்கும் கஷ்மீர் பள்ளத்தாக்கு. முப்பது வருடப் போருக்குப் பிறகு இப்போது கல்லறைகள் நிறைந்து அதுவே இடுகாட்டுப் பிரதேசமாகி யிருக்கிறது. எனவே, ஒரு இடுகாட்டில் ஜன்னத் விருந்தினர் இல்லம். இன்னொரு ஜன்னத்தில் இடுகாடுகள்.

இரண்டு இடுகாடுகளுக்கிடையே நடக்கும் இந்த உரையாடல், இந்த வம்புப் பேச்சு, இப்போதும் எப்போதும் இந்தியாவில் தடைசெய்யப்பட்ட ஒன்று. நிஜ உலகத்தைப் பொறுத்தவரை, இந்திய அரசின் பிரச்சாரத்தைத் தவிர, கஷ்மீரைப் பற்றிய எல்லா உரையாடல்களுமே மிகக் கடுமையான குற்றமாக,

---

** இக்கட்டுரை முதலில் வெளிவந்து பத்து நாட்கள் கழித்து, தில்லியின் வடகிழக்குப் பகுதியில் வன்முறைக் கலவரங்கள் வெடித்தன. முன்னேற்பாட்டுடன் கூட்டிணைந்த பாசிசக் கும்பல்கள், காவல்துறையின் ஆதரவோடு, முஸ்லிம் தொழிலாளர்கள்மீது தாக்குதல்கள் நடத்தின. வீடுகள், கடைகள், மசூதிகள், குடியிருப்புப் பகுதிகள் தீக்கிரையாக்கப்பட்டன. பலர் கொல்லப்பட்டார்கள். பலர் காணாமல்போனார்கள். ஆயிரக்கணக்கான முஸ்லிம் அகதிகள் தம் பகுதிகளில் இருந்த முஸ்லிம் இடுகாடுகளில் தஞ்சம் புகுந்தார்கள் (காண்க: அத்தியாயம் 8)

ஏன் தேசத் துரோகமாகக்கூடக் கருதப்படுகிறது. அதிர்ஷ்டவசமாக, புனைவில் வேறுவிதமான விதிகள் இயங்குகின்றன.

இவ்வாறான தடைசெய்யப்பட்ட உரையாடலுக்குள் நாம் செல்வதற்கு முன், எனது எழுது மேஜையிலிருந்து சுற்றிலும் காணக் கிடைக்கும் காட்சியை வர்ணித்துவிட முயல்கிறேன். சில எழுத்தாளர்கள் சுற்றியுள்ள எல்லாச் சன்னல்களையும் மூடிவைத்துவிட்டு, அல்லது இன்னோர் அறைக்குச் சென்று எழுதுவார்கள். ஆனால் என்னால் இயலாது. ஆகவே, என்னை நீங்கள் பொறுத்துக்கொள்ளத்தான் வேண்டும். ஏனென்றால் இந்த நிலவெளியில்தான் எனது அடுப்பைப் பற்றவைக்கிறேன், எனது பாத்திரங்களையும் வாணலிகளையும் அடுக்கிவைக்கிறேன். இங்குதான் என் இலக்கியத்தைச் சமைக்கிறேன்.

இன்று 2020, பிப்ரவரி 13. இன்றோடு கஷ்மீரில் இணையத் தொடர்பை இந்திய அரசு துண்டித்து 193 நாட்களாகின்றன. பல மாதங்களாக மொபைல் டேட்டா வழியாகவோ பிராட்பேண்ட் வழியாகவோ இணையத்தில் தொடர்புகொள்ள முடியாமலிருந்த, உலகின் மிகப் பலமான ராணுவ ஆக்கிரமிப்பிலிருந்த எழுபது இலட்சம் கஷ்மீரிகளுக்கும் இப்போது சில இணையத்தளங்களைப் பார்ப்பதற்கு அனுமதிக்கப்பட்டுள்ளது. இத்தளங்கள் வெள்ளைப் பட்டியல் என்றழைக்கப்படுகிறது. சில தேர்ந்தெடுக்கப்பட்ட செய்தித் தளங்கள் இடம்பெற்றுள்ளன. ஆனால் கஷ்மீரிகள் மிகவும் சார்ந்திருக்கும் சமூக ஊடகங்கள் இல்லை. கஷ்மீரிகள் தமது குரல்களைச் சுதந்திரமாக வெளிப்படுத்தக்கூடிய இடமாக இருந்த சமூக ஊடகங்கள் இந்திய ஊடகங்களுக்கு எரிச்சலூட்டக்கூடியவையாக இருந்ததில் வியப்பில்லை. வேறு சொற்களில் சொன்னால், இப்போது கஷ்மீரில் இருப்பது அதிகாரபூர்வமாக நெருப்புத் திரையிட்ட இணையம். இனி எதிர்காலத்தில் நம்மெல்லோருக்கும் இப்படித்தான் வடிகட்டப்பட்ட இணையத் தொடர்பு கிடைக்கப் போகிறது எனலாம். கடும் தாகத்தில் இருப்பவருக்குச் சொட்டு மருந்து பாட்டிலிலிருந்து தண்ணீர் கொடுப்பதற்கு நிகரானது இது.

இணையத் தடை என்பது கஷ்மீரின் கிட்டத்தட்ட தினசரி நடவடிக்கைகள் எல்லாவற்றையும் முடக்கிவிட்டது. இது உண்டாக்கிய சிரமங்களைப் பற்றி இன்னமும் முழுதாக அறிந்துகொள்ள இயலவில்லை. மனித உரிமைகள்மீது ஒட்டுமொத்த மீறல்களை நிகழ்த்திப் பார்ப்பதற்கான சோதனை வெள்ளோட்டம் இது. தகவல் தொடர்பு முற்றுகை மட்டுமின்றி, ஆயிரக்கணக்கான கஷ்மீரிகள் – சிறுவர்கள், சமூக ஆர்வலர்கள், அரசியல்வாதிகள் உட்பட – சிறைகளில் அடைக்கப் பட்டிருக்கின்றனர். சிலர் மிகவும் அரக்கத்தனமான ‘குடிமக்கள்

பாதுகாப்புச் சட்ட'த்தின் கீழும் கைது செய்யப்பட்டுள்ளனர். இவையெல்லாமே அங்கு தொடர்ந்தேர்த்தியாகக் கட்டவிழ்ந்து கொண்டிருக்கும் ஒரு மகத்தான சோக சரித்திரத்தின் சிறுதுளிகள். உலகம் அவர்கள் பக்கம் திரும்பாமல் வேறெங்கோ பார்த்துக் கொண்டிருக்க, வர்த்தகம் முற்றிலுமாக முடங்கி, சுற்றுலாத் தொழில் ஸ்தம்பித்துப்போயிருக்கிறது. கஷ்மீர் வாயடைக்கப்பட்டு, மெதுவாக வரைபடத்திலிருந்து கீழே விழுந்துகொண்டிருக்கிறது. வரைபடத்திலிருந்து சில இடங்கள் வெட்டப்பட்டுக் கீழே விழும்போது என்ன நடக்கிறது என்பதை யாருக்கும் சொல்லத் தேவையில்லை. உட்கருதப் பெறாத விபரீதங்கள் நிகழும்போது நான் அதை எதிர்பார்க்காததைப்போல நிச்சயமாக வியப்புக் காட்டமாட்டேன்.

இதற்கிடையில் இந்திய அரசு ஒரு புதிய குடியுரிமைச் சட்டத்தை இயற்றியுள்ளது. எவ்வளவுதான் நுட்பமாகக் கட்டமைக்கப்பட்டிருந்தாலும், அச்சட்டம் முஸ்லிம்களுக்கு எதிரானது என்பது பட்டவர்த்தனமாகத் தெரிகிறது. இச்சட்டத்தைப் பற்றிச் சென்ற நவம்பரில் நான் நிகழ்த்திய உரையில் விரிவாகவே பேசியிருப்பதால் இங்கே அதை விளக்கப் போவதில்லை. ஆனால் அதை நடைமுறைப்படுத்தினால் இதுவரை நாம் அறிந்திராத அளவுக்குக் குடியுரிமையற்றவர்கள் பெருகி, மிகக் கொடூரமான விளைவுகள் நிகழும் என்பதை மட்டும் சொல்லிக்கொள்வேன்.[1] 1935இல் ஜெர்மனியில் கொண்டுவரப்பட்ட நூரெம்பர்க் கூட்டத்தை அடியொற்றி, ராஷ்ட்ரீய ஸ்வயம்சேவக் சங்கம் எனும் அமைப்புப் பெற்றெடுத்திருக்கும் நரேந்திர மோடியின் பாரதீய ஜனதா கட்சி இச்சட்டத்தின் மூலம் யாரெல்லாம் இந்நாட்டின் உண்மையான குடிமகன் என்பதைச் சில மரபுரிமை ஆவணங்களின் வழியாக நிரூபிக்க வேண்டுமென முடிவெடுத்திருக்கிறது. நான் எழுதியவற்றிலேயே மிகவும் இருண்மை வாய்ந்த உரை அதுதான்.

மூன்று மாதங்கள் கழிந்த பின் அந்த இருண்மை இப்போது எச்சரிக்கை கலந்த நம்பிக்கையாக மாறியிருக்கிறது. குடியுரிமைத் திருத்த மசோதா நாடாளுமன்றத்தில் 2019 டிசம்பர் 11இல் நிறைவேற்றப்பட்டு, குடியுரிமைத் திருத்தச் சட்டமாகியது. அடுத்த சில நாட்களில் மாணவர்கள் பொங்கியெழுந்தனர். முதலில் போராட்டத்தில் இறங்கியவர்கள் அலிகர் முஸ்லிம் பல்கலைக்கழகம், தில்லியின் ஜாமியா மிலியா இஸ்லாமியா பல்கலைக்கழகத்தைச் சேர்ந்த மாணவர்கள். ஆயுதப்படைக் காவலர்கள் கல்லூரி வளாகங்களுக்குள் புகுந்து கண்ணீர்ப் புகைக்குண்டுகளை வீசி, ரவைத் துப்பாக்கிகளால் மாணவர்களைச் சுட்டனர். மாணவர்களைக் காவலர்கள் ஈவிரக்கமில்லாமல்

அடித்ததில் சிலர் ஊனமடைந்தனர். ஒரு மாணவர் தன் கண்களில் ஒன்றை இழந்தார். இந்த அக்கிரமத் தாக்குதல் நாடெங்கும் கல்வி நிலையங்களில் கோபத்தை எழுப்பியது. மாணவர்கள் வீதிகளில் குவிந்தனர். பொதுமக்களும் போராட்டத்தில் கலந்துகொண்டனர். மாணவர்களும் முஸ்லிம் பெண்களும் முன்னணியில் வழிநடத்த நகரின் மையச் சதுக்கங்களில் கூடிச் சாலைகளை மறித்தனர். இது வாரக்கணக்கில் தொடர்ந்தது. இந்துத்துவ வலதுசாரிகளுக்கு எப்போதுமே ஒரு பழக்கம் உண்டு. முஸ்லிம் ஆண்கள் எல்லோரும் பெண்களை அடக்கி, துன்புறுத்துபவர்கள் என்றும், அவர்கள் அனைவரும் பயங்கரவாதிகள், ஜிகாதிகள் என்றும் முஸ்லிம் பெண்களுக்கு ஆதரவாகத் தாம் நிற்பதாகவும் கூறிக்கொள்வதுண்டு. ஆனால் இந்தப் பிரம்மாண்டமான, மிகத் தெளிவான, பெண்ணியக் கோபத்தைக் கண்டு இந்த முஸ்லிம் பெண்களை ரட்சிக்க வந்தவர்கள் திகைத்துப்போயினர். இப்போது பெரும் கவனத்தை ஈர்த்திருக்கும் தில்லியின் ஷாஹீன் பாக் போராட்டத்தில் ஆயிரக்கணக்கானவர்கள், சில நேரங்களில் ஒரு லட்சத்துக்கும் அதிகமானவர்கள் கலந்துகொண்டு கிட்டத்தட்ட இரண்டு மாதங்களுக்கு ஒரு பிரதான சாலையை மறித்துப் போராட்டம் நடத்தினர். இது நாடெங்கும் பல இடங்களில் 'குட்டி - ஷாஹீன் பாக்'களை உருவாக்கியது. லட்சக்கணக்கான மக்கள் வீதிகளில் இறங்கி, இந்திய தேசியக் கொடியை ஏந்தியபடி இந்திய அரசியலமைப்புச் சட்டத்தை மதிக்கும்படியும், அதன் முகப்புரையில் இடம்பெற்றுள்ள 'இந்தியா ஒரு மதச்சார்பற்ற, சோசலிசக் குடியரசு' என்ற வாசகங்களைக் - கோஷமிட்டபடியும் போராடினர்.

நாடெங்கிலும் நகரங்களிலும் கல்வி நிலையங்களிலும் ஒலித்துக்கொண்டிருந்த இப்புதிய எழுச்சி கீதம், கஷ்மீரின் விடுதலைப் போராட்டத்தின் புகழ்பெற்ற கோஷமான, *ஹம் க்யா சாத்தே? ஆஸாதி!* - 'நாங்கள் கேட்பது என்ன? சுதந்திரம்!' என்பதன் சற்றே மாறுபட்ட முழக்கம். இந்தக் கோஷம், மக்களின் கோபத்தை, அவர்களின் கனவை, அவர்கள் எதிர்நோக்கியிருக்கும் யுத்தத்தை வர்ணிக்கும் பாடல் வரிகளில் இடம்பெற்ற பல்லவி. இந்த ஆஸாதி கோஷத்துக்கு எந்தவொரு அமைப்போ இயக்கமோ சொந்தம் கொண்டாடிவிட முடியாது. இதற்கு ஒரு நீண்ட, பல்வகைப்பட்ட வரலாறு இருக்கிறது. சமீபத்தில் நாற்பதாவது ஆண்டு விழாவைக் கொண்டாடிய இரானியப் புரட்சியின் கோஷம் அது. எங்களுடைய துணைக் கண்டத்தில் 1970, 80களில் பெண்ணிய இயக்கத்தின் ஒரு பிரிவினிடையே பிரபலமாக இருந்திருக்கிறது. ஆனால் கடந்த முப்பது வருடங்களுக்கு மேலாக இது கஷ்மீர் வீதிகளின் கீதமாகவே மாறியிருக்கிறது. இதில் உள்ள முரண் நகை என்னவென்றால், இப்போது வாயடைக்கப்பட்டுள்ள

கஷ்மீரிகள் தம்மைக் காலனி ஆதிக்கத்துக்கு உட்படுத்தியிருப்பதாகக் கருதும் தேசத்தின் தெருக்கள் எங்கிலும் இதே வரிகளோடும் தாளகதியோடும் லயத்தோடும் இப்பல்லவியை மக்கள் கோஷமிட்டுக்கொண்டிருப்பதுதான். ஒரு வீதியின் நிசப்தத்துக்கும் இன்னொரு வீதியின் சத்தத்துக்கும் இடையில் இருப்பது என்ன? பாதாளமா அல்லது இது ஒரு பாலமாகுமா?

பெருமகிழ்வின் பேரவை நாவலிலிருந்து *ஆஸாதி!* எனும் கஷ்மீரிகளின் கோஷத்தைப் பற்றி ஒரு பகுதியை எடுத்துக்காட்டி விளக்குகிறேன். கீழ்க்கண்ட பகுதியில் வரும் ‘நான்’ என்பது பிப்லாப் தாஸ்குப்தா. நண்பர்கள் மத்தியில் அவனுடைய பெயர் கார்ஸன் ஹோபார்ட் (அதன் காரணம் பற்றி இப்போது பேச வேண்டாம்). அவன் ஓர் இனிமையான, அறிவார்ந்த இந்திய உளவுத் துறை அதிகாரி. கஷ்மீரில் பணியாற்றுபவன். ஹோபார்ட் கஷ்மீர் போராட்டத்தை ஆதரிப்பவனல்லன். வருடம் 1996. கஷ்மீர் பள்ளத்தாக்கில் கொழுந்துவிட்டு எரிந்துகொண்டிருந்த ஆயுதப் போராட்டம் உச்சத்தை அடைந்திருந்த காலம் அது. ஸ்ரீநகரின் புறநகர்ப் பகுதியில் மாநில ஆளுநர் தங்கியிருந்த முகாமில் பணி நிமித்தமாக உடனிருக்கிறான். அச்சமயத்தில் அதற்குச் சில நாட்கள் முன்பு போரில் கொல்லப்பட்டிருந்த தியாகிகளின் இறுதி ஊர்வலம் ஸ்ரீநகரில் நடக்கிறது. ஆயிரக்கணக்கானோர் கலந்து கொள்ளும் பிரம்மாண்டமான ஊர்வலம். ஆளுநர் குழுவால் ஸ்ரீநகருக்கு உடனே திரும்ப முடியாத சூழல். ஹோபார்ட்டின் செயலாளர் அவனைத் தொலைபேசியில் தொடர்புகொண்டு, ஊர்வலம் நடந்துமுடிந்து அமைதி திரும்பும்வரை ஸ்ரீநகருக்கு வர வேண்டாம் என்று தெரிவிக்கிறான்:

> பறவைகளின் கானங்களும் தெள்ளுப்பூச்சிகளின் கரகரப்பொலிகளும் சூழ தாச்சிகாம் வனத்துறை விருந்தினர் மாளிகையின் தாழ்வாரத்தில் அமர்ந்திருந்த எனக்குத் தொலைபேசியில் பல்லாயிரக்கணக்கான குரல்கள் ஒன்றிணைந்து சுதந்திரத்துக்காக எழுப்பும் கோஷங்கள் அலையலையாக உயர்ந்து செவியில் அதிர்ந்தன: *ஆஸாதி! ஆஸாதி! ஆஸாதி!* திரும்பத்திரும்ப. தொலைபேசியில் கேட்பதற்கே கதிகலங்க வைத்தது. சிறைக் கொட்டடியில் அந்த ஏர்மார்ஷல் எழுப்பிய கோஷங்களைப்போல இது இல்லை. மொத்த நகரமுமே ஒரு ஜோடி நுரையீரல்கள் மூலமாக சுவாசிப்பதைப்போல, அடித்தொண்டையிலிருந்து எழுந்து செவிகளைத் துளைக்கும் ஓலத்தைப்போல. நாடு முழுக்க இதுவரை எத்தனையோ போராட்டங்களைப் பார்த்திருக்கிறேன், எவ்வளவோ கோஷங்களைக் கேட்டிருக்கிறேன். ஆனால் இது வித்தியாசமாக இருந்தது.

இது கஷ்மீரின் மந்திர கோஷம். இது வெறும் அரசியல் கோரிக்கை மட்டுமல்ல. அதற்கும் மேலானவொன்று. இது ஒரு தேசிய கீதம், ஒரு பாசுரம், ஒரு பிரார்த்தனை. இதில் இருந்த – இருக்கின்ற – முரண் நகைச்சுவை என்னவென்றால், நான்கு கஷ்மீரிகளை ஓர் அறையில் அமர்த்தி அவர்களிடம் 'ஆஸாதி' என்று அவர்கள் சொல்வதற்குச் சரியான அர்த்தம் என்ன, கொள்கைரீதியான, நிலவமைப்பு ரீதியான உருவரை என்னவென்று விளக்கச் சொல்லிக் கேட்டால், அவர்கள் ஒவ்வொருவருக்கிடையிலும் விவாதம், தகராறு முற்றி ஒருவர் கழுத்தை மற்றவர் வெட்டிக்கொள்ளக்கூடும். ஆனால் அவர்களுடைய பிரச்சினை குழப்பம் அல்ல. உண்மையில் அதுவல்ல. நவீன நிலஅரசியல் மொழிக்கு வெளியே உருவாகியிருக்கும் ஒரு பயங்கரத் தெளிவு என்று அதைச் சொல்லலாம். இந்த மோதலில் எல்லாப் பக்கங்களிலும் இருக்கும் முக்கியப் பாத்திரங்கள் எல்லோருமே, குறிப்பாக நாங்கள், இந்த விரிசலை எங்களுடைய சுயநலத்துக்காக இரக்கமின்றி வளர்த்துச் சுரண்டிப் பிழைத்துவந்திருக்கிறோம். இதுதான் ஒரு பரிபூரண யுத்தத்தை இங்கே உருவாக்கிவைத்திருக்கிறது. ஒருபோதும் வெல்லவோ தோற்கவோ முடியாத யுத்தம். முடிவு காண முடியாத ஒரு யுத்தம்.

அன்று காலை தொலைபேசியில் கேட்ட அந்தக் கோஷம், செறிவூட்டி வடிகட்டியெடுத்த வெறிப் பிரவாகம். அதீத உணர்வெழுச்சிகள் எப்போதும் கண்மூடித்தனமாகவும், பயனற்றதாகவுமே இருக்கும். (அதிர்ஷ்டவசமாகச் சீக்கிரமே முடிவுக்கு வந்துவிடுகிற) இத்தகைய சம்பவங்கள் அவற்றின் உச்சத்தை எட்டும்போது அடைந்துவிடுகிற வலிமை சரித்திரங்களும் புவியியலும் கட்டியெழுப்பியுள்ள பிரம்மாண்ட மாளிகைகளை இடித்துத் தள்ளிவிடும். இந்த அளவுக்கு எங்களை அடிவயிற்றிலிருந்து வெறுக்கிற மனிதர்களை அடக்கி ஆளப்போவதாக நினைத்துக்கொண்டு கஷ்மீரில் என்ன செய்துகொண்டிருக்கிறோம் என்று எங்களில் திட மனது கொண்ட பலருக்கும், கணநேரத்துக்காவது தோன்றிவிடும்.[2]

இந்தியாவில் உள்ள போராட்டக்காரர்கள் முற்றிலும் வேறு விதமான ஆஸாதிக்காகப் போராடிக்கொண்டிருக்கிறார்கள் – ஏழ்மையிலிருந்து ஆஸாதி, பசியிலிருந்து ஆஸாதி, சாதியிலிருந்து ஆஸாதி, ஆணாதிக்கச் சமூகத்திலிருந்து ஆஸாதி, அடக்குமுறையிலிருந்து ஆஸாதி. "இந்தியாவிலிருந்து ஆஸாதி கேட்கவில்லை, இந்தியாவில் ஆஸாதி கேட்கிறோம்," என்கிறார்

கன்னையா குமார். இவர் வளர்ந்துவரும் கவர்ச்சிகரமான இளம் அரசியல்வாதி. இன்று இந்தியாவில் எழுச்சி கண்டிருக்கும் இக்கோஷத்தைப் பிரத்யேகமாக்கி, மறுஉருவாக்கிவைத்திருப்பது இவர்தான்.[3] கஷ்மீரிகளுக்கு ஆதரவாக ஒரேயொருவர், வாய்தவறிப் பேசிவிட்டாலும்கூடத் தேசியவாத நெருப்பு அவரைச் சூழ்ந்து சுட்டெரித்துப் பொசுக்கிவிடும் என்பதே கசப்பான உண்மை. இது வீதிகளில் குழுமியுள்ள எல்லோருக்கும் தெரியும். எனவே இப்போராட்டங்களில் கஷ்மீர் என்ற சொல் உச்சரிக்கப்பட்டால், உங்கள் எதிர்ப்பு மட்டுமல்ல, கூடியுள்ள எல்லோரும் அடுத்த கணம் தேசியவாத நெருப்பில் சாம்பலாகிவிடுவார்கள். அதுவும் கஷ்மீரைப் பற்றிப் பேசியவர் முஸ்லிமாக இருந்தால் நிலைமை மேலும் மோசமாகிவிடும். ஏனென்றால் முஸ்லிம்களைப் பொறுத்தவரை – வாகன நிறுத்த அபராதக் கட்டணம் முதல் சில்லறைக் குற்றம்வரை – எல்லாவற்றுக்கும் வேறுவிதமான விதிகள் உண்டு. ஆவணங்களில் அல்ல, நடைமுறையில் இந்த அளவுக்கு ஆழமாக இந்தியா அழுகிப்போயிருக்கிறது.

முஸ்லிம்களுக்கு எதிரான குடியுரிமைச் சட்டத்தை எதிர்த்து இவ்வளவு பிரம்மாண்டமாக நடக்கும் ஜனநாயகப் போராட்டங்களின் இதயமாக, கஷ்மீரிலிருந்து கடன்வாங்கப்பட்ட அந்த ஆஸாதி கீதம் ஒலித்துக்கொண்டிருக்கிறது. கஷ்மீர் பள்ளத்தாக்கில் நிகழ்ந்துகொண்டிருக்கும் அக்கிரமச் செயல்களைப் பற்றி ஒரேயொரு முனகல்கூட இல்லாமல், திணிக்கப்பட்ட இறுகிய மௌனமே நிலவுகிறது. இந்த மௌனம் பத்து வருடங்களாக இருந்துவருகிறது. இது குறித்த அவமானம் நெஞ்சை அரிக்கக்கூடியது. இந்த அவமானத்தைப் பகிர்ந்து கொள்ள வேண்டியவர்கள் இந்து தேசியவாதிகளும் இந்தியாவின் அனைத்து அரசியல் தரப்பினரும் மட்டுமல்ல, இன்று துணிச்சலோடு தெருவில் இறங்கிப் போராடிக்கொண்டிருப்பவர்கள் உட்படப் பெரும்பான்மை இந்திய மக்களும்தான்.

போராடும் இளைஞர்கள் கஷ்மீருக்கான நீதியைக் கோரிக் கூடிய விரைவில் குரலெழுப்பத் தொடங்குவார்கள் என நம்பலாம். இப்படி நடக்கக்கூடும் என்பதால்தான் மோடிக்குப் பிறகு தலைமைப் பொறுப்பை ஏற்கக் கூடியவர் என்று எதிர்பார்க்கப்படும் உத்தரப் பிரதேச முதல்வர் யோகி ஆதித்யநாத் ஆஸாதி! கோஷத்தைத் தேசத்துரோகம் என்று அறிவித்திருக்கிறார்.

இப்போராட்டங்களை அரசு எதிர்கொண்ட விதம் முரட்டுத்தனமாக இருந்தது. பிரதமர் மோடி தனது வழக்கமான குத்தல் பேச்சில் விஷத்தைத் தடவி, "போராடுபவர்கள் யார் என்பதை அவர்களுடைய உடையை வைத்தே கண்டு பிடித்துவிடலாம்," என்று தனது தேர்தல் பரப்புரை ஒன்றில்

ஆஸாதி

சொன்னார் – அதாவது அவர்கள் எல்லோரும் முஸ்லிம்கள் என்ற பொருளில். இது முற்றிலும் பொய்யான குற்றச்சாட்டு. ஆனால் மக்கள் தொகையில் தண்டிக்கப்பட வேண்டியவர்கள் யாரென்று தனியாகப் பிரித்துக்காட்ட உதவும் உத்தி. உத்தரப் பிரதேசத்தில் யோகி ஆதித்யநாத் ஏதோ ஒரு தாதாவைப்போல, வெளிப்படையாக "பழிவாங்க வேண்டும்" என்று சூளுரைத்தார்.[4] இதுவரை இருபது பேருக்கு மேல் கொல்லப்பட்டிருக்கின்றனர். சில வாரங்களுக்கு முன் ஒரு பொதுத் தீர்ப்பாய அமர்வில் அளிக்கப்பட்ட வாக்குமூலங்களைக் கேட்டேன். காவல் துறையினர் நள்ளிரவு நேரத்தில் வீடு புகுந்து பயமுறுத்திப் பொருட்களைக் கொள்ளையடித்ததை, நிர்வாணமாக நிறுத்தி லாக் அப்பில் வைத்து நாட்கணக்காக அடித்ததை, காயமுற்றவர்களை மருத்துவமனைகள் அனுமதிக்காமல் விரட்டியதை, இந்து மருத்துவர்கள் அவர்களுக்கு சிகிச்சையளிக்க மறுத்ததை வாக்குமூலங்களாக அளித்தார்கள். போராடுபவர்களைக் காவலர்கள் தாக்கியதையும், முஸ்லிம்களைத் தகாத வார்த்தைகளால் திட்டியதையும் காணொளிகளில் காட்டினார்கள். அவர்களுடைய புறக்கணிப்பும், மத அடிப்படையிலான எள்ளல் முணுமுணுப்புகளும் அவர்கள் அடித்த அடிகளைவிட அதிகமாகக் காயப்படுத்துகின்றன என்றார்கள். மக்களில் ஒரு பிரிவினரை இன்னொரு பிரிவினருக்கு எதிராக ஓர் அரசு தன் அதிகாரம் அனைத்தையும் பயன்படுத்தித் திருப்பிவிடும்போது, அது உண்டாக்கும் பயங்கரத்தை அச்சமூகத்திலிருந்து வெளியே இருப்பவர்களால் எளிதில் புரிந்துகொள்ளவோ, நம்பவோ முடியாது.

யோகி ஆதித்யநாத்துக்குக் கிடைத்துவரும் அரசியல் ஆதரவு ஒளிவுமறைவில்லாமலும், பின்வாங்காமலும் இருந்துவருகிறது. மேற்கு வங்கத்தின் பாஜக தலைவர் உத்தரப் பிரதேச மாடலைப் பொறாமை கலந்த வியப்புடன் பார்ப்பவர். வியந்து போற்றுபவர். "எங்கள் அரசு அவர்களை நாய்களைப்போலச் சுட்டுத்தள்ளியிருக்கிறது," என்று அவர் பெருமையடித்துக்கொள்கிறார். மோடியின் அமைச்சரவையில் உள்ள ஓர் ஒன்றிய அமைச்சர் தில்லியில் நடந்த கூட்டத்தில் "தேஷ் கே கடாரோன் கோ?" என்கிறார். கூட்டம் "கோலி மாரோ சாலோன் கோ," என்று பதிலுக்குக் கூச்சலிடுகிறது. தேசத்துரோகிகளை என்ன செய்யலாம்? அந்த வேசிமகன்களைச் சுட்டுத் தள்ளுங்கள்![5] மற்றொரு நாடாளுமன்ற உறுப்பினர் ஷாஹீன் பாக் போராட்டக்காரர்களையெல்லாம் அடக்காவிட்டால் அவர்கள் உங்கள் வீட்டுக்குள் புகுந்து உங்கள் சகோதரிகளையும் மகள்களையும் வன்புணர்ந்துவிடுவார்கள் என்கிறார். சுவாரஸ்யமான அச்சுறுத்தல்தான். ஷாஹீன் பாக்

போராட்டக்காரர்கள் அநேகமாக எல்லோரும் பெண்கள். உள்துறை அமைச்சர் அமித் ஷா, பாகிஸ்தான்மீது விமானத் தாக்குதலும் துல்லியத் தாக்குதலும் நடத்திய மோடி வேண்டுமா அல்லது ஷாஹீன் பாகை ஆதரிப்பவர்கள் வேண்டுமா என்று வாக்காளர்களைக் கேட்கிறார்.[6]

மோடியும் தன் பங்குக்கு, போர் என்று வந்தால் இந்தியா பாகிஸ்தானைப் பத்தே நாட்களில் தோற்கடித்துவிடும் என்று பிரகடனம் செய்கிறார்.[7] இப்போது இருக்கும் சூழலில் இது பொருத்தமற்ற வாதம்போலத் தோன்றலாம், ஆனால் அல்ல. பாகிஸ்தானை எதிர்த்துக்கொண்டிருப்பவர்களைத் தூண்டி ஊக்கப்படுத்தும் அவருடைய மலினமான உத்தி. இது எதில் போய் முடியுமா, மேலும் ரத்தம் சிந்தப்படுமோ, போர் கடைசியில் வந்தேவிடுமோ என்று மொத்த தேசமும் மூச்சைப் பிடித்துக்கொண்டு உறைந்திருக்கிறது.

இந்துத்துவத் தேசியவாதம், என்ற பெரும்பான்மைவாதம் பாசிஸம் என்ற அரசியல் பதத்தின் மென்வடிவம்தான். பல தாராளவாதிகளும், சில கம்யூனிஸ்ட்டுகளும்கூட பாசிசம் என்ற சொல்லைப் பயன்படுத்தத் தயங்குகிறார்கள். ஆனால் ஹிட்லரையும் முசோலினியையும் நாயகர்களாக, வழிகாட்டிகளாக போற்றிப் புகழ்ந்த ஆர்எஸ்எஸ்ஸின் உப பிரிவான பாஜகவின் ஆட்சியில் பள்ளிப்பாட நூல்களின் அட்டைகளில் உலகத் தலைவர்களாக காந்தி, மோடி படங்களோடு ஹிட்லர், முசோலினி படங்களும் இடம்பெற்றுள்ளன.[8] பாசிசம் என்ற சொல்லைப் பயன்படுத்துவதில் கருத்து வேறுபாடு கொண்டிருப்பவர்கள், ஒரு கண்டமே அழிக்கப்பட்டு, கோடிக்கணக்கான மனிதர்கள் விஷவாயுக் கூடங்களில் கொல்லப்பட்ட பிறகுதான் பாசிசம் என்பது உண்மையில் பாசிசமாகும் என்று நினைக்கிறார்களா அல்லது பாசிசம் என்பது இத்தகைய கொடுங்குற்றங்களுக்கு இட்டுச்சென்ற – கொடுங்குற்றங்களுக்கு இட்டுச் செல்லக்கூடிய – கொள்கை என்றும், அதனைப் பின்பற்றுபவர்கள்தான் பாசிஸ்டுகள் என்றும் நம்புகிறார்களா என்று தெரியவில்லை.

இந்த உரையின் உப தலைப்பான – 'பொய்ச் செய்திகளின் காலத்தில் புனைவிலக்கியம்' என்பதைப் பற்றிச் சிறிது கவனத்தைச் செலுத்தலாம். பொய்ச்செய்திகள் என்பதே புனைவுகளைப்போல மிகவும் பழையவைதான். பல நேரங்களில் இவையிரண்டும் ஒன்றாகவே இருப்பவையும்கூட. பொய்ச்செய்தி என்பது ஆதாரச் சட்டம். போலிச் சீற்றத்தை அணிந்துகொண்டு தன்னைக் கட்டமைத்துக்கொண்டிருக்கும் பாசிசத்தின் சாரக்கட்டு பொய்ச் செய்திகளே. இந்தச் சாரக்கட்டு ஊன்றி நின்றிருக்கும் அஸ்திவாரமாக இருப்பது பொய் வரலாறு.

பொய்ச் செய்திகளின் ஆதி வடிவம் பொய் வரலாறாகவே இருக்கும். இந்துத்துவத் தேசியவாதிகள் எப்போதுமே எல்லாத் தருணங்களிலும் சரித்திரத்தைத் தூக்கிக்கொண்டு விற்பதற்கு வருபவர்கள். கேட்டுக்கேட்டுச் சலித்துப்போன போல வீரப்பிரதாபங்கள், மிகையாகச் சித்திரிக்கப்படும் பாதிக்கப்பட்டோர் பரிதாபக் கதைகள். சரித்திரம் தொன்மக் கதைகளாகும், தொன்மங்கள் சரித்திரமாக்கப்படும். இக்கதைகள் எல்லாமும் சீரிய வரலாற்றாய்வாளர்களால் பொய்யென்று அடித்து நொறுக்கப்பட்டிருக்கின்றன. ஆனால் கதைகள் சீரிய அறிஞர்களுக்கானவையல்ல. அவை எளிய அப்பாவி மக்களுக்கானவை. அவர்களை அறிஞர்களால் அணுக முடிவதில்லை. நாம் என்னதான் ஏளனமாகச் சிரித்துக்கொண்டிருந்தாலும், இது ஒரு தொற்றைப்போலப் பரவி, மூளையைச் செயலிழக்கச் செய்யும் புற்றுநோயாக மக்களிடையே பீடித்திருக்கிறது. இதற்குக் காரணமாக வேறுசில ஆழமான, மிகவும் தொந்தரவூட்டும் அம்சங்கள் இருக்கின்றன. அதைப்பற்றி இப்போது என்னால் விரிவாகப் பேச முடியாது. ஆனால் மெலிதாகக் கோடி காட்ட முடியும். நான் சொல்வது உங்களுக்குத் திகைப்பூட்டுமென்றால் இவற்றைப் பற்றி நான் விரிவாக எழுதியுள்ள *The Doctor and the Saint* புத்தகத்தை வாசித்துத் தெரிந்துகொள்ளலாம்.[9]

இந்துத்துவத் தேசியவாதத்துக்கும், இந்து மேலாதிக்க வழிபாட்டு மரபுக்கும் மையமாக இருப்பது வர்ணாசிரம தர்மம் என்ற சாதியமைப்புக் கொள்கை. சாதிய எதிர்ப்பு மரபு இதனை 'பிராமண்வாத்' – பிராமணியம் – என்றழைக்கிறது. சமூகத்தைச் செங்குத்தான படிநிலையமைப்பில் பிரிப்பது பிராமணியம். பிறப்பிலேயே ஒரு பிரிவினர் தூய்மையம்சங்கள் பொருந்திய மேலோர், மற்றவர் அடுத்தடுத்த நிலைகளில் தரம் குறைந்தோர் எனவும், ஒவ்வொருவருக்கும் அவரவர் பிறப்பு சார்ந்து ஆற்ற வேண்டிய தொழில்களும் கடமைகளும் உண்டு என்றும் நம்புகிற கொள்கை அது. படிநிலையில் மேல்தட்டில் இருப்போர் பிராமணர். இவர்கள் தூய்மையின் சின்னம், எல்லா உரிமைகளையும் தன்னகத்தே கொண்டிருப்பவர்கள். அடித்தட்டில் இருப்போர் முன்பு 'தீண்டத்தகாதோர்' என்றழைக்கப்பட்ட தலித்துகள் என்ற இழிசனர். இவர்கள் மனிதர்களாகவே மதிக்கப்பட மாட்டார்கள், சேரிகளில் தனியொதுக்கமாகவே வாழ நிர்ப்பந்திக்கப்பட்டவர்கள்; பல நூற்றாண்டுகளாக நம்மால் கற்பனை செய்ய முடியாத அளவுக்கு ஒடுக்கப்பட்டவர்கள். சாதிப் பிரிவுகளில் எதுவும் ஒரு தரத்தினாலானவையல்ல. ஒவ்வொன்றுக்குள்ளும் உபபிரிவுகள், படிநிலைகள் உண்டு. சமத்துவம், சகோதரத்துவம்,

அல்லது சகோதரித்துவம் எல்லாம் சாதியமைப்புக்குக் கசப்பானவை. இறைவன் வகுத்த விதிப்படி சில மனிதர்கள் மட்டும் மற்றவர்களைவிட உயர்ந்தவர்கள் என்ற கருத்தாக்கமே பாசிஸச் சிந்தனையான 'மேலுரிமையர் இனம்' என்பதோடு ஒத்துப்போவதைப் புரிந்துகொள்வது கடினமல்ல. பல நூற்றாண்டு களாக அனுபவித்துவந்த பிராமணிய அடக்குமுறையிலிருந்து தப்பிப்பதற்காகவே லட்சக்கணக்கான தலித்துகளும், இதர ஒடுக்கப்பட்ட சாதியினரும் இஸ்லாமியராகவும் சீக்கியராக வும் கிறிஸ்துவராகவும் மதம் மாறினார்கள். இந்துப் பெரும்பான்மைவாதத்தின் அரசியலும், சிறுபான்மையினர்மீது அது செலுத்தும் அடக்குமுறையும் சாதியின் அடிப்படையில் ஒன்றோடொன்று நெருக்கமாகப் பிணைந்திருக்கின்றன. இன்றும், நவீன இந்தியச் சமூகத்தின் எல்லா அம்சங்களையும் இயங்கவைத்துக்கொண்டிருப்பது சாதி என்ற இயந்திரம்தான். ஆனாலும் மிகப் பல எழுத்தாளர்களும் வரலாற்றறிஞர்களும் தத்துவவாதிகளும் சமூகவியலாளர்களும் திரைப்பட இயக்குநர்களும் இந்தியாவைப் பற்றி எவ்வளவோ மகத்தான ஆக்கங்களை உருவாக்கியிருக்கிறார்கள், அவை உள்நாட்டிலும் வெளிநாடுகளிலும் பரவலாக அங்கீகரிக்கப்பட்டுப் பெருமைமிக்க பரிசுகளையும் பெற்றிருக்கின்றன. ஆனால் இவையெல்லா வற்றிலும் சாதி என்பதை ஓர் அடிக்குறிப்பு அளவுக்கு ஒளித்துவைத்திருப்பார்கள், அல்லது பூசி மெழுகிவைத்திருப் பார்கள். இதையும் போலி வரலாறு என்றுதான் சொல்வேன். மகத்தான பாராமுகத் திட்டம்.

இதற்கு மிகச்சரியான உதாரணம் சர் ரிச்சர்ட் அட்டன்பரோவின் ஆஸ்கர் விருதுபெற்ற திரைப்படமான 'காந்தி'. இத்திரைப்படத்தை இந்திய அரசும் இணைந்து தயாரித்தது. துல்லியமற்ற திரைப்படம் அது. தென்னாப்பிரிக்காவில் இருந்தபோது ஆப்பிரிக்கக் கருப்பினத்தவர்மீது காந்தி கொண்டிருந்த மனப்பான்மை தவறாகச் சித்திரிக்கப்பட் டிருந்தது. அதைவிட மிகப்பெரிய வழுவல், இத்திரைப்படம் டாக்டர் பாபாசாகேப் அம்பேத்கரை முற்றிலுமாக இருட்டடிப்புச் செய்திருந்தது. அம்பேத்கர் காந்திக்கு நிகரான இந்திய ஆளுமை. மகாராஷ்டிராவைச் சேர்ந்த தலித் இனத்தவர்; காந்தியை அறம் சார்ந்தும், அரசியல் சார்ந்தும், அறிவாண்மை சார்ந்தும் எதிர்த்து நின்றவர். இந்து மதத்தையும், அதன் சாதியப் பாகுபாட்டையும் எதிர்த்துப், புத்த மதத்தை தழுவியவர். இந்து மதத்தின் ஒடுக்குமுறைகளிலிருந்து தப்பிப்பதற்குச் சக தலித்து களுக்கு வழிகாட்டியவர். அவரும் காந்தியும் அசாதாரணமான மனிதர்கள். அவர்களிடையே எழுந்த முரண்பாடுகள் இன்று நம் சிந்தனைகளின்மீது பெரும் தாக்கத்தைச் செலுத்துகின்றன.

சாதி விஷயத்தில் காந்திக்கும் இந்துத்துவ வலதுசாரிகளுக்கும் பெரிய அளவில் முரண்பாடுகள் இருந்ததில்லை, ஆனால் முஸ்லிம்களின் விஷயத்தில் இருந்தது. அதன் காரணமாகத்தான் ஆர்எஸ்எஸ்ஸின் முன்னாள் உறுப்பினர் ஒருவரால் (அவர் முன்னாள் உறுப்பினர் அல்ல, நடப்பு உறுப்பினராகவே இருந்தவர்தான் என்று சிலர் கூறுவர்) சுட்டுக் கொல்லப்பட்டார்.[10]

காந்தியைப்பற்றி இவ்வளவு தீவிரமான விடுதல்களோடும் தவறுகளோடும் அம்பேத்கரை வேண்டுமென்றே தவிர்த்தும் காங்கிரஸ் அரசின் நிதியுதவியோடு கோடிக்கணக்கான டாலர்களைச் செலவிட்டு ஒரு பிரம்மாண்டமான பாசாங்குத் திரைப்படத்தை எடுத்திருப்பதன் காரணம் என்ன? காந்தியைக் குறித்தும், இந்தியாவின் சுதந்திரப் போராட்டத்தைப் பற்றியும் உலகம் அறிந்துகொள்வதற்கும் இத்திரைப்படமே இன்றளவுக்கும் அடிப்படையாக இருந்துவருகிறது. இத்திரைப்படம் வெகுநாட்களுக்கு முன்பு எடுக்கப்பட்டது என்பது உண்மையே. ஆனால் இம்முயற்சிக்கு இருந்திருக்க வேண்டிய ஒரு நியாயமான தொடர்ச்சி எங்கே? உண்மையை முழுமையாகச் சொல்ல வேண்டிய மற்றப் படங்கள் ஏன் வரவில்லை? கபீர், ரவிதாஸ், அம்பேத்கர், பெரியார், அய்யன்காளி, பண்டித ரமாபாய், ஜோதிபா, சாவித்திரிபாய் பூலே போன்ற சாதியை எதிர்த்துப் போராடிய மற்றத் தலைவர்களைப் பற்றிய திரைப்படங்கள் எங்கே? பிரிட்டிஷ் காலனியாதிக்கம் பற்றிய பாடங்களை அவர்களது சரித்திரப் பாடப் புத்தகங்களில் சேர்ப்பதில்லையெனப் பல இந்திய லிபரல்கள் பிரிட்டிஷாரைக் கண்டித்துப் பேசுவதும் எழுதுவதும் உண்டு. ஆனால் சாதிக் கொடுமைகளைப் பற்றி மட்டும் இந்த இந்திய அறிவுஜீவிகள் பேசுவதேயில்லை.

தென்னாப்பிரிக்காவில் மேல்சாதியைச் சேர்ந்த இந்தியப் பயணிகளை ஒடுக்கப்பட்ட சாதிகளைச் சேர்ந்த பிணைத் தொழிலாளர்களிடமிருந்தும், ஆப்பிரிக்கக் கறுப்பர்களிடமிருந்தும் காந்தி பிரித்தே பேசுகிறார். தாழ்த்தப்பட்ட சாதியினரையும் கருப்பர்களையும் 'காஃபிர்கள்' என்றும் 'காட்டுமிராண்டிகள்' என்றும் பலமுறை பல வருடங்கள் குறிப்பிட்டிருக்கிறார். 1894ஆம் வருடத்தில் நேட்டால் சட்டமன்றத்துக்கு அவர் எழுதிய ஒரு திறந்த மடலில் இந்தியர்களும் ஆங்கிலேயர்களும் 'இந்தோ – ஆரியன்' என்ற பொதுவான இனத்திலிருந்து வந்தவர்கள் என்று எழுதுகிறார்.[11] இன்றுவரையிலும் பல ஆதிக்கச் சாதி இந்துக்களின் அகந்தை எண்ணம் இதுதான். இவர்கள் தம்மை ஆரிய வம்சத்தில் வந்த ஆதிக்கவாதிகளாகக் கருதிக்கொண்டுள்ளனர். (இந்த எண்ணத்துக்கு அடிப்படையான காரணம் வெள்ளைத் தோல் மீதிருக்கும் கவர்ச்சி; கறுப்புத் தோல் மீதிருக்கும் இகழ்ச்சி). ஆனால்

முஸ்லிம்களைப் பற்றி பேச்செடுத்தாலோ, அவர்கள் உடனே இந்தித் தாய்நிலத்தின் பூர்வகுடிகளாகத் தம்மை நிறுத்திக்கொண்டு, முஸ்லிம்களையும் கிறிஸ்துவர்களையும் 'அயல்நாட்டவர்கள்' என்று ஒதுக்குவார்கள்.

காரியத்தில் கண்ணாக இருக்கும் நமது இந்து பாசிஸ்ட்டுகளான சங்கப் பரிவார் ஆசாமிகளுக்கு முஸ்லிம்களே நாட்டின் உள்ளிருக்கும் எதிரிகள். அவர்களுடைய விசுவாசம் இந்தியாவுக்கு வெளியில் இருக்கிறது என்பது ஆர்எஸ்எஸ் நம்பிக்கை. நல்ல மனம் கொண்டிருக்கும் லிபரல்கள் பலருக்கும் முஸ்லிம்கள் என்பவர்கள் வரவேற்று உபசரிக்க வேண்டிய விருந்தினர்கள், ஆனால் அவர்கள் வெறும் விருந்தினர்கள் மட்டுமே. அவர்கள் ஒழுங்கான நடத்தை கொண்டவர்களாக இருக்க வேண்டும் என்பது முக்கியத் தகுதி. சக குடிமக்களை இதைவிட அதிகமாக அவமானப்படுத்த முடியாது. இது எப்படி இருக்கிறதென்றால், பெண்கள் நல்ல விதமாக நடந்துகொள்வதாக, நல்ல அம்மாக்களாக, நல்ல சகோதரிகளாக, நல்ல மனைவிகளாக, நல்ல மகள்களாக இருப்பதாக வாக்களிக்கும் பட்சத்தில் அவர்களுக்கான உரிமைகளை அளிப்பதுபோல. மிகவும் நல்ல நோக்கம் கொண்ட, முற்போக்கானவர்கள்கூட முஸ்லிம்களின் தேசபக்தியைப்பற்றி சந்தேகப்படுவார்கள். லிபரல்கள் பலரும், அவர்களில் முஸ்லிம்களும் அடக்கம், முஸ்லிம்கள் இந்தியர்களாக இருப்பதற்குத் 'தேர்ந்தெடுத்திருப்பதாக'வும், அது தற்செயலானது அல்ல என்றும் கூறுகிறார்கள். அதாவது 1947 பிரிவினையின்போது அவர்கள் பாகிஸ்தானுக்கு இடம்பெயர்ந்துவிடாமல் இந்தியாவிலேயே தங்கிவிடுவதென்று முடிவெடுத்தவர்கள் என்கின்றனர். பலர் இடம்பெயர்ந்தனர். பலர் இடம்பெயரவில்லை. பலருக்கும் இங்கேயே தங்குவதா வேண்டாமா என்று தேர்ந்தெடுக்கும் வாய்ப்பே இருக்கவில்லை. ஆனால் இந்திய முஸ்லிம்களை இங்கேயே தங்கிவிட முடிவெடுத்தவர்கள் என்ற சட்டகத்தில் அடைப்பது அபாயகரமான முயற்சி. ஒரு மிகப்பெரிய மக்கட்திரளை அது வாழும் நிலத்தோடு மேம்போக்கான உறவு மட்டுமே இருப்பதாகவும், வாய்ப்புக் கிடைத்தால் உலகில் வேறு எந்த இடத்திலும் வாழத் தயாராக இருப்பவர்கள் என்றும் சித்திரிப்பது குரூரமானது. இது அவர்களை 'நல்ல முஸ்லிம் – கெட்ட முஸ்லிம்' அல்லது 'முஸ்லிம் தேசபக்தர் – முஸ்லிம் ஜிகாதி' என்ற இருமக் குறியீட்டில் அடைப்பது. இது அவர்களை வாழ்நாள் முழுக்கத் தம்மை நிரூபித்துக்கொண்டே இருக்க வேண்டிய கட்டாயத்துக்குள்ளாக்குகிறது. அடிக்கடி தேசியக் கொடியைக் கையில் ஏந்தி ஆட்டிக்கொண்டிருக்க வேண்டும், அரசியலமைப்புச் சட்டத்தைப் படித்துக்காட்ட வேண்டும். பல வருடங்களாக ஓர்

அபத்தமான தர்க்கவாதம் இந்துத்துவத் தேசியவாதிகளிடையே சுற்றில் இருக்கிறது: முஸ்லிம்களுக்கென்று பல தாய்நாடுகள் இருக்கின்றன, இந்துக்களுக்கு இந்தியா மட்டுமே இருக்கிறது. இதன் நீட்சி ஒன்று உள்ளது. இந்துத்துவத் தேசியவாதிகளின் கருத்தை எதிர்ப்பவர்களை நோக்கி வீசப்படும் மிகப் பிரபலமான சுடுசொல் அது: "பாகிஸ்தானுக்கே ஓடிப்போ."[12]

பாகிஸ்தானும் பங்களாதேஷும் இந்தியாவும் அமைப்பியலாகவும், சமூக, பண்பாட்டு, நிலவியல் ரீதியாகவும் ஒன்றோடொன்று இணைந்திருப்பவை. இந்த இந்துத்துவத் தேசியவாதிகளின் வாதத்தை அப்படியே திருப்பிப் போட்டால், பங்களாதேஷிலும் பாகிஸ்தானிலும் வாழ்கின்ற கோடிக்கணக்கான இந்துக்களின் நிலை என்னாகும்? இந்தியாவில் நிலவும் இந்துத்துவ தேசியவாதமும், முஸ்லிம் ஒதுக்கமும் இந்தச் சிறுபான்மையினரின் இருப்பை மிகக் கடுமையாகப் பலவீனமாக்கிவிடும். புதிய குடியுரிமைத் திருத்தச் சட்டம் பாகிஸ்தான், ஆப்கானிஸ்தான், பங்களாதேஷில் அடக்குமுறைகளுக்கு ஆளான முஸ்லிம் அல்லாதவர்களை இந்தியாவுக்கு வரவேற்பதாகப் பாசாங்கு செய்கிறது – இந்த நாடுகளில் உள்ள முஸ்லிம்கள் அடக்குமுறைகளுக்கு ஆளாகாமல் இருப்பதைப் போன்ற தோற்றத்தை இப்பாசாங்கு ஏற்படுத்துகிறது. இத்தகைய கேலிக்கூத்துகள் இந்தச் சிறுபான்மையினருக்கு நன்மைகளை ஏற்படுத்துவதைவிடத் தொல்லைகளையே ஏற்படுத்தும். 'பாகிஸ்தானுக்கே போ!' என்ற கோஷம், எல்லைக்கப்பால் 'இந்தியாவுக்கே போ!' என்ற கோஷத்தைத்தான் உண்டாக்கும். இந்த ரீதியில் மொத்த மக்கள் தொகையின் சமநிலையையும் குலைத்துக்கொண்டிருந்தால், விளைவு இனப்படுகொலைகளில்தான் முடியும். இது நமக்குத் தெரியும். இதை இதற்குமுன் பார்த்திருக்கிறோம். 1947இல் ரத்த வெள்ளத்தைக் கடந்துவந்திருக்கிறோம். இந்தியாவைத் தற்போது ஆட்சி செய்துவரும் கண்மூடித்தனமான அரசுக்கு யாரும் யாராலும் அடக்குமுறைக்கு ஆளாவதைப்பற்றி உண்மையில் அக்கறை எதுவும் கிடையாது, துன்பப்படுபவர்கள் இந்துக்களாக இருந்தாலும்கூட. அடக்குமுறை என்பதே இவர்களுக்குக் கிளர்ச்சியூட்டும் விவகாரம் என்று தோன்றுகிறது.

இவற்றையெல்லாம் சொல்வதற்குக் காரணம், இன்றைய பாசிசத்துக்கும், ஏற்றுக்கொள்ளவே முடியாத இந்துத்துவத் தேசியவாதத்தின் பொய் வரலாற்றுப் பிரச்சாரத்துக்கும் அஸ்திவாரம் அதற்கு இன்னும் கீழேயுள்ள வேறோர் அஸ்திவாரத்தின்மீது ஊன்றியிருக்கிறது என்பதைக் காட்டுவதற் காகவே. சாதி, பெண்கள், இதர பாலினச் சிக்கல்கள் பக்கமே

திரும்பாமல் எல்லோரும் ஏற்றுக்கொள்ளும்படியான மிகவும் சொற்புரட்டான பொய் வரலாறுகளை வைத்துக் கட்டப்பட்ட அஸ்திவாரம் அது. வர்க்கம், பொருள்முதல்வாதம் போன்ற ஆர்ப்பாட்டமான உரையாடல்களால் அலங்கரிக்கப்பட்ட மேற்பரப்புக்குக் கீழே இந்தக் கதைகள் பின்னிக்கொண்டு வெளிவராமல் அமிழ்ந்திருக்கின்றன. பாசிஸத்தை எதிர்ப்பதென்பது இவையெல்லாவற்றையும் சேர்த்து எதிர்ப்பதாகவே இருக்க முடியும்.

அறுவைச் சிகிச்சை நிபுணருக்குத் தனது அறுவைச் சிகிச்சையில் இருக்கும் நம்பிக்கையைப்போல, எனக்கு நானே சுயஉத்தரவாதம் அளித்துக் கொள்ளும்படி நாவல்களால்தான் இதனை நிறைவேற்ற முடியும் என்று சிலநேரங்களில் தோன்றும். ஏனென்றால் ஒரு நாவலின் கட்டற்ற சுதந்திரமும் விரிவகலமும் கொண்ட விசாலமான வெளியில் எண்ணற்ற கூட்டுச் சிக்கல்கள் கொண்ட ஒரு பிரபஞ்சத்தையே அடக்கிவிட முடிகிறது. ஏனென்றால் ஒவ்வொரு மனிதனும் அடையாளத்துக்குள் அடையாளம் பொதிந்த ஒரு நடமாடும் ரஷ்யப் பொம்மை. ஒவ்வோர் அடையாளத்தையும் கலைத்து வேறொன்றைப் பொருத்தலாம். ஒவ்வொன்றும் தனக்கேயுரிய ஒழுங்கற்ற விதத்தில், சாதாரணமாக நயமற்ற வகையிலும் குரூரமாகவும் மனிதர்கள் மதிப்பிடுகின்ற, அடையாளப்படுத்துகின்ற, ஒழுங்கமைக்கப்படுகின்ற எளிய அளவுகோல்களோடு உடன்படாமலோ அல்லது உடன்பட்டோ இருக்கும். அதிலும் குறிப்பாக, தன்னை ஒரு நவீன சமூகமாகக் காட்டிக்கொண்டு, அதே நேரத்தில் உலகிலேயே மிகக்கொடூரமான சாதிப் படிநிலையமைப்பைப் பின்பற்றிவரும் எங்கள் இந்தியாவின் நிலப்பிரபுத்துவ இடைக்காலச் சமூகத்தில் ஒரு நாவலின் வீச்சு கூர்மையாகப் பாயும்.

நான் இங்கு நாவல் என்பதை இழிவானவற்றை மட்டும் பட்டியலிடும் தொகுப்பாகவோ, அல்லது சமூகத் தவறுகளை நேர்செய்யும் கருவியாகவோ பார்க்கவில்லை. அல்லது நாவலை மாறுவேடம் பூண்ட கொள்கைவிளக்க அறிக்கை என்றோ, ஒரு குறிப்பிட்ட பிரச்சனையை, பொருளைப் பேசுகின்ற பிரதி என்றோ நினைக்கவில்லை. நாவல் என்பது நமக்குப் பரிச்சயமான பிரபஞ்சத்தை மறுஉருவாக்கம் செய்ய முயல்வது. 'பாராமுகத் திட்டம்' மறைக்க விரும்புவதை வெளிச்சமிட்டுக் காட்டுவது.

பாராமுகத் திட்டம் பல மர்மமான விதங்களில் காரியமாற்று கிறது. வானளவுக்குப் புகழ்கின்ற கவர்ச்சி அவதாரம்கூட அது எடுக்கும். உதாரணமாக ஏறத்தாழ இருபது வருடங்களுக்கு முன் வெளிவந்த என் முதல் நாவலான *சின்ன விஷயங்களின்*

கடவுள் சாதிக் கட்டுப்பாடுகளைத் தாண்டிய பாலியல், உணர்ச்சிகர வரம்பு மீறல்களையும், சாதிக்கும் கம்யூனிசத்துக்கும் இடையில் உள்ள சிக்கலான உறவையும் மையப்பொருளாகக் கொண்டிருந்தது. இந்நாவலின் கவித்துவமான நடையழகு, குறியீடுகள், கட்டமைப்பு, சிறுவர்களின் மனங்களைத் துல்லிய மாக வெளிப்படுத்திய விதம் ஆகியவற்றைப்பற்றி வெகுவாகப் புகழ்ந்தார்கள். ஆனால் கேரளாவில் மட்டும் நாவல் சரியாகப் புரிந்துகொள்ளப்பட்டதால், சில பிரச்சினைகளும் எதிர்ப்பு களும் எழுந்தன. மற்ற இடங்களில் சாதி குறித்து நாவல் பேசுவதை கண்டும் காணாமல் கடந்துசெல்லும் போக்கே காணப்பட்டது. அல்லது அதனை வர்க்கப் பிரச்சினையாகவே பார்த்தனர். அம்முவையும் வெளுத்தாவையும் டி.எச். லாரன்ஸின் கதாபாத்திரங்களான லேடி சாட்டர்லே, ஆலிவர் மெல்லோர்ஸ்போல நினைத்துவிட்டார்களோ என்னவோ? இந்தியச் சமூகத்தைப் பற்றிய அறியாமைதான் இதற்குக் காரணம். சாதியும் வர்க்கமும் ஒன்றின் மேல் ஒன்று படிந்து கொள்வது உண்மைதான். ஆனால் அவையிரண்டும் ஒன்றல்ல. இதை உணராமல்தான் இந்திய கம்யூனிஸ்ட் கட்சிகள் அழிந்து கொண்டிருக்கின்றன.

பெருமகிழ்வின் பேரவை நாவலை நான் எழுத ஆரம்பித்திருந்த காலத்தில் எங்கள் துணைக்கண்டம் சென்று கொண்டிருந்த திசை அபாயகரமாக மாறிவிட்டிருந்தது. இந்தியா வும் பாகிஸ்தானும் அப்போது அணு ஆயுத நாடுகளாகியிருந்தன. அணு ஆயுத யுத்தத்தைத் துவக்கும் சொடுக்கி கஷ்மீராகியிருந்தது. (பாசிஸம் என்ற சொலை லட்சக்கணக்கானோரை விஷவாயுக் கொட்டகையில் தள்ளிக் கொன்ற பிறகுதான் பயன்படுத்த வேண்டும் என்று சிலர் சொல்வதால், அணு ஆயுத அச்சுறுத்தல் என்பதையும் அணுகுண்டு வீசப்பட்டுப் பேரழிவு கண்ட பிறகுதான் பயன்படுத்தச் சொல்வார்களோ என்று எனக்கு அச்சமாக இருக்கிறது). இந்தியாவில் அதுவரை வெளியுலகுக்கு மூடிவைத்திருந்த சந்தை திறக்கப்பட்டுச் சர்வதேசத் தலைநகர் உள்ளே வந்துவிட்டிருந்தது. நவதாராளமய ஆதரவாளர்களும் இந்துத்துவத் தேசியவாதிகளும் ஒரே குதிரையில் ஏறிக்கொண்டு நகர்வலம் வந்தனர். தீப்பற்றியெரிவதைப்போலப் பிரகாசமான காவி நிறத்திலிருந்த அப்புரவியின் சருமத்தில் அமெரிக்க டாலர் வடிவங்கள் புள்ளியிட்டிருந்தன. சக மனிதர்கள்மீது வளர்த்துவைத்திருக்கும் வெறுப்பு என்ற காட்டுத்தீயை அணைப்பதிலும், அழிந்துகொண்டிருக்கும் எங்கள் காடுகளையும், நதிகளையும், அரித்தெடுக்கப்படுகின்ற எங்கள் மலைகளையும், உருகிக்கொண்டிருக்கும் பனிச்சிகரங்களையும் காப்பதில் எங்கள் சக்தியைச் செலவழித்துக் கொண்டிருந்தபோது

இந்தியப் பொருளாதாரம் படுவேகமாகச் சரிந்து கொண்டிருந்தது. அதே நேரத்தில் நாட்டின் மிகப்பெரிய செல்வந்தர்கள் 63 பேரின் ஒட்டுமொத்தச் சொத்து மதிப்பு வருடாந்தர இந்திய பட்ஜெட் ஒதுக்கீட்டுத் தொகையான 1.3 பில்லியனைவிட அதிகமாக இருந்தது. இப்போதுவரை.[13]

இத்தகைய சூழ்நிலையில் ஒருவர் எப்படி எழுத முடியும்? என்னதான் எழுத முடியும்?

பெரும்பாலான நேரங்களில் என் நாவலில் வருபவர்கள் எப்படிச் சிந்திப்பது என்றும், எதை எழுத வேண்டுமென்றும் எனக்குக் கற்றுத்தருகிறார்கள். அவர்களிடம் பொறுப்பை விட்டு விடுகிறேன்.

பெரு மகிழ்வின் பேரவையின் இரண்டாம் அத்தியாயத்திலிருந்து ஒரு பகுதியை இங்கு எடுத்துக்காட்டுகிறேன்:

அஞ்சுமும், அவளுடைய நண்பனும் தொழில் கூட்டாளியுமான சதாம் உசேனும் ஜன்னத் கெஸ்ட் ஹவுஸின் மேந்தளத்தில் உட்கார்ந்திருக்கிறார்கள். அவர்களுக்கு வேலை எதுவுமற்ற மந்தமான தினம். தேநீர் அருந்திக்கொண்டு வானத்தில் பறக்கும் காற்றாடிகளை வேடிக்கை பார்த்தபடி அமர்ந்திருக்கிறார்கள். அஞ்சும் ஐம்பதுகளில் இருப்பவள். அந்த இடுகாட்டிலேயே பல வருடங்களாக வாழ்ந்துவருகிறாள். சதாம் உண்மையில் முஸ்லிமே அல்ல என்று முதலிலிருந்தே தனக்குத் தெரியும் என்று அவனிடம் சொல்கிறாள். சதாம் ஒப்புக்கொண்டு தனது கதையைச் சொல்லத் தொடங்குகிறான். அவன் பிறந்தது ஹரியானாவில் உள்ள ஒரு கிராமத்தில் ச்சாமர் – செத்த மிருகங்களின் தோல் உரிப்பவர் – இனத்தில் பிறந்தவன். அவனுக்குப் பெற்றோர்கள் இட்ட பெயர் தயாசந்த். அவன் வாழ்வில் நடக்கும் ஒரு கொடூரமான சம்பவத்தால் ஊரைவிட்டு ஓடிவந்திருக்கிறான். அந்தப் பயங்கரச் சம்பவத்தை உண்மையில் நடந்த ஒன்றின் அடிப்படையிலேயே எழுதியிருந்தேன். ஐந்து தலித்துகள் இந்து ரவுடிக்கும்பலால் அடித்துக் கொல்லப்பட்ட சம்பவம் அது. நாவலில் சதாம் தனக்கு நேர்ந்த கொடுமையின் காரணமாக இந்து மதத்தைத் துறந்து இஸ்லாமுக்கு மதம் மாறுகிறான். இராக்கின் சதாம் உசேனைத் தூக்கிலிடும் காட்சியை காணொளியில் அவன் பார்க்க நேர்கிறபோது, அந்தக் கடைசித் தருணத்திலும் சதாம் உசேன் சற்றும் கலங்காமல், மிக அலட்சியமாக தூக்கு மேடையில் ஏறி நிற்பது அவனை வெகுவாகக் கவர்கிறது. அந்தக் காணொளியைத் தனது கைபேசியில் பதிவுசெய்துகொண்டு அவ்வப்போது அதைப் பார்த்து ஊக்கம் பெறுகிறான். அதன் காரணமாகவே தயாசந்த் தன் பெயரை சதாம் உசேன் என்று மாற்றிக்கொள்கிறான்.

சதாம் இஸ்லாமுக்கு மதம் மாறியது நாம் வாழும் இக்காலத்தில் சற்று அசாதாரணமானதுதான். சென்ற வருட இறுதியில் தமிழ்நாட்டுக் கிராமம் ஒன்றில் 3000 தலித்துகள் இஸ்லாமுக்கு மதம் மாறவிருப்பதாக அறிவித்தார்கள். ஜூன் மாதத்தில் அக்கிராமத்தில் நடந்த ஒரு ஆணவக் கொலை அதற்குக் காரணம். ஒரு தலித் பெண்ணை தலித் அல்லாத இளைஞன் ஒருவன் திருமணம் செய்துகொண்டதற்காக அப்பையனின் சகோதரன் அவ்விருவரையும் வெட்டிக் கொன்றிருந்தான். அந்தக் கிராமத்தில் வாழும் ஆதிக்கச் சாதிகள் தலித் குடியிருப்புப் பகுதிக்கும் அவர்கள் வசிக்கும் பகுதிக்கும் இடையில் ஒரு 'தீண்டாமை'ச் சுவர் எழுப்பியிருந்தனர். டிசம்பர் மாதத்தில் ஒருநாள் இரவு அச்சுவர் இடிந்து தலித்துகள் வாழும் குடிசைகள் மேல் விழுந்தது. பதினேழு பேர் இறந்துபோயினர். அச்சுவர் மிகப் பலவீனமாக எழுப்பப்பட்டிருந்தவொன்று. எந்நேரத்திலும் இடிந்து விழக்கூடிய நிலையில் இருந்த அச்சுவரைப் பற்றி அவர்கள் பல வருடங்களாகக் குரலெழுப்பி வந்துள்ளனர், பலன் ஏதும் கிடைக்கவில்லை. ரவிச்சந்திரன் என்ற தலித் வலைப்பதிவர் தனது யூட்யூப் சானலான 'Dalit Camera: Through Un-Touchable Eyes'–இல் மேற்கண்ட சம்பவத்தை பதிவு செய்திருக்கிறார். அவரும் இஸ்லாமுக்கு மதம் மாறிவிட்டார். இப்போது அவர் ரயீஸ் முகமது.[14]

தலித்துகளை இந்துமயமாக்கும் முயற்சியிலும், முஸ்லிம்களின் அதிகாரபலத்தைக் குறைப்பதிலும், அவர்களின் வாக்குரிமை யைப் பறிப்பதிலும் மோடி அரசு மும்முரமாக ஈடுபட்டிருக்கும் இக்காலத்தில் 3000 தலித்துகள் இஸ்லாமுக்கு மதம் மாறுவ தென்பது ஒரு மிகப்பெரிய அரசியல் வெடிகுண்டுதான். இந்த ஒரு சம்பவத்தை உதாரணமாக வைத்துப் பார்க்கையில், அம்பேத்கர் அவருடைய மக்களை இந்து மதத்தைத் துறந்து வெளியே வருமாறு விடுத்த அழைப்பை நாம் எப்படி விமரிசிக்க முடியும்?

ஆனால் இங்கே பெருமகிழ்வின் பேரவையின் சதாம் உசேன் இப்படியொரு முடிவைப் பல வருடங்களுக்கு முன்பே எடுத்திருக்கிறான். தனது கதையை அஞ்சுமிடம் சொல்லத் தொடங்கியிருக்கிறான். இப்பகுதியில் இடம்பெறும் 'காவிநிறத்துப் பேசும்கிளிகள்' என்ற சொற்றொடர், இந்துத்துவக் குண்டர் படை கலவரத்தில் இறங்கும்போது காவிநிற நெற்றிப்பட்டையைக் கட்டிக்கொண்டு வருவதால் உருவாக்கிய இடக்கரடக்கல்:

"எனவே நாங்கள் சென்று மாடுகளின் உடல்களை எடுத்து வருவோம். தோலை உரித்துப் பதப்படுத்துவோம்... நான் சொல்வது 2002ஆம் வருடம்... அப்போது

நான் பள்ளியில் படித்துக்கொண்டிருந்தேன். அந்தக் காலகட்டத்தில் என்னவெல்லாம் நடந்துகொண்டிருந்தது என்று என்னைவிட உனக்கு நன்றாகத் தெரியும். உனக்கு பிப்ரவரியில் நடந்தது, எனக்கு நவம்பரில். அன்று தசரா. செத்துப்போன பசுமாட்டை எடுத்துவருவதற்குப் போகும் வழியில் ஒரு ராம்லீலா மைதானத்தைக் கடந்துபோனோம். கொடும்பாவி கொளுத்துவதற்காகப் பிரமாண்டமான அரக்கர்களின் உருவங்களைச் செய்துவைத்திருந்தார்கள். ராவணன், மேகநாதன், கும்பகர்ணன். ஒவ்வொன்றும் மூன்று மாடி உயரத்துக்கு. ராத்திரி ஆனதும் அவற்றை யெல்லாம் கொளுத்துவார்கள், உள்ளே திணித்து வைத்திருந்த பட்டாசுகள், வெடிகள் எல்லாம் வெடித்துச் சிதறும்."

பழைய தில்லியில் வசிக்கும் எந்தவொரு முஸ்லிமுக்கும் தசரா என்ற இந்துப் பண்டிகையைப் பற்றிப் பாடம் எடுத்து விளக்க வேண்டியிருக்காது. ஒவ்வொரு வருடமும் துர்க்மான் கேட்டுக்கு வெளியேயுள்ள ராம்லீலா மைதானத்தில் கொண்டாடப்படும் விழா அது. ஒவ்வொரு வருடமும் இலங்கையின் 'அரக்க' மன்னன் ராவணன், அவனுடைய தம்பி கும்பகர்ணன், அவனுடைய மகன் மேகநாதனுடைய கொடும்பாவிகள் உயரமாகிக் கொண்டே வந்தன. அவற்றிற்குள் திணித்து வைக்கப்படும் வெடிகளின் அளவுகளும் கூடிக்கொண்டேயிருந்தன. அயோத்தி மன்னனான ராமபிரான், இலங்கையில் நடந்த யுத்தத்தில் ராவணனை அழித்த கதைதான் ஒவ்வொரு வருடமும் கொண்டாடப்பட்டுவருகிற 'ராம்லீலா.' இது தீமையைத் தர்மம் அழிப்பதைச் சொல்லும் கதை என்பது இந்துக்களின் நம்பிக்கை. இந்த விழாவுக்கு வருடாவருடம் நிதி ஆதரவு பெருகிக்கொண்டே வருவதால் மென்மேலும் விமரிசையாக, ஆடம்பரமாகக் கொண்டாடப்பட்டு வருகிறது. இதற்கிடையில் சில துடுக்கான வரலாற்று அறிஞர்கள் இந்த ராம்லீலா என்பது தொன்மக் கதையாக மாற்றப்பட்ட உண்மைச் சரித்திரம் என்று பேசத் தொடங்கியிருந்தனர். தீமையின் உருவாகச் சித்திரிக்கப்படும் அரக்கர்கள் என்பவர்கள் உண்மையில் கருத்த நிறமுடைய தொன்முதற்குடிகளான திராவிட மன்னர்கள் என்றும், அவர்களை அழித்த (அவர்களைத் 'தீண்டத்தகாதவர்கள்' என்றும் அவர்களையொத்த ஒடுக்கப்பட்ட இனத்தவர் களைப் புதிதாக ஆக்கிரமித்திருக்கும் அரசர்களுக்குச் சேவகம் புரிபவர்களாகவும் மாற்றிய) 'கடவுளர்கள்' உண்மையில் வந்தேறிகளான ஆரியர்கள் என்றும் அந்த அறிஞர்கள் வாதிடத் தொடங்கியிருந்தனர். இந்து மதத்தில் அரக்கர்கள் என்று

> கருதப்படும் ராவணன் உள்ளிட்ட கடவுளர்களை நாட்டார் வழிபாடுகளில் இந்த மக்கள் இன்றும் வழிபட்டுவருவதை அவர்கள் சுட்டிக்காட்டினர். இப்போது தலையெடுக்கத் தொடங்கியிருக்கும் புதிய மதக் கோட்பாடுகளின்படிச் சாதாரண மக்கள் அறிஞர்களாக இருக்க வேண்டிய அவசியம் இல்லை. இதை வெளிப்படையாகச் சொல்ல அவர்களால் முடியாவிட்டாலும் பேசும்கிளி நாஜிகளின் ஆதிக்கம் மென்மேலும் அதிகரித்துக்கொண்டே வரும் சூழலில், வேத நூல்களில் சொல்லப்பட்டுள்ளதோ இல்லையோ காவிநிறத்துப் பேசும் கிளிகளின் அகராதியில் தீய அரக்கர்கள் என்போர் பூர்வகுடிகள் மட்டுமல்லர்; இந்துவாக இல்லாத அனைவருமேதான், ஷாஜஹானாபாத்வாசிகளும் இதில் அடக்கம்.
>
> ராட்சதக் கொடும்பாவி உருவங்கள் கொளுத்தப்படும்போது எழுகின்ற வெடிச் சத்தங்கள் பழையநகரின் குறுகலான சந்துகளில் பயங்கரமாக எதிரொலிக்கும். இந்த வெடிமுழக்கங்கள் சுமந்துவரும் சங்கேதக் குறியீடுகள் யாருக்கும் புரியாமல் இருப்பதில்லை.[15]

குடியுரிமைத் திருத்தச் சட்டத்தை எதிர்த்து இப்போது நடைபெறும் போராட்டங்களில் மிகவும் பிரதானமாகத் தெரியும் முகங்களில் ஒன்று, பீம் ஆர்மி – பீம ராணுவம் – என்ற அமைப்பின் தலைவராக இருக்கும் ஓர் இளம் தலித் அரசியல்வாதியினுடையது. இவர் தன் பெயரை சந்திரசேகர் ஆஸாத் ராவண் என்று சொல்லிக்கொள்கிறார். ராமன் தோற்கடித்த 'அரக்கனான' ராவணனைக் கௌரவப்படுத்துவதற்காக மட்டுமல்லாமல் தன்னோடு சேர்த்து அடையாளப்படுத்திக்கொள்வதற்காகவும் தன் பெயரோடு ராவணனை இணைத்துக்கொண்டிருக்கிறார். இது எதைக் குறிக்கிறது? இது மிகவும் துணிச்சலான பிரகடனம். சிலர் இந்துத்துவத்தை மட்டுமல்ல, இந்து மதத்தையே காலனியாதிக்க வடிவாகவும், இரக்கமற்றுப் பலரையும் அடிமைப்படுத்தும் மரபாகவும் பார்ப்பதை இது காட்டுகிறது. முஸ்லிம் சமூகத்தினருக்கு ஆதரவாக இவர் நடத்தும் போராட்ட அறிவிப்புகள் நாளேடுகளின் முதல் பக்கங்களில் அவ்வப்போது வெளிவருவது அரசாங்கத்தை வெகுவாக எரிச்சலூட்டுகிறது. ஒரு நாள் இரவு இவர் தில்லியின் ஜும்மா மசூதியின் கூட்ட நெரிசலான படிக்கட்டுகளில் நின்றபடி 'ஜெய் பீம்!' 'இன்குலாப் ஜிந்தாபாத்!' 'பீம்ராவ் அம்பேத்கர் வாழ்க!' 'புரட்சி ஓங்குக!' என்று போராட்டக்காரர்களுடன் சேர்ந்து கோஷம் எழுப்பிக்கொண்டிருந்தார்.

இப்போது ஒரு நிச்சயமற்ற ஒற்றுமை முஸ்லிம்களுக்கும் அம்பேத்கரியர்களுக்கும் இடையே உருவாக ஆரம்பித்திருக்கிறது. இவர்களோடு ஜோதிபாய், சாவித்திரிபாய் பூலே, ஸந்த் ரவிதாஸ், பீர்ஸா முண்டா போன்ற சாதியெதிர்ப்புத் தலைவர்களைப் பின்பற்றுபவர்களும், முந்தைய தலைமுறை கம்யூனிஸ்ட்டுகளைப் போலல்லாது தமது உலகளாவிய பார்வையில் சாதியை வர்க்கத்துக்கு இணையாக வைத்துப் பார்க்கும் இன்றைய இளம் இடதுசாரிகளும் இணைந்துள்ளனர். இந்த இணைவு இதுவரை ஸ்திரமில்லாததாகவும் கொள்கைரீதியான முரண்பாடுகளைக் கொண்டிருப்பதாகவுமே இருந்துவந்திருக்கிறது. சந்தேகங்களும் மனக்கசப்புகளும் இப்போதுவரை இவர்களிடையே தொடர்ந்துகொண்டுதான் இருக்கின்றன. ஆனால் எங்களுக்கு இருக்கும் ஒரே நம்பிக்கை இதுதான்.

பிரச்சினை என்னவென்றால் இந்த வலுவற்ற கூட்டணி பிறப்பதற்கு முன்பே படுகொலை செய்யப்பட்டுவிடுவதுதான். பொய்ச் செய்தித் துறையின் வரலாற்றுப் பிரிவும், நடப்பு நிகழ்வுகள் பிரிவும் இப்போது கார்ப்பொரேட் மயமாக்கப்பட்டு, பாலிவுட்மயமாக்கப்பட்டு, தொலைக்காட்சிகளிலும், ட்விட்டரிலும் புகுந்து, ஆயுதம் தரித்து, வாட்ஸ்அப்களில் பெருகி, ஒளியின் வேகத்தை மிஞ்சி எங்கெங்கும் பரவியிருக்கிறது. நம்மைச் சுற்றிச் சூழ்ந்திருக்கிறது. நாம் சகித்துக்கொண்டிருக்கும் வானிலையும் நாம் சுவாசிக்கும் காற்றும் அதுவாகத்தான் இருக்கிறது. வசந்தத்தின் வாசமும் பனிக்காலத்தின் குளிரும் அதுதான். அதுவே நாம் காண்பதும் கேட்பதும் எண்ணுவதும். அது அச்சுறுத்தல். அது நம்பிக்கை. நம்முடைய கனவுகளிலும், தூக்கம் கலையும் நேரங்களிலும் நம் இதயத்தை அழுத்தும் சாம்பல்நிறத் தூண் அதுதான். நாம் எதிர்வினையாற்றுவதும், எதிர்த்து எழுதுவதும் அதைத்தான். இதையெல்லாம் எழுதுவதுதான் மிகப்பெரிய அபாயகரமான செயலாகத் தற்போது மாறியிருக்கிறது. இதை எழுதினால் நமக்குக் கிடைப்பது இலக்கியப் பரிசுகளோ, நல்லதாகவோ மோசமாகவோ எழுதப்படும் விமர்சனங்களோ அல்ல. நாங்கள் எழுதுபவற்றிலிருந்து சில வாக்கியங்கள், வசனங்கள் – அவை நிஜமோ, பொய்யோ – சில சொற்கள், சில நிறுத்தக்குறிகள் ஆகியவற்றை உருவியெடுத்து அவற்றை முன்னும்பின்னுமாக அமைத்து எங்களுக்கு கோர்ட் நோட்டீஸ் அனுப்பப்படுகிறது, காவல்துறையில் புகார் அளித்து வழக்குத் தொடரப்படுகிறது. பிறகு ஒரு கும்பல் தாக்குவதற்கு வருகிறது. தொலைக்காட்சி விவாதங்களில் வெறிபிடித்த நிகழ்ச்சித் தொகுப்பாளர்கள் எங்கள்மீது அநியாயக் குற்றம் சுமத்தித்தீர்ப்பும் வழங்குவார்கள். கௌரி லங்கேஷ் விஷயத்தில் இதுதான் நடந்தது.

அவர் சுட்டுக் கொல்லப்பட்டார். இன்னும் பெயர் பிரபலமாகாத பலருக்கும் அதுதான் நடந்தது. 2017ஆம் வருடம் செப்டம்பரில் கௌரி அவருடைய வீட்டு வாசலில் சுட்டுக் கொல்லப்பட்டார். அவர் எனக்கு அனுப்பிய கடைசிப் புகைப்படத்தில் எனது பெருமகிழ்வின் பேரவையைக் கையில் வைத்திருந்தார்.

படுகொலை என்பது இவர்களுக்குக் கடைசிக் கட்ட நடவடிக்கை. அதை அடைவதற்கு முன்பு பலவிதக் கட்டங்கள் இருக்கின்றன: அச்சுறுத்தல்கள், கைதுகள், அடி உதைகள், நீங்கள் பெண்ணாக இருக்கும் பட்சத்தில் போலிக் காணொளிகள், அவதூறுகள் – 'அவள் ஒரு வேசி, அவர் ஒரு குடிகாரி!'[16] (எனக்கென்னவோ இந்த இரண்டும் அவதூறுகளாகத் தெரிவதில்லை.) எல்லாவற்றையும்விட 'அவளைக் கூட்டு வன்புணர்வு செய்ய வேண்டும்!' என்னைப்போலச் சற்று வெளிச்சத்தில் இருக்கும் மனிதர்களை மிகவும் தரக்குறைவாக விமர்சனம் செய்வதோ (அல்லது மிகவும் உண்மையான தகவலையே – அவள் ஒரு இந்துவே அல்ல – புதிதாகக் கண்டுபிடித்ததைப்போலச் சொல்வதோ), கூட்டங்களிலும் மேடையிலும் புகுந்து தாக்குவதோ, அல்லது பொய்வழக்குப் போட்டுத் துன்புறுத்துவதோ, முன்னுக்கு வரத் துடித்துக் கொண்டிருக்கும் கட்சி ஊழியர்கள் பாஜக மேலிடத்தின் கவனத்தை ஈர்ப்பதற்காகச் செய்கின்ற காரியங்கள். ஒருவித விண்ணப்பம், வேலைக்காக. ஏனென்றால் இதுபோன்ற காரியங்களைச் செய்பவர்களுக்குப் பாராட்டுகளும் பரிசுகளும் கிடைக்கின்றன. கொலைகாரர்கள் கௌரவிக்கப்படுகிறார்கள். கொலைக்குற்றம் சுமத்தப்பட்டவர்கள் கேபினட் மந்திரிகளாகி யிருக்கிறார்கள். இத்தகைய ஆதரவால் ஊக்கம் பெற்றிருந்த பாஜக நாடாளுமன்ற உறுப்பினராகவும் பிரபல இந்திப்பட நடிகராகவும் இருந்த ஒருவர் சமீபத்தில் ஒரு கஷ்மீர் இளைஞனை வைத்துச் செய்ததைப்போல என்னை ஒரு ராணுவ ஜீப்பில் மனிதக் கவசமாகக் கட்டிவைக்க வேண்டுமென்று ஆலோசனை சொன்னார்.[17] முக்கியமான தொலைக்காட்சி சானல்கள் இந்த யோசனையின் சாதக பாதக அம்சங்களை மணிக்கணக்காக விவாதித்தன. இதைப்போன்ற விஷயங்கள் நல்ல வேலையைத் தேடிக்கொண்டிருப்பவர்களின் மனங்களை எப்படிக் கவர்ந்திழுக்கும் என்று நினைத்துப்பாருங்கள். ஆனால் இந்தியப் பொருளாதாரம் இப்போது இருக்கும் நிலைமையில் கிடைக்கக்கூடிய வேலைகள் இவை மட்டுமே என்பதால் வேலை தேடுபவர்களை நாம் குற்றம் சொல்லவும் கூடாது.

லட்சக்கணக்கானவர்கள் இந்தியாவில் அனுபவித்துவரும் துன்பங்களோடு ஒப்பிட்டால் இதெல்லாம் ஒன்றுமே இல்லை.

நான் இதைச் சொல்வதற்குக் காரணமே கொஞ்சமும் அடங்காமல் தொடர்ந்து வந்துகொண்டேயிருக்கும் இந்த அச்சுறுத்தல்கள் எழுத்தாளர்களையும் அவர்களுடைய எழுத்தையும் எப்படிப் பாதிக்கிறது என்று நாம் தீர்க்கமாகச் சிந்தித்துப் பார்க்க வேண்டும் என்பதற்காகத்தான். எழுத்தாளர்களாகிய நாங்கள் ஒவ்வொருவரும் ஒவ்வொரு விதமாகத்தான் இதை எதிர்கொள்கிறோம். என்னைப் பொறுத்தவரை, அழுத்தங்கள் அதிகரித்துக்கொண்டே வந்து, சன்னல்கள் ஒவ்வொன்றாக மூடப்பட்டுக்கொண்டே வருகையில் என் எழுதும் மூளையின் ஒவ்வொரு செல்லும் அவற்றை வலுக்கட்டாயமாகத் திறக்கவே செய்கிறது. இது எழுத்தாளர்களைச் சுருக்குகிறதா அல்லது விரிவாக்குகிறதா? அவர்களைக் கூர்மையாக்குகிறதா, மழுங்கடிக்கிறதா? இது ஓர் எழுத்தாளரின் ஆற்றலையும் கற்பனையையும் கட்டுப்படுத்தி, இலக்கியப் பிரதியோடு அவருக்கு இருக்க வேண்டிய உள்ளார்ந்த உறவையும் ஈடுபாட்டையும் களவாடிவிடுகிறது.

சில நேரங்களில் எனக்குத் தோன்றுவதுண்டு – என்னைச் சிறையில் அடைத்துவிட்டாலோ அல்லது தலைமறைவாகப் போகச் செய்துவிட்டாலோ, அந்த நிலைமையில் என்னால் நினைப்பதை எழுத முடியுமா? அப்போது நான் எழுதுவது எளிமையானதாக, ஒருவேளை மிகவும் கவித்துவமாக, பிரச்சினை எதையும் எழுப்பாத சாதுவான எழுத்தாக இருந்துவிடுமோ? அதற்கும் சாத்தியம் இருக்கிறது. ஆனால் தற்போது சன்னல்களைத் திறப்பதற்கு நாம் போராடிக்கொண்டிருக்கும்போது, நமது சுதந்திரம் என்பது பேச்சுவார்த்தைகளைத்தான் சார்ந்திருப்பதாகத் தோன்றுகிறது. பாசிஸத்தைக் கண்மூடித்தனமாக எளிமைப் படுத்தும் பயங்கரத்துக்கு எதிராக நமது சிக்கல்களையும், நமது பல்கூட்டுத் தன்மையையும், நமது செறிவையும் உள்ளடக்கிய பிரதிகளில்தான் நம்பிக்கை அடங்கியிருக்கிறது. அவர்கள் பீரங்கிகளையும் துப்பாக்கிக் குழல்களையும் நம்மை நோக்கி நீட்டிக்கொண்டு நேரான நெடுஞ்சாலையில் வேகமாக முன்னேறி வருகையில், நமது வலைப்பின்னல் வழிகளைக் குறுக்கே வைப்போம். சிக்கலும் சிடுக்கும் நிறைந்த, தையல்கள் ஓட்டுப்போட்ட நமது உலகத்தை எழுத்துக்களில் உயிர்ப்போடு வைத்திருப்போம்.

இந்துத்துவத் தேசியவாதம் எழுச்சியடைந்துவருவதை இருபது வருடங்களாக நாவல்களிலும் கட்டுரைகளிலும் எழுதி வந்ததற்குப் பிறகு, ஐரோப்பியப் பாசிஸத்தின் எழுச்சியையும் வீழ்ச்சியையும் பற்றிப் பல வருடங்களாகப் படித்துவந்ததற்குப் பிறகு, பாசிஸம் என்பது ஒரேவிதமாக எல்லா இடங்களிலும்

இல்லாதபோதிலும், எப்படி வரலாறுகளிலும் பண்பாடுகளிலும் மிகத் தெளிவாக அடையாளம் கண்டுகொள்ளும்படியாக இருந்துவந்திருக்கிறது என்று வியப்புடன் யோசித்துப் பார்க்கிறேன். அடையாளம் காணும்படியாக இருப்பவர்கள் பாசிஸ்ட்டுகள் மட்டுமல்ல – சர்வ வல்லமை படைத்திருக்கும் தலைவன், கொள்கைவயப்பட்ட ராணுவம், ஆரிய ஆதிக்கம் பற்றிய சகிக்க முடியாத கனவுகள், 'உள்நாட்டு எதிரிகள்' என்று சிலரை மனிதத் தன்மையற்று ஒதுக்கிடங்களில் தள்ளிவைத்தல், பிரம்மாண்டமாக நடத்தப்படும் வெறுப்புப் பிரச்சாரங்கள், போலி ராணுவத் தாக்குதல்கள், படுகொலைகள், திடீரெனப் பல்கிப் பெருகிவரும் பெரும் பணக்கார வியாபாரிகளும் திரை நட்சத்திரங்களும், பல்கலைக்கழகங்கள்மீது நடத்தப்படும் தாக்குதல்கள், அறிவுஜீவிகளுக்கு ஏற்படும் அச்சங்கள், தடுப்புக் காவல் முகாம்களின் பயங்கரங்கள், நாஜிகளின் 'Heil. Heil, Heil' கோஷத்தை இங்கு பெருமையாக முழங்கும் வெறுப்பு மண்டிய ஸோம்பிகள் – இவர்களும் இவையும் மிகத் தெளிவாகப் பாசிஸ அடையாளங்களோடுதான் வெளிப்படுகின்றன. நாமும் இதில் அடக்கம் – சோர்வுற்ற, எப்போதும் பூசலிட்டுக்கொண்டேயிருக்கும் எதிர்க்கட்சிகள், எதற்கும் குறைசொல்லிக் கொண்டேயிருக்கும் வீணாய்ப்போன இடதுசாரிகள், வழக்கமான உணவுப் பட்டியலில் இருந்துவரும் முயல் கறிக்குழம்பு செய்வதற்கு முயல்கறி தேவைப்படுமோ என்று அதிர்ச்சியோடு கேட்கும் நேர்மைவாதிகளான, இப்போது நாமிருக்கும் நிலைமைக்குக் கொண்டுசேர்த்திருக்கும் பாதையைப் பல வருடங்களாக அமைத்துவந்த மழுப்பல்வாத லிபரல்கள். இவர்களோடு, தகைமை வாய்ந்தோரின் நிதானப் போக்கை நிராகரித்துவிட்டு, பயனின்றித் தொடர்ந்து ஊளையிட்டுக்கொண்டே காட்டுக்குள் ஓடும் ஓநாய்களும் அடக்கம். இந்த ஓநாய்கள் பெண்ணாக இருந்தால், அருவருப்பாகவும் பயங்கரமாகவும் இருக்கும்; நிலாவைப் பார்த்துக் கீச்சுக்குரலில் வெறித்தனமாக ஊளையிடுபவையாக இருக்கும். இவர்கள் எல்லோருமே இனம் கண்டுகொள்ளக் கூடியவர்கள்தாம்.

எனவே பாசிஸம் என்பது ஒருவிதமான உணர்ச்சிதானா? எல்லா பண்பாடுகளிலும் தன்னை அதற்கேற்றபடி வெளிப்படுத்திக் கொள்ளும் கோபம், பயம், அன்பைப்போல அதுவும் ஓர் உணர்ச்சிதானா? ஒரு மனிதன் காதலில் விழுவதைப் போலத்தான் ஒரு தேசமும் பாசிஸத்தில் வீழ்கிறதா? இன்னும் சரியாகச் சொல்லப்போனால், வெறுப்பில்? இந்தியா வெறுப்பில் வீழ்ந்திருக்கிறதா? ஏனென்றால் இன்றைய சூழலில் மிகவும் தெள்ளத் தெளிவாகப் புலப்படும் உணர்ச்சி, மக்களின் ஒரு பகுதியினர்மீது நடப்பு அரசும் அதன் ஆதரவாளர்களும்

காட்டுகின்ற காட்டுமிராண்டித்தனமான வெறுப்புணர்ச்சிதான். இதற்கு இணையாகத் தெள்ளத்தெளிவாகத் தெரியும் மற்றோர் உணர்ச்சி, இந்த வெறுப்பரசியலுக்கு எதிராக எழுந்திருக்கும் அன்புணர்ச்சி. இந்த அன்பை மக்களின் கண்களில் பார்க்க முடிகிறது, எதிர்ப்பாளர்கள் பாடுகின்ற பாடலிலும், பேச்சிலும் கேட்க முடிகிறது. எப்படி வெறுப்பது என்று தெரிந்திருப்பவர்களுக்கு எதிராக எப்படிச் சிந்திப்பது என்று தெரிந்திருப்பவர்கள் தொடுத்திருக்கும் யுத்தம் இது. நேசிப்பவர்களுக்கும் வெறுப்பவர்களுக்கும் இடையிலான யுத்தம். இது சரிசமமான யுத்தம் இல்லைதான். ஏனென்றால் அன்பு அணி தெருவில் கூடியிருக்கிறது. பாதுகாப்பற்று இருக்கிறது. வெறுப்பும் தெருவில்தான் இருக்கிறது. ஆனால் முழுக்கவும் ஆயுதம் தரித்திருக்கிறது. அரசு இயந்திரத்தின் பாதுகாப்பும் அதற்கு இருக்கிறது.

யோகி ஆதித்யநாத்தின் தலைமையில் உள்ள உத்தரப் பிரதேசத்தில் நடக்கும் வன்முறைகள் நரேந்திர மோடி முதல்வராகக் குஜராத்தில் இருந்தபோது நடந்த முஸ்லிம்களுக்கெதிரான வன்முறையின் அளவை இன்னும் எட்டிவிடவில்லை. உத்தரப் பிரதேசம் இன்னும் முழுமையாகத் தயாராகவில்லை. ஆதித்யநாத், மோடியைப் போலவே, வருங்காலப் பிரதமர் கனவில் இருப்பவர். 2017 தேர்தல் பிரச்சாரத்தில் 'கப்ரிஸ்தானுக்கும் ஷம்ஷானுக்கும் இடையிலான போட்டி' (இடுகாட்டுக்கும் சுடுகாட்டுக்கும் இடையிலான போட்டி) என்ற ஆதித்யநாத்தின் முழக்கம் அவரை முதல்வர் பதவியில் அமர வைத்தது. மோடியின் தலைமையில் வீறுகொண்டெழும் பாஜகவின் அடிமட்டத் தொண்டர் கும்பலுக்கு முஸ்லிம்களின் இடுகாட்டை இந்துக்களின் சுடுகாட்டோடு ஒப்பிட்டுப் பேசுவது வழக்கம். எதிர்க்கட்சிகள் முஸ்லிம்களை 'சமாதான'ப் படுத்துவதற்காக இடுகாடுகளைச் சீரமைத்துத் தருவதாகவும், இந்துக்களின் சுடுகாடுகளை அலட்சியப்படுத்துவதாகவும் இவர்கள் பிரச்சாரம் செய்வது வழக்கம். இந்த 'நல்லடக்கம் x தகனம்' பிரச்சினை இவர்களிடம் ஆழமாக ஊறியிருக்கும் ஒன்று. 2002 குஜராத் மதக்கலவரத்தில் முக்கியப் பங்காற்றிய கொலைகாரர்களின் ஒருவரான பாபு பஜ்ராங்கி தனது சாதனைகளை பெருமையடித்துக்கொண்டதையும், மோடியுடன் அவனுக்கு இருக்கும் நெருக்கத்தையும் மனம்திறந்து பேசுவதை தெஹெல்கா இதழின் நிருபர் ரகசிய கேமிராவில் படம் பிடித்தார். "நாங்கள் ஒரேயொரு முஸ்லிமின் கடையைக்கூட விட்டுவைக்கவில்லை, எல்லாவற்றையும் எரித்தோம், அவர்களையும் எரித்தோம், கொன்றோம். வெட்டினோம், எரித்தோம், தீ வைத்தோம். இந்த வேசி மகன்களுக்கு

நெருப்பு என்றால் பயம், தகனம் செய்யமாட்டார்கள்."[18] இந்தக் காணொளி இப்போதும் இணையத்தில் காணக் கிடைக்கிறது.

இந்தப் படுகொலைகள் நடந்து வருடங்கள் கழித்து, பாபு பஜ்ராங்கி நரோடா பாத்தியா பகுதியில் தொண்ணூற்றேழு முஸ்லிம்களைக் கொன்றதாகக் குற்றத் தீர்ப்பளிக்கப்பட்டுச் சிறையிலடைக்கப்பட்டார். சில வருடங்களுக்குப் பிறகு உடல்நிலை மோசமாகிவிட்டதாகக் காரணம் சொல்லப்பட்டு அவரும், சக கூட்டுக் கொலையாளிகள் சிலரும் பரோலில் வெளிவந்திருக்கின்றனர். குஜராத் மதக் கலவரத்தில் 2000 பேருக்கு மேல் கொல்லப்பட்டனர், கை கால்கள் துண்டிக்கப்பட்டனர், வன்புணர்வு செய்யப்பட்டனர், உயிரோடு எரிக்கப்பட்டனர், 1,50,000 பேருக்கு மேல் வீடிழந்து அகதிகளாயினர். 2020, ஜனவரி 28 அன்று உச்ச நீதிமன்றம் இருபத்தி மூன்று முஸ்லிம்களை உயிரோடு எரித்துக் கொன்றதாகக் குற்றத் தீர்ப்பளிக்கப் பட்டிருந்த பதினான்கு பேருக்கு இடைக்கால ஜாமீன் வழங்கி விடுவிக்கப்பட்டார்கள்.[19] அரசாங்கம் அவர்களுக்குச் சமூக, ஆன்மிக நற்பணி சேவைசெய்ய உத்தரவிடுமாறு தலைமை நீதிபதி கேட்டுக்கொண்டார். இதில் இருக்கும் சிக்கல் என்னவென்றால் பல இந்து பாசிஸ்ட்டுகள் முஸ்லிம்களைக் கொல்வதுதான் சமூக, ஆன்மிக நற்பணியாகக் கருதுகிறார்கள்.

2002 இனப் படுகொலைகளுக்குப் பிறகு மோடியின் செல்வாக்கு உயர்ந்தது. 2014இல் அவர் பிரதம மந்திரியாகப் பதவியேற்றபோது பல லிபரல்கள் – எழுத்தாளர்கள், செய்தியாளர்கள், அறிவுஜீவிகள் – அவரைப் புதிய இந்தியாவின் நம்பிக்கை நாயகன் என்று வாழ்த்தி வரவேற்றனர். அவர்களில் பலரும் இப்போது நம்பிக்கையிழந்துள்ளனர். அவர்களுடைய அவநம்பிக்கை 2014க்குப் பிறகுதான் தொடங்குகிறது. ஏனென்றால் அதற்கு முந்தைய காலகட்டத்தில் மோடியின் நடவடிக்கைகளை விமர்சிப்பதென்பது அவர்களையே விமர்சித்துக்கொள்வது போலாகிவிடும். ஆகவே மக்கள் நினைவுகளிலிருந்து 2002 குஜராத் வேகமாகத் துடைத்தழிக்கப்படுகிறது. அது நடக்கக் கூடாது. அது வரலாற்றிலும் இலக்கியத்திலும் இடம்பெற்றாக வேண்டும். அஞ்சும் அதைத்தான் செய்கிறாள்.

பெருமகிழ்வின் பேரவையில் அஞ்சுமைக் குஜராத்தில் ஒரு கலவரக் கும்பல் சுற்றிவளைக்கிறது. அவள் தன்னுடைய தந்தையின் பழைய நண்பரான ஜாகீர் மியானுடன் அங்கு வந்திருக்கிறாள். ஜாகீர் மியான் பழைய தில்லியில் தெருவோரக் கடை நடத்திவருபவர். ரூபாய் நோட்டுகளைச் சிறிய பறவைகளைப்போல மடித்து, திருமண மாலையாகக் கோர்த்து

விற்பவர் அவர். இவர்கள் இருவரும் கவிஞர் வலி தக்கானியின் ஆலயத்தில் வழிபடுவதற்காகக் குஜராத் வந்திருக்கிறார்கள். இவர்கள் அங்கு வந்துசேர்ந்த நேரத்தில்தான் குஜராத் கலவரங்கள் தொடங்குகின்றன. கலவரங்கள் ஓய்ந்து பல வாரங்கள் கழிந்த பிறகும் இருவரும் திரும்பாததால் ஜாகீர் மியானின் மகன் அவர்களைத் தேடிக்கொண்டு செல்கிறான். அஞ்சுமை அவன் ஓர் அகதிகள் முகாமில் கண்டுபிடிக்கிறான். அவள் அங்கு ஆண்களுக்கான பிரிவில் அடைக்கப்பட்டிருக்கிறாள். வெகுவாக மனம் கலங்கிப் பிரமை பிடித்தாற்போல இருக்கும் அவள், தில்லிக்குத் திரும்பிய பிறகும் சகஜநிலைக்கு வர முடியாமல் அவஸ்தைப்படுகிறாள். அவளைப் போன்ற சக ஜீவன்களோடு அவ்வளவு காலம் வெளியுலகிலிருந்து விலகி வசித்துவந்த க்வாப்காவில் – கனவுகளின் இல்லம் – இனி தன்னால் வாழ முடியாது என்று உணர்கிறாள். க்வாப்காவின் தலைமைப் பொறுப்பில் இருக்கும் உஸ்தாத் குல்ஸூம் பீயுடன் அவளுக்கு இருந்த உறவு கெடுகிறது. அவள் தத்தெடுத்திருக்கும் மகள் ஜைனாபுக்கு நல்ல தாயாக இருக்க முடியாது என்று உணர்ந்து, தன் உடமைகளை மூட்டை கட்டிக்கொண்டு, அவளுடைய குடும்பத்தினர் அடக்கம் செய்யப்பட்டிருந்த இடுகாட்டுக்குக் குடிபெயர்கிறாள்:

> *மயானத்தின் வடக்கு மூலையில் மருத்துவமனையின் பழைய பேண்டேஜ்களும் பயன்படுத்தி எறிந்த ஊசி மருந்துகளும் குவிந்திருந்த குப்பை மேட்டில் இரவில் இருட்டில் மேலும் கரிய நிழலாகப் புரண்டுகொண்டிருந்த போதை அடிமைகள் அவளைக் கவனிக்கவேயில்லை. தெற்கு மூலையில் மூட்டிய அடுப்புக்கெதிரே வீடற்ற மனிதர்கள் முடிச்சு முடிச்சாக அமர்ந்து புகை மண்டலத்துக்குள் சொற்ப உணவைச் சமைத்துக்கொண்டிருந்தார்கள். அவர்களைவிட ஆரோக்கியமாக இருந்த தெரு நாய்கள் எறியப்படும் மிச்சங்களுக்காக மரியாதையான தூரத்தில் மரியாதையுடன் காத்திருந்தன.*

> *இத்தகைய சூழ்நிலையில் சாதாரணமாக அஞ்சுமுக்குச் சில அபாயங்கள் நேர்ந்திருக்க வேண்டும். ஆனால் அவளது ஒடுங்கிய தனிமை அவளைப் பாதுகாப்பதாக இருந்தது. ஒருவழியாகச் சமூக நெறிமுறை உடன்படிக்கையிலிருந்து தன்னைப் பிடுங்கிக்கொண்டு அஞ்சும் வெளியேறி வந்த பிறகு, இந்த ஒடுங்கல் அவளைச் சுற்றிக் கம்பீரமாக – காப்பரண்களும் மணிக் கோபுரங்களும் பாதாளச் சுரங்கங்களும் மதிற்சுவர்களும் கொண்ட ஒரு கோட்டையைப்போல*

எழும்பி நின்றுவிட்டது. ஆயுதங்களோடு நெருங்கிவரும் கும்பலின் மந்தமான முரல் ஒலி ஒன்று அவளைச் சூழ்ந்திருந்தது. தன்னிடமிருந்தே தப்பி ஒளிந்துகொள்ளும் அகதியைப்போல அந்தக் கோட்டையின் பளபளக்கும் அறைகளினூடே அவள் புகுந்து ஓடிக்கொண்டிருந்தாள். குழந்தைகளைக் குத்திச் செருகிவைத்த காவித் திரிசூலங்க ளோடு காவிச் சிரிப்புடன் அவளைப் பின்தொடர்ந்து வந்த காவிப் பரிவாரத்தைப் பொருட்படுத்தாமலிருக்க முயன்றாள். ஆனால் அவர்களை அவளால் அப்புறப்படுத்த முடியவில்லை. ரூபாய் நோட்டுக்களை மடித்து அவர் செய்கின்ற பறவையைப் போலவே நடுத்தெருவில ஒழுங்காக மடித்து வீசப்பட்டிருந்த ஜாகீர் மியானைத் தனது நினைவுகளிலிருந்து அழிக்க முயன்றாள். ஆனால் அவர் பறக்கும் கம்பளத்தில் மடிக்கப்பட்டு மூடிய கதவுகளை ஊடுருவி அவளைப் பின்தொடர்ந்துகொண்டிருந்தார். அவருடைய கண்களிலிருந்த ஒளி அடங்குவதற்குள் அவளைப் பார்த்த விதத்தை, அந்தப் பார்வையை மறப்பதற்கு முயன்றாள். ஆனால் அவளை அவர் விடுவதாக இல்லை. அவருடைய உயிரற்ற உடலைத் தொட விடாமல் அவர்கள் அவளை இழுத்துத் தள்ளியதாகவும், ஆனால் அவர்களை எதிர்த்துத் துணிச்சலோடு முடிந்தவரை பேராடியதாகவும் அவரிடம் சொன்னாள்.

ஆனால் தான் அப்படியெல்லாம் போராடவில்லை என்று அவளுக்கு நன்றாகவே தெரியும்.

அவர்கள் மற்ற எல்லோரையும் என்ன செய்தார்கள் என்று அவளுக்குத் தெரியும். அவர்கள் எப்படி ஆண்களை மடித்தார்கள், பெண்களைப் பிரித்தார்கள் என்று அவளுக்குத் தெரியும். இவை எல்லாவற்றையும் அவளுடைய நினைவிலிருந்து நீக்க முயன்றுகொண்டிருந்தாள். அவர்களுடைய கைகால்களை அவர்கள் எப்படிப் பிய்த்தெடுத்துத் தீயிலிட்டார்கள் என்பதை.

தனக்குத் தெரியும் என்று அவளுக்கு நன்றாகவே தெரியும்.

அவர்கள்.

அவர்கள் என்றால் யார்?

ஓர் இணையான எதிர்வினையை அளிப்பதற்காக நியமிக்கப்பட்டிருந்த நியூட்டனின் படை. இரும்பு நகங்களோடும், ரத்தம் தோய்ந்த அலகுகளோடும் முப்பதாயிரம் காவிநிறப் பேசும் கிளிகள். எல்லாக் கிளிகளும் ஒரே குரலில் கீச்சிட்டுக் கொண்டிருந்தன:

“முஸல்மான் கா ஏக் ஹி ஸ்தான்! கப்ரிஸ்தான் யா பாகிஸ்தான்!”

முஸல்மானுக்கு ஒரே இடம்தான்! இடுகாடு அல்லது பாகிஸ்தான்!

உயிருக்குப் பயந்துகொண்டு ஜாகீர் மியானின் உடல்மீது அஞ்சும் சாய்ந்து அசைவின்றிக் கிடந்தாள். ஒரு போலிப் பெண்ணின் போலிப் பிரேதம். ஆனால் அந்தப் பேசும் கிளிகள், சுத்தமான சைவப்பட்சிணிகளாக இருந்தாலும் – அல்லது அப்படிக் காட்டிக்கொண்டாலும் – (அந்தக் கட்டாய ராணுவச் சேவைக்கு அது ஒரு குறைந்தபட்சத் தகுதி) வேட்டை நாய்களுக்கேயுரிய நேர்த்தியோடும் அசாத்தியத் திறமையோடும் மோப்பம் பிடித்துப் பார்த்தனர். மிக எளிதாக அவளைக் கண்டுபிடித்துவிட்டனர். முப்பதாயிரம் குரல்களும் ஒன்றிணைந்து ஒலித்தன. உஸ்தாத் குல்ஸூம் பீயின் பீர்பாலைப்போல.

“யே ஹை! ஸாலி ரண்டி ஹிஜ்ரா!” தங்கச்சியை ஓக்கும் விபச்சார ஹிஜ்ரா. தங்கச்சியை ஓக்கும் முஸ்லிம் விபச்சார ஹிஜ்ரா.

இன்னொரு குரல் உயர்ந்தது. உரக்க. பதற்றத்தோடு. அது இன்னொரு பறவை.

“நஹி யார், மத் மாரோ, ஹிஜ்ரோன் கா மார்னா அப்சகுன் ஹோதா ஹை.”

அவளைக் கொல்லாதே தம்பி. ஹிஜ்ராக்களைக் கொல்வது பாவம்.

பாவம்!

அந்தக் கொலைகாரர்களுக்குப் பாவம் சூழும் என்பதைக் கேட்டதும் பயம் ஏற்பட்டது. பாவமும் துரதிருஷ்டமும் வரக் கூடாதென்பதற்காகத்தான் வெட்டுக்கத்திகளையும் பிச்சுவாக்களையும் பிடித்திருக்கும் விரல்களில் அதிர்ஷ்டக் கற்கள் பதித்த தடிமனான தங்க மோதிரங்களை அவர்கள் அணிந்திருக்கிறார்கள். துரதிருஷ்டச் சக்திகள் அண்டக் கூடாதென்பதற்காகத்தான் இரும்புத் தடிகளால் மனிதர்களை அடித்துக்கொன்ற மணிக்கட்டுகளில் சிவப்பு நிறப் பூஜைக் கயிறுகளை அவர்களின் அம்மாக்கள் அன்போடு கட்டியிருக்கிறார்கள். இவ்வளவு முன்னெச்சரிக்கைகளை எடுத்துக்கொண்டிருப்பதற்குப் பின்பும் பாவத்தை வேண்டுமென்றே வரவழைத்துக்கொள்வதில் என்ன அர்த்தம் இருக்கிறது?

எனவே அவர்கள் அவளைச் சூழ்ந்து நின்று அவர்களுடைய கோஷங்களைச் சொல்லவைத்தார்கள்.

“பாரத் மாதா கி ஜெய்! வந்தே மாதரம்!”

அவள் சொன்னாள். கதறியழுதுகொண்டே. உடம்பெங்கும் நடுங்கிக்கொண்டே. நினைத்துப் பார்க்க முடியாதபடிக்கு அவமானப்பட்டு. கூனிக்குறுகி.

இந்தியத் தாய்க்கு வெற்றி! தாயை வணங்குவோம்!

அவளை உயிரோடு விட்டுவைத்து அவர்கள் அகன்றனர். கொல்லாமல். காயப்படுத்தாமல். மடிக்கவோ பிரிக்கவோ செய்யாமல். அவளை மட்டும். அதனால் அவர்களுக்கு நல்லதிர்ஷ்டம் ஏற்படக்கூடும்.

கசாப்புக்காரனின் அதிர்ஷ்டம்.

அதுதான் அவள். எவ்வளவு காலம் அவள் ஜீவித்திருக் கிறாளோ அவ்வளவு காலத்துக்கும் அவர்களுக்கு நல்லதிருஷ்டம் அளித்துக்கொண்டிருப்பாள்.

அவளுடைய அந்தரங்கக் கோட்டைக்குள் ஓடிஒளிந்து கொண்டிருக்கையில் அந்தச் சிறிய விவரத்தை நினைவிலிருந்து அகற்ற முயன்றாள். ஆனால் அவளால் முடியவில்லை. அவளுக்கு நன்றாகவே தெரியும் என்று நன்றாகவே தெரியும்.

இரக்கமற்ற கண்களும் குங்குமம் தீற்றிய நெற்றியும் கொண்டிருந்த அந்த முதலமைச்சர் அடுத்த தேர்தலிலும் வெற்றி பெற்றார். மத்தியில் கவிஞரான பிரதமரின் அரசு வீழ்ந்த பின்னரும் குஜராத்தில் ஒவ்வொரு தேர்தலிலும் வென்றார். நிகழ்த்தப்பட்ட படுகொலைகளுக்கு அவரைப் பொறுப்பாக்கித் தண்டனை வழங்கப்பட வேண்டும் என்று சிலர் நினைத்தார்கள். ஆனால் வாக்காளர்கள் அவரை ‘குஜராத் கா லல்லா’ என்றார்கள்; குஜராத்தின் செல்லப்பிள்ளை.[20]

அஞ்சும் அந்த இடுகாட்டில் பல வருடங்களாக வசித்து வருகிறாள். முதலில் ‘ஒரு சீர்கெட்ட, கட்டுக்கடங்காத பேயைப்போல, அங்கு வசித்திருந்த எல்லா ஜின்களையும் ஆவிகளையும் பயமுறுத்திக்கொண்டு, இறந்தவர்களைப் புதைக்க வந்த குடும்பத்தினரைத் தனது பயங்கரத் தோற்றத்தால் சோகத்தை மறந்து நடுங்கிப் பதுங்கவைத்துக்கொண்டிருந்தாள்.’[21]

படிப்படியாகத் தன்னை அவள் மீட்டெடுத்துக்கொண்டு, தனக்காக ஒரு வீட்டையும் கட்டிக்கொள்கிறாள். ஒவ்வோர்

அறையையும் ஒவ்வொரு கல்லறையைச் சுற்றிக் கட்டிக் கொள்கிறாள். இந்த வீடு போகப்போக ஜன்னத் விருந்தினர் இல்லமாக விரிவடைகிறது. நகராட்சி அதிகாரிகள் வந்து அவளிடம் இடுகாட்டில் வெளியாட்கள் வசிக்கக் கூடாது, அது சட்ட விரோதம் என்று ஆட்சேபிக்க, அவள் இடுகாட்டில் தான் வாழவில்லை, இறந்துகொண்டிருப்பதாகச் சொல்கிறாள். முன்னாள் சவக்கிடங்கு ஊழியனும் காவல்காரனும், தற்போது சிறுதொழில் வணிகனுமான சதாம் உசேன் அங்கு தனது குதிரையான பாயலுடன் வந்துசேர்ந்த பிறகு ஜன்னத் விருந்தினர் இல்லம் மேலும் வளர்ந்துவிடுகிறது. அஞ்சுமின் பழைய நண்பர், குருடரான இமாம் ஜியாவுதீனும் அங்கு குடியேறியதும் அந்த இல்லம் ஜன்னத் விருந்தினர் இல்லம், ஈமச்சடங்கு சேவை மையமாகிவிடுகிறது. வாடகைக்கு அறைகள் வழங்கப்படுவதும் ஈடச்சடங்கு செய்ய ஒப்புக்கொள்வதும் விடுதித் தலைவியின் தன்னிச்சையான விருப்பம் சார்ந்ததாகவே இருக்கிறது. வெளிஉலகமான *துனியா*வில் இடமளிக்கப்படாத மனிதர்கள் மட்டுமல்ல; மிருகங்களும் வாழவும், இறந்ததும் அடக்கம் செய்யப்படவுமான இடமாக அது இருக்கிறது.

சில நேரங்களில் என்னுடைய உலகமும் இரண்டுவிதமான மனிதர்களைக் கொண்டிருப்பதாகத் தோன்றுகிறது – அஞ்சும் அவளது விருந்தினர் இல்லத்தில் தங்குவதற்கும், இடுகாட்டில் புதைக்கப்பட்டு ஈமச்சடங்கு செய்யப்படுவதற்கும் ஒப்புக்கொள்கிற மனிதர்களும் அவள் அனுமதிக்காத மற்றவர்களும்.

அவள் உருவாக்கிய இடம் வெறும் நிழற்கூடம் அல்ல என்று அஞ்சும் நினைத்திருந்தாள். வழக்கமான எளியோர் இல்லம் அல்ல. ஏனென்றால் அவளிடம் அடைக்கலமாகிறவர்கள் வெறும் ஏழைகளும் வாழ்க்கையில் அடிபட்டவர்களும் மட்டுமல்ல. சதாம் உசேனிடம் அவர்களுடைய இல்லத்தின் அர்த்தம் என்னவென்பதை இவ்வாறு விளக்குகிறாள். அவள் ‘பீரூ’ என்று குறிப்பிடுவது, அவள் தெருவிலிருந்து காப்பாற்றிவந்து வளர்க்கும் நாய்.

> “நாமெல்லோரைப் போலவும், நம்முடைய பீரூவைப் போலவும், விளிம்பிலிருந்து தவறி நீ விழுந்தாயென்றால், அதன்பிறகு நீ சரிவதை உன்னால் நிறுத்தவே முடியாமற்போய்விடும். விழும்போது நீ விழுந்துகொண் டிருக்கும் மற்றவர்களைப் பற்றிக்கொள்வாய். இது உனக்கு எவ்வளவு சீக்கிரம் புரிகிறதோ, அவ்வளவு உனக்கு நல்லது. நாம் வசிக்கும் இந்த இடம், நம்முடைய வீடாக மாற்றி யிருக்கும் இந்த இடம், வீழ்ந்துகொண்டிருப்பவர்களுக்கான

இடம். இங்கே ஹகீகத் கிடையாது. அர்ரே, நாம் நிஜமானவர்கள்கூடக் கிடையாது. உண்மையில் நாம் உயிரோடு இருப்பவர்கள் அல்லர்."22

வீழும் மனிதர்களின் இடத்தில் மனிதர்கள் வருகிறார்கள், போகிறார்கள், வாழ்கிறார்கள், இறக்கிறார்கள், கல்லறைகளுக்கு இடையே உயிர் முளைக்கிறது. அஞ்சுமின் கல்லறை வீட்டில் காய்கறித் தோட்டமும், ஏழைகளுக்காக ஒரு சிறிய நீச்சல் குளமும்கூட இருக்கிறது. அதில் தண்ணீர் இல்லாவிட்டாலும்கூட உள்ளூர் மக்களுக்கு அது பெருமையாக இருக்கிறது. குழந்தை களைக் கூட்டிவந்து காட்டுகிறார்கள். ஈமச்சடங்குகளிலும் திருமணங்களிலும் அனைத்து விதமான வழிபாட்டு வாசகங்களும் முணுமுணுக்கப்படுகின்றன, பாடப்படுகின்றன. எல்லா விதமான உறுதிமொழிகளும் பகிரப்படுகின்றன. இஸ்லாமிய ஃபதேஹா, ஷேக்ஸ்பியரின் 'ஐந்தாம் ஹென்றி'யிலிருந்து ஒரு பகுதி, இடதுசாரிக் கீதமான The Internationale-இன் இந்தி வடிவம் ஆகியவையும் பாடப்பட்டிருக்கின்றன.

'சுதந்திர இந்தியன்' என்ற பொருளில் தனக்கு டாக்டர் ஆஸாத் பாரதியா என்று பெயரிட்டுக் கொண்டிருக்கும் துண்டறிக்கைப் போராளி, தொடர் உண்ணாவிரதத்தில் இருக்கும் அஞ்சுமின் நண்பன், வீழ்ந்துகொண்டிருக்கும் மனிதர்களின் உறுதியான ஆதரவாளனுமாவான். அவன் அஞ்சுமுக்கு ஒரு நீண்ட கடிதத்தை உருதுவில் வாசித்துக் காட்டுகிறான். அது 'காம்ரேட் மாஸே ரேவதி' என்ற போராளி எழுதிய கடிதம். தில்லியில் போராட்டங்களுக் கான சதுக்கமாக இருக்கும் ஜந்தர் மந்தரில் அனாதையாகக் கிடத்தப்பட்டிருந்த குழந்தையைப் பெற்றெடுத்த தாய் அவள். அந்தக் குழந்தையை அஞ்சும் கண்டெடுத்து வளர்த்துவருகிறாள். அந்தத் தாயின் கடிதம் மத்திய இந்தியாவின் வனப்பகுதியில் கொரில்லாப் போராளியாகக் கழித்த அவளின் வாழ்க்கையையும், அந்தக் குழந்தையை அவள் கருவுற்ற சூழ்நிலையையும், அதை அனாதையாக விட்டுச்செல்ல நேர்ந்ததற்கான காரணங்களையும் விவரிக்கிறது. அந்தக் குழந்தையின் தாயாகவே தன்னை உணரத் தொடங்கிவிட்டிருந்த அஞ்சும் முதலில் அந்தக் கடிதத்தைக் கண்டு கோபப்படுகிறாள். பிறகு மெதுவாக அமைதியடைந்து அந்த அந்நியப் பெண்ணின் கதையைக் கேட்கத் தொடங்குகிறாள். அந்தப் பெண்ணின் கவலைகளும் சிக்கல்களும் அஞ்சுமிலிருந்து வேறுபட்டதாக இருந்தாலும், துயரம் ஒன்று போலவே உக்கிரமாகவும் குழப்பமாகவும் இருக்கிறது. கடிதம் லால் சலாம் எனும் செவ்வணக்கத்தோடு முடிகிறது:

"லால் சலாம் அலைக்கும்," என்றாள் அஞ்சும். கடிதத்தைப் படித்து முடித்ததும் அவளிடமிருந்து உடனடியாக, தன்னிச்சையாக வெளிப்பட்ட வாசகம். இது ஒரு முழுமையான அரசியல் இயக்கத்துக்கான தொடக்கமாகவும் இருக்கக்கூடும். ஆனால் உருக்கமான ஒரு பிரார்த்தனையின் முடிவில் 'ஆமென்' என்று சொல்வதைப்போலவே அவளுக்குத் தன்னியல்பாக வந்த வார்த்தைதான் அது.[23]

இவ்வாறாக அஞ்சுமும் சதாமும் அவர்களுடைய தோழர்களும் இன்றைய அரசியல் எழுச்சியின் சுருக்க வடிவமாக அஞ்சுமின் கல்லறை இல்லத்தில் குழுமியிருந்தனர். ஜெய் பீம். இன்குலாப் ஜிந்தாபாத். லால் சலாம் அலைக்கும். ஆனால் இவையெல்லாமே புரட்சியின் ஆன்மா மட்டுமே. புரட்சியாக இன்னும் உருக்கொள்ளவில்லை. புரட்சிக்கான அடையாளங்கள் எதுவும் அஞ்சுமின் கல்லறைகளில் காணப்படவில்லை. கொடிகள் இல்லை. கொடிகளை அசைத்து, உறுதிமொழி ஏற்பு நடக்கவில்லை. கோஷங்கள் இல்லை. ஆணுக்கும் பெண்ணுக்கும், மனிதருக்கும் விலங்குக்கும், தேசத்துக்கும் தேசத்துக்கும், ஏன் வாழ்க்கைக்கும் மரணத்துக்கும் இடையில் கூட எல்லைக் கோடுகள் இல்லை.

ஜன்னத் விருந்தினர் இல்லத்தின் முதன்மைக் கடவுள் ஹஸ்ரத் ஸர்மத். அஞ்சும் கைக்குழந்தையாக இருந்தபோது அவளை ஆசிர்வதித்தவர். ஹஸ்ரத் ஸர்மத் ஒரு யூத அமெரிக்கர். பாரசீகத்திலிருந்து தில்லிக்கு 300 வருடங்களுக்கு முன் வந்தவர். இஸ்லாமுக்காக ஜூடாயிஸத்தைத் துறந்தவர். பின்பு காதலுக்காக வைதீக இஸ்லாத்தை விட்டு வெளியேறியவர். காதல் கவிதைகளைப் பாடிக்கொண்டு நிர்வாணமாகப் பழைய தில்லி வீதிகளில் வாழ்ந்துவந்த அவர் மொகலாய மன்னர் ஔரங்கசீப்பின் ஆணைப்படி தில்லியின் ஜும்மா மசூதியின் படிக்கட்டுகளில் சிரச்சேதம் செய்யப்பட்டார். பிரம்மாண்டமான ஜும்மா மசூதியில் ஸர்மத்தின் ஆலயம் ஒட்டுச்சிப்பிபோல ஓரத்தில் ஒட்டிக்கொண்டிருக்கிறது. அஞ்சுமுக்கும் அவளிடம் ஆதரவைத் தேடி வருபவர்களுக்கும் ஸர்மத்தான் ஆறுதலற்றவர்களுக்கான மகான், ஐயுறவு நிலையில் உள்ளோருக்கு அமைதியளிப்பவர், பக்தர்களின் நடுவில் உள்ள தெய்வ நிந்தனையாளர், தெய்வ நிந்தனையாளர் மத்தியில் பக்தர். உருக்குலைந்திருக்கும் தேவதை அவர். அவருடைய ஆதரவில் இருக்கும் உருக்குலைந்தோரைக் கவனித்துக்கொண்டிருப்பவர். உலகங்களுக்கிடையிலிருக்கும் கதவுகளைத் (சட்டவிரோதமாக)திறந்துவைப்பவர். அந்த

இடைவெளியை எப்போதும் மூடிவிடாமல் பார்த்துக்கொள்பவர். இந்தச் சட்டவிரோத விரிசலின், மூடப்படாத இடைவெளியின் வழியாகக் கஷ்மீர் அஞ்சுமின் கல்லறைக்கு மிதந்துவருகிறது. தடைசெய்யப்பட்ட உரையாடல் அதன்பின் தொடங்குகிறது.

கஷ்மீர் உயிருடன் இருக்கும் இறந்தவர்களின் பூமி. நகரத்துக் கல்லறைகள், கிராமத்துக் கல்லறைகள், கூட்டுக் கல்லறைகள், அடையாளமற்ற கல்லறைகள், பல அடுக்குக் கல்லறைகள் எனப் பேசும் கல்லறைகள் நிறைந்த நிலம் அது. கஷ்மீரின் உண்மைகளை – அச்சமும் இழப்புகளும் பெருமிதமும் அசட்டுத் தைரியமும் கற்பனை செய்ய முடியாத குரூரங்களும் கொண்ட சூழலை – ஒரு நாவலில்தான் சொல்ல முடியும். இத்தகைய காலச் சூழ்நிலையில் நடக்கும் விவகாரங்களை நாவலில் மட்டுமே விவரிக்க முடியும். ஏனென்றால் கஷ்மீரின் கதை என்பது வெறும் போர், சித்திரவதை, தேர்தல் மோசடிகள், மனித உரிமை மீறல்கள் பற்றியது மட்டுமல்ல. காதலையும் கவிதையையும் பற்றிய கதையாகவும் அது இருக்கிறது. அதைத் தட்டையாக்கிச் செய்தியாகத் தர முடியாது.

இதோ இவன்தான் மூஸா யெஸ்வி. கட்டட வடிவமைப்பாளன். விதவிதமாகக் குதிரை சித்திரங்கள் வரைந்துகொண்டிருப்பவன். உருக்குலைந்த தேவதையின் சட்டவிரோத நுழைவாயில் வழியாக அஞ்சுமின் இடுகாட்டுக்குள் வந்து போய்க்கொண்டிருப்பவன். கஷ்மீர் போரின் அருவருப் பான நீர்ச்சுழலில் சிக்கி, அதன் கரிய இதயத்தின் இருட்டுக்குள் கரைந்து மறைந்துகொண்டிருந்த மூஸா சுயபிரக்ஞையை நழுவவிடக் கூடாதென்பதற்காகக் கடுமையாகப் போராடிக் கொண்டிருந்தான். அந்தச் சூழ்நிலையில் அவன் தலைமுறையைச் சேர்ந்த பல இளைஞர்களைப் போலவே அவனும் தலைமறைவாக வேண்டியிருக்கிறது. தன் அடையாளத்தை மறைத்துக்கொண்டு கூட்டத்தில் கலந்து திரிகிறான், மாறுவேடங்களில் அலைகிறான், தனது இறுதிச் சடங்கிலேயே கலந்துகொள்கிறான். உண்மையில் தான் யாரென்பதே அவனுக்குப் பல நேரங்களில் புரியாமல் இருக்கிறது. அமைதியான முறையில் சென்றுகொண்டிருந்த சவ ஊர்வலத்தின்மீது ராணுவத்தினரால் நிகழ்த்தப்பட்ட துப்பாக்கிச் சூட்டில் அவனுடைய ஐந்து வயது மகள் மிஸ் ஜெபீன் கொல்லப்படுகிறாள். அவளுடைய நல்லடக்கம் எப்படி நடந்ததென்று விவரித்து அவளுக்கே மூஸா கடிதம் எழுதுகி றான். அந்த இறுதிச்சடங்கைப் பார்ப்பதற்காக ஸ்லோத் கரடி மலையிலிருந்து இறங்கிவந்ததையும், காட்டுக்குள்ளிருந்து ஹங்குல் மானும் வானில் வட்டமிட்டுக்கொண்டிருந்த பருந்துகளும் மேற்பார்வை பார்த்துக்கொண்டிருந்ததையும்,

அஞ்சலி செலுத்தவந்த 1,00,000 பேர் அந்த இடுகாடு முழுக்கப் பனியைப்போல நிறைந்திருந்ததையும் அக்கடிதத்தில் தன் மகளுக்கு வர்ணிக்கிறான்.

'எனக்கு நிச்சயமாகத் தெரிந்தது இது மட்டும்தான்: நமது கஷ்மீரில் இறந்துபோனவர்கள் எல்லோரும் எப்போதும் வாழ்ந்துகொண்டிருப்பார்கள்; உயிரோடு இருப்பவர்களெல்லாம் அவ்வாறு நடித்துக்கொண்டிருக்கும் இறந்தவர்கள்தாம்.'[24] என்று எழுதுகிறான். மிஸ் ஜெபீனின் நல்லடக்கம் பற்றிய வர்ணனை இது:

> மிஸ் ஜெபீனும் அவளுடைய தாயும் மேலும் பதினைந்து பேர்களுடன் அடக்கம் செய்யப்பட்டனர். ஆக, படுகொலை செய்யப்பட்டவர்களின் எண்ணிக்கை பதினேழாக இருந்தது.
>
> அவளுக்கு ஈமச்சடங்குகள் நடந்த நேரத்தில் மஸார் – இ – ஷோஹட்டா சற்றுப் புதிதாகவே இருந்தாலும் நெரிசல் அதிகரித்துவிட்டிருந்தது. ஆனால் அதன் நிர்வாகக் குழுவான இந்திஸாமியா கமிட்டி, கிளர்ச்சி ஆரம்பித்த காலம்தொட்டே வரப்போகும் நிலையை நுட்பமாக ஊகித்து அதற்கேற்பத் திட்டமிடத் தொடங்கிவிட்டிருந்தனர். கல்லறை நில அமைப்புத் திட்டத்தை ஒழுங்கு செய்து, ஒதுக்கப்பட்டிருந்த இடத்தில் எப்படி அடக்கம் செய்ய வேண்டுமென்று தெளிவாக முடிவெடுத்தனர். தியாகிகளின் உடல்களை ஒரு பொதுவான இடுகாட்டில் ஒட்டுமொத்தமாக அடக்கம் செய்ய வேண்டுமென்று அனைவரும் ஒப்புக்கொண்டனர், இரைந்து கிடக்கும் பறவைத் தீனிபோல மலைகளின் உச்சியிலும் சரிவுகளிலும் தியாகிகளின் கல்லறைகள் (ஆயிரக்கணக்கில்) சிதறியிருக்கக் கூடாது. அதேபோலப் பள்ளத்தாக்கெங்கிலும் இப்போது பல்கிப் பெருகியிருக்கும் ராணுவ முகாம்கள், சித்திரவதைக் கூடங்களுக்கு அருகிலேயே கிடைத்த இடங்களில் அடக்கம் செய்வதைத் தவிர்க்க வேண்டும். போர் ஆரம்பித்துத், தீவிரமடையத் தொடங்கிய பின், சாதாரண மக்களுக்கு இறந்தவர்களை மொத்தமாக அடக்கம் செய்வதென்பது அவர்கள் காட்டும் ஒருவித எதிர்ப்பு என்பதாகவே ஆகிவிட்டிருந்தது.
>
> உடல்களைக் குழிக்குள் இறக்கும்போது, சுற்றியிருந்த கூட்டம் முணுமுணுப்பாகப் பிரார்த்தித்தது.
>
> *ராபிஷ் ரஹ்லீ ஸத்ரீ; வா யாஸிர் லீ ஆம்ரி வாலுல் உக்டாதன் மின் லிஸானீ; யஃப்காஹு காவ்லீ* என் இறைவா! என் மனதை ஆற்றுப்படுத்து. என் கடமைகளை எளிதாக்கு. என்

நாவில் உள்ள முடிச்சைத் தளர்த்திவிடு. நான் சொல்வது அவர்களுக்குப் புரியட்டும்.

அக்கூட்டத்திலிருந்து ஒதுங்கி, பெண்கள் மட்டும் தனியாகக் குழுமியிருந்த இடத்திலிருந்த இடுப்பளவு உயரக் குழந்தைகள் அவர்களுடைய அம்மாக்களின் முரட்டுக் கம்பளி உடைகளால் மூச்சடைக்க நின்றபடி அங்கே நடப்பவற்றை முழுசாக எதையும் பார்க்க முடியாமல் தங்களுக்குள் இடுப்பளவு பேரங்களை நடத்திக்கொண்டிருந்தனர்: உன்னிடம் இருக்கும் புஸ்வாணமான கையெறி குண்டைத் தந்தால் உனக்கு ஆறு புல்லட் பொதியுறைகள் தருவேன்.

ஒரேயொரு பெண்ணின் குரல் மட்டும் தனியாக, உச்சஸ்தாயியில், அமானுஷ்யமாக மேலெழுந்தது. ஈட்டியால் குத்தப்பட்டதைப் போன்ற வேதனையோடு.

ரோ ரஹி ஹை யே ஸமீன்! ரோ ரஹா ஹை ஆஸ்மான்...

அதைக் கேட்டு இன்னொரு குரலும் சேர்ந்துகொள்ள, மற்றொன்றும் இணைந்துகொண்டது:

இந்தப் பூமி அழுகிறது! வானமும் அழுகிறதே...

பறவைகள் தமது கீச்சொலிகளைச் சற்று நிறுத்தி இந்த மனிதப் பாடலைக் கண்ணாடிக் கண்கள் மினுங்கக் கேட்டன. தெரு நாய்கள் சீரான இதயத் துடிப்புகளுடன் சோதனைச் சாவடிகளைத் தலையைக் கவிழ்ந்தபடி கடந்து சென்றன. பருந்துகளும் கழுகுகளும் கதகதப்பான உயரத்தில் அதிகாரப்பூர்வ எல்லைக் கோட்டுக்குக் குறுக்கிலும் நெடுக்கிலுமாகச் சோம்பலாக வட்டமடித்துக் கொண்டிருந்தன, கீழே முடிச்சு முடிச்சாகக் குழுமியிருக்கும் மக்களைக் கேலி செய்வதைப்போல.[25]

அஞ்சுமின் இடுகாட்டுக்கும் மிஸ் ஜெபீனின் இடுகாட்டுக்கும் இடையில் நடக்கும் இந்த உரையாடல், நிஜ உலகான *துனியாவில்* தடுக்கப்பட்டிருந்தாலும் நமது கூட்டுஸ்தலமான க்வாப்காவில், நமது கனவுகளின் இல்லத்தில், நிகழ்வதைத் தடுக்க முடியாது.

இந்தக் கடைசி வரியை நான் எழுதும்போது *சின்ன விஷயங்களின் கடவுள்* என்ற இன்னொரு நாவலிலிருந்து ஓர் அமைதி வாய்ந்த, ஏழு வயதுப் பையன், எஸ்தப்பன் குறுக்கிடுகிறான். என்னருகே வந்து காதில் கிசுகிசுக்கிறான்: "கனவில் மீன் சாப்பிட்டால் அது கணக்கில் சேருமா? அதாவது நீங்கள் மீன் சாப்பிட்டதாகுமா?"[26]

அருந்ததி ராய்

இடுகாடுகளுக்கிடையிலான இந்த உரையாடல் *துனியா*வில் நடக்கவில்லை, நடக்கவும் முடியாது, நடக்க அனுமதிக்கவும் முடியாதென்றால், அடுத்ததாக நான் சொல்லப் போவதைத் தீவிரமாக எடுத்துக்கொண்டாக வேண்டும்.

மூஸாவும், ஓய்வுபெற்ற உளவுத்துறை அதிகாரியான கார்ஸன் ஹோபார்ட்டும் பல வருடங்கள் கழித்துச் சந்திக்கிறார்கள். கல்லூரி தினங்களில் இவர்கள் இருவரும் சக மாணவி ஒருத்தியின் காதலுக்காகப் போட்டியிட்டவர்கள். இப்போது இருவரும் கஷ்மீரின் முடிவற்ற போர் விஷயத்தில் எதிரெதிர் நிலையை எடுத்திருப்பவர்கள். மூஸா விடைபெற்றுக்கொண்டு கிளம்பும்போது ஹோபார்ட் அவனுடனே வாசல்வரை வந்து தெருவில் இறங்கியதும் மூஸாவிடம் தன்னை வெகுநாட்களாகத் துன்புறுத்திக்கொண்டிருக்கும் ஒரு கேள்வியைக் கேட்கிறான். மூஸா அவனுடைய வழக்கப்படி மீண்டும் தலைமறைவாகி விட்டால் அந்தக் கேள்விக்கு எப்போதும் பதிலே கிடைக்காமல் போய்விடும் என்று அவனுக்குத் தெரியும். கேள்வி மேஜர் அம்ரிக் சிங் என்பவனைப் பற்றியது. அவன் 1990களில் கஷ்மீரில் நடத்தப்பட்ட தொடர் கொலைகளிலும், விசாரணைக் கைதிகளின் மர்ம மரணங்களிலும் சம்பந்தப்பட்டிருந்த ஒரு கொடூரமான ராணுவ அதிகாரி. மூஸாவும் அப்படிக் கொல்லப்பட்டிருப்பதாகவே பலரும் நினைத்துக்கொண்டிருக்கிறார்கள். அவனுக்கு எதிராக பெரிய அளவில் எதிர்ப்புகள் கிளம்பியதும் அம்ரிக் சிங் கஷ்மீரி லிருந்து மாயமாகிறான். அவனை ரகசியமாக வெளிநாட்டுக்கு அனுப்பிவைத்ததே இந்திய அரசுதான் என்று ஹோபார்ட்டுக்குத் தெரிகிறது. அவன் முதலில் கனடா சென்று, அங்கிருந்து அமெரிக்காவுக்குச் சென்று தலைமறைவாகியிருக்கிறான். சில வருடங்கள் கழித்து கலிபோர்னியாவில் அவனுடைய மனைவி, பிள்ளைகளை அடித்துத் துன்புறுத்தியதாகக் குடும்ப வன்முறை வழக்கில் அம்ரிக் சிங் கைது செய்யப்படும்போது அவன் பெயர் செய்திகளில் பரவுகிறது. சில மாதங்கள் கழித்து அவனும் அவனுடைய குடும்பத்தினரும் இறந்து கிடப்பது கண்டறியப்படுகிறது. புறநகர்ப் பகுதியில் அவன் குடியிருந்த சிறிய வீட்டில் அவன் தன்னுடைய மனைவியையும் பிள்ளைகளை யும் சுட்டுக் கொன்றுவிட்டுத் தற்கொலை செய்துகொண் டிருப்பதாகச் செய்திகள் தெரிவிக்கின்றன. ஹோபார்ட்டின் கடந்த காலமும், அவன் காதலித்த பெண்ணின் கதையும் அம்ரிக் சிங்கோடு தொடர்புகொண்டிருக்கின்றன. அவன் அம்ரிக் சிங் மரணம் பற்றிய அதிகாரப்பூர்வ செய்தியை நம்ப மறுக்கிறான். அவனுக்குக் கிடைக்கும் சில ஆவணங்களை வைத்துப் பார்க்கும்போது அம்ரிக் சிங்கின் பயங்கரச் சாவில் கஷ்மீருக்கு, குறிப்பாக மூஸாவுக்குப் பங்கு இருப்பதாக ஹோபார்ட் நம்புகிறான்.

"அம்ரிக் சிங்கை நீதான் கொன்றாயா?"

"இல்லை." அவன் தன்னுடைய கிரீன் டீ நிற விழிகளால் நேராகப் பார்த்தான். "நான் கொல்லவில்லை."

அதற்குமேல் சற்று நேரத்துக்கு அவன் எதுவும் பேசவில்லை. அவன் பார்வையிலிருந்து என்னை அளந்து பார்க்கிறான் என்று புரிந்தது. மேலதிகமாகச் சொல்லலாமா வேண்டாமா என்ற யோசனையும் தெரிந்தது. அவனது குடியேற்ற விண்ணப்பங்களிலும் யுஎஸ் சென்ற விமானங்களின் 'போர்டிங் பாஸ்'களிலும் அவனது போலி பாஸ்போர்ட்டு களில் ஒன்று பொருந்தியிருப்பதைப் பார்த்தாகச் சொன்னேன். க்ளோவில் நகரில் உள்ள ஒரு வாடகைக் கார் நிறுவனத்தின் ஒப்புகைச் சீட்டு ஒன்று என் பார்வைக்கு வந்தபோது பயணத் தேதிகளும் பொருந்தியிருந்ததைக் கவனித்ததாகச் சொன்னேன். அம்ரிக்சிங் மரணத்தில் அவனுக்குஏதோவொரு வகையில் தொடர்பு இருக்கிறது. ஆனால் அது என்னவென்று தெரியவில்லை என்றேன்.

"நான் தெரிந்துகொள்ள வேண்டுமென்ற ஆர்வத்தில் மட்டுமே கேட்கிறேன், நீயே அவனைக் கொன்றிருந்தாலும் அதனால் ஒன்றுமில்லை. அவன் கொல்லப்பட வேண்டியவன்தான்."

"நான் அவனைக் கொல்லவில்லை, அவன் தற்கொலை செய்துகொண்டான். ஆனால் அவனைத் தற்கொலை செய்துகொள்ள வைத்தது நாங்கள்தான்."

இதற்கு என்ன அர்த்தம் என்று ஒரு மண்ணும் எனக்குப் புரியவில்லை.

"நான் அமெரிக்கா சென்றது அவனைத் தேடி அல்ல. வேறொருவேலையாக நான் அங்கு இருந்தபோது, அவன் தன் மனைவியைத் தாக்கியதற்காகக் கைது செய்யப்பட்ட செய்தியைப் பத்திரிகையில் படித்தேன். அவனுடைய வீட்டு முகவரியும் செய்திகளில் இருந்தது. அவனைப் பல வருடங்களாகத் தேடிக்கொண்டிருந்தேன். அவனிடம் தீர்க்க வேண்டிய கணக்குக் கொஞ்சம் இருந்தது, எங்களில் பலருக்கும் இருந்தது. எனவே நான் க்ளோவில் சென்றேன். அங்கே விசாரித்து, வாகனங்கள் பழுதுபார்க்கும் நிலையம் ஒன்றில் அவன் இருப்பதைக் கடைசியில் கண்டுபிடித்தேன். தனது வண்டியைப் பழுதுபார்க்க அங்கு வந்திருந்தான். அவனை அங்கே பார்த்தபோது முற்றிலும் வேறான ஆளாகத் தெரிந்தான். ஜலீப் காத்ரி போன்ற பலரைக் கொன்ற, எங்களுக்குப் பரிச்சயமான அந்த ஈவிரக்கமற்ற

கொலைகாரனைப் போலவே தெரியவில்லை. எவ்வளவு அக்கிரமங்களைச் செய்தாலும் தண்டனை கிடைக்காத 'குற்றப் பாதுகாப்புக் கட்டமைப்பு' அவனுக்குக் கஷ்மீரில் இருந்ததைப்போல இங்கே இல்லை என்பதால் என்னைப் பார்த்ததும் அலறி நடுங்கி, உடைந்து அழுதான். அவனைப் பார்க்கக் கொஞ்சம் பரிதாபமாகக்கூட இருந்தது. நான் அவனை ஒன்றும் செய்ய மாட்டேன் என்று உறுதியளித்தேன். நான் அங்கு அவனிடம் வந்ததற்குக் காரணமே, அவன் செய்த காரியங்களை அவன் மறந்துவிட நாங்கள் அனுமதிக்கப் போவதில்லை என்பதைச் சொல்வதற்குத்தான் என்றேன்."

மூஸாவும் நானும் தெருவில் நின்றுகொண்டு பேசிக்கொண் டிருந்தோம். அவனை வழியனுப்புவதற்காகக் கீழே வந்திருந்தேன்.

"அந்தச் செய்தியை மற்றக் கஷ்மீரிகளும் பார்த்தார்கள். கஷ்மீர் கொலைகாரன் இப்போது எப்படி இருக்கிறான் என்பதைப் பார்ப்பதற்காக அவர்கள் க்ளோவில் நகரத்துக்கு வரத் தொடங்கினார்கள். சிலர் பத்திரிகைக்காரர்கள், சிலர் எழுத்தாளர்கள், புகைப்படக்காரர்கள், வழக்கறிஞர்கள். சிலர் சாதாரண மக்கள். அவன் எங்கெல்லாம் செல்கிறானோ, அங்கெல்லாம் அவர்களும் பின்தொடர்ந்தனர். அவன் வேலை செய்யும் இடத்துக்கு, அவன் வீட்டுக்கு, சூப்பர் மார்கெட்டுக்குப் போனால் அங்கு, தெருவில் நடந்து போகும்போது அங்கு, அவனுடைய குழந்தைகள் படிக்கும் பள்ளிக்கூடத்துக்கு, அங்கெல்லாம் அவர்களும் அவனைப் பின்தொடர்ந்துகொண்டிருந்தார்கள். தினமும். அவன் எங்கு சென்றாலும் எங்களைப் பார்த்துக்கொண்டே யிருப்பதற்குக் கட்டாயப்படுத்தப்பட்டான். அவனைக் கட்டாயப்படுத்தி எல்லாவற்றையும் தூரத்திலிருந்தே நினைவுபடுத்திக் கொண்டிருந்தோம். அது பெரும் மன உளைச்சலுக்கு அவனைத் தள்ளியிருக்கும். அதுவே அவனைச் சுய அழிப்புக்கும் தள்ளிச் சென்றது. எனவே. உன் கேள்விக்குப் பதில் வேண்டுமென்றால்... இல்லை, நான் அவனைக் கொல்லவில்லை."

வீட்டுக்கு எதிரிலிருந்த பள்ளிச் சுவரில் வரைந்திருந்த ராட்சத அளவிலிருக்கும் நர்ஸ், ஒரு குழந்தைக்கு போலியோ சொட்டு மருந்து கொடுக்கும் சித்திரத்துக்கு எதிரே நின்று கொண்டு மூஸா அடுத்ததாகச் சொன்னது, உடம்புக்குள் ஐஸ் கட்டியைச் செலுத்தியதைப் போலிருந்தது. அதற்கு முக்கியக் காரணமே அவன் அதை ஏதோ நகைச்சுவையைச்

சொல்வதைப்போல, ஒரு நட்பான, கிட்டத்தட்ட சந்தோஷமான புன்னகையுடன் சொன்ன விதம்தான்.

"ஒருநாள் கஷ்மீரும் இந்தியாவை இதைப் போலவே சுய அழிப்புச் செய்துகொள்ள வைக்கும். உங்களுடைய ரவைக் குண்டுகளால் எங்களை, எங்கள் ஒவ்வொருவரையும் குருடாக்கி வந்திருக்கிறீர்கள். ஆனால் எங்களுக்கு என்னவெல்லாம் செய்திருக்கிறீர்கள் என்று பார்ப்பதற்கு உங்களிடம் கண்கள் இருக்கின்றன. நீங்கள் எங்களை அழித்துக்கொண்டிருக்கவில்லை. எங்களைக் கட்டியெழுப்பிக்கொண்டிருக்கிறீர்கள். உங்களை நீங்களேதான் அழித்துக்கொண்டிருக்கிறீர்கள். குதா ஹஃபீஸ், கார்ஸன் பாய்."[27]

அழிவு – அது ஆரம்பித்துவிட்டது.

ஆம், நீங்கள் கனவில் மீனைச் சாப்பிட்டீர்களென்றால் நீங்கள் மீனைச் சாப்பிட்டதாகவே அர்த்தம்.

8

ரத்த நாளங்களில் நெருப்பு, அழிந்துகொண்டிருக்கும் அமைப்பு*

அன்புள்ள நண்பர்களே, தோழர்களே, சக எழுத்தாளர்களே – இன்று நாம் கூடியிருக்கும் இந்த இடத்திலிருந்து சில பேருந்து நிறுத்தங்கள் தாண்டியுள்ள ஓர் இடத்தில் நான்கு நாட்களுக்கு முன்பு ஒரு பாசிஸக் கும்பல் வடகிழக்கு தில்லியின் முஸ்லிம் தொழிலாளிகள்மீது மிருகத்தனமான தாக்குதல் நடத்தியது. இந்தக் கும்பலுக்கு வெறியேற்றியது ஆளும் கட்சியினரின் வெறுப்புக் கோஷங்களும் பேச்சுகளும். இந்தக் கும்பலின் வெறியாட்டத்துக்குத் துணைநின்றது காவல்துறை. தொலைக்காட்சி ஊடகங்கள் நாள்முழுக்க ஆதரவாகத் துணை நின்றன. நீதித்துறை இவர்களைத் தண்டிக்காது என்ற நம்பிக்கை இந்தக் கும்பலுக்கு இருந்தது.

இப்படியொரு தாக்குதல் நிகழ்வதற்கான அறிகுறிகள் சில நாட்களாகவே தெரிந்துவந்ததால் இந்த மக்களும் அதற்குத் தயாராக இருந்துள்ளனர், தம்மைப் பாதுகாத்துக் கொள்ளும் நடவடிக்கைகளிலும் இறங்கியுள்ளனர். அங்காடிகள், கடைகள், வீடுகள், மசூதிகள், வாகனங்கள் தீக்கிரையாக்கப் பட்டன. தெருக்கள் எங்கும் கற்களும், இடிந்த பொருட்களின் கூளங்களும். மருத்துவமனைகளில்

* CAA-NPR-NRCக்கு எதிராக அகில இந்திய எழுத்தாளர் & கலைஞர் கூட்டமைப்பின் சார்பில் 01.03.2020 அன்று வெளியிட்ட அறிக்கை.

காயமுற்றவர்களும் உயிரை விட்டுக்கொண்டிருப்பவர்களும் நிரம்பியிருந்தனர். சவக்கிடங்குகளில் பிணங்களின் குவியல். அவற்றில் முஸ்லிம்கள், இந்துக்கள், காவலர் ஒருவர், உளவுத் துறை இளைஞர் ஒருவர் ஆகியோரின் உடல்களும் இருந்தன. ஆம், இரண்டு தரப்பில் இருப்பவர்களும் தங்களால் கொடூரச் செயல்களைச் செய்ய முடியும் என்றும், தங்களிடம் நம்ப முடியாத அளவுக்குத் துணிச்சலும் இரக்கமும் உண்டு என்றும் காட்டிக்கொண்டிருக்கிறார்கள்.

இரு தரப்பினரின் நடவடிக்கைகளையும் சமமாக்கிச் சொல்லவில்லை. இத்தாக்குதல் தொடங்கப்பட்டதே 'ஜெய் ஸ்ரீராம்!' என்று முழங்கிக்கொண்டு வந்த ரவுடிக் கும்பலால்தான் என்பது எல்லோருக்கும் தெரிந்த உண்மை. ஆளும் பாசிஸ அரசும் இவர்களைக் கூச்சமில்லாமல் ஆதரித்துத் துணை நின்றது. இந்தக் கோஷங்களை மட்டும் வைத்துக்கொண்டு இதை 'இந்து – முஸ்லிம் கலவரம்' என்று முத்திரை குத்திவிடக் கூடாது. இது தற்போது நாடெங்கும் பாசிஸ்ட்டுகளுக்கும் பாசிஸ எதிர்ப்பாளர்களுக்கும் இடையே நடந்துவரும் போராட்டத்தின் மறுவடிவம். இந்நாட்டின் பாசிஸ்ட்டுகளுக்கு முதல் எதிரிகள் முஸ்லிம்கள். இதை ஒரு கலவரம் அல்லது *டாங்கா*, அல்லது இடதுசாரிகளுக்கும் வலதுசாரிகளுக்கும் இடையிலான போராட்டம் அல்லது சரிக்கும் தவறுக்கும் இடையிலான போராட்டம் என்றெல்லாம் பலரும் சொல்வது அபாயகரமானதும் இருட்டடிப்புச் செய்வதுமாகும். இந்த ரவுடிகள் கலவரத்தில் ஈடுபடுவதை காவல்துறையினர் ஒதுங்கி நின்று வேடிக்கை பார்ப்பதையும், சில நேரங்களில் அவர்களோடு சேர்ந்து காவல்துறையினர் அட்டூழியங்களில் ஈடுபடுவதையும் காணொளிகளில் பார்த்திருக்கிறோம். டிசம்பர் 15ஆம் தேதி ஜாமியா மிலியா இஸ்லாமியா பல்கலைக்கழக நூலகத்தை இந்த ரவுடிகள் தாக்கிச் சேதப்படுத்துவதையும், சிசிடிவி கேமிராக்களை உடைக்கும் காணொளிகளையும் பார்த்தோம். முஸ்லிம் ஆண்களை அவர்கள் சூழ்ந்துகொண்டு அடித்து நொறுக்குவதையும், அவர்களைத் தேசிய கீதம் பாடச் சொல்லித் தாக்குவதையும் பார்த்தோம். அவர்களில் ஓர் இளைஞன் இறந்துவிட்டதையும் நாம் அறிவோம்.[1] இறந்துபோன, காயமுற்ற, சீரழிந்துபோன எல்லா முஸ்லிம்களும் இந்துக்களும் நரேந்திர மோடி என்ற பாசிஸப் பிரதமரின் ஆட்சியால் பலியாகியிருப்பவர்கள். நமது பிரதமருக்கு இத்தகைய கலவரங்களை வழிநடத்துவது புதிதான அனுபவமல்ல. இதைவிடப் பெரிய அளவில் அவரது மாநிலத்தில் பதினெட்டு வருடங்களுக்கு முன் ஒரு இனக் கலவரத்தைத் தலைமையேற்று நடத்திக் காட்டியவர்தான் அவர்.

இக்குறிப்பிட்ட ஊழித்தீயின் அங்க அமைப்பியல் குறித்துப் பல வருடங்களுக்கு ஆய்வுகள் நடத்தலாம். உள்ளூர் விவரங்களுக்கு வெறும் சரித்திர மதிப்பு மட்டுமே இருக்கும். ஏனென்றால் சமூக ஊடகங்கள் வழியாக வெறுப்பு மண்டிய வதந்திகள் உண்டாக்கிய சிற்றலைகள் மெதுவாகப் பரவி அதன் சூழலைகள் கரையின்மீது மோதும்போது காற்றில் ரத்த வாசனை அதிகரித்துக்கொண்டிருக்கிறது. வடக்குத் தில்லியில் இப்போது கொலைகள் நடப்பது நின்றிருந்தாலும் நேற்று (பிப்ரவரி 29) மத்திய தில்லியில் சில கும்பல்கள் *'தேஷ் கே கட்டாரோன் கோ, கோலி மாரோ சாலோன் கோ!'* 'தேசத்துரோகிகளை என்ன செய்யலாம்? அந்த வேசிமகன்களை சுட்டுக் கொல்லலாம்!' என்று கோஷமிட்டுக்கொண்டு புதிய கலவரத்துக்கு விதை தூவிக்கொண்டிருந்தன. ஜாஃபராபாத்தில் அமைதியாகச் சாலையில் அமர்ந்து மறியலில் ஈடுபட்டிருந்த மக்களிடம் காவல்துறையினர் முன்னிலையிலேயே முன்னாள் பாஜக எம்எல்ஏ வேட்பாளர் கபில் மிஸ்ரா வெளிப்படையாக மிரட்டல் விடுத்ததைத் தில்லி உயர் நீதிமன்ற நீதிபதி முரளிதர் கடுமையாக எச்சரித்து, நடவடிக்கை எடுக்காமைக்காகத் தில்லி காவல்துறையினரைக் கண்டித்திருந்தார். பிப்ரவரி 26ஆம் தேதி இரவு அந்த நீதிபதிக்கு நள்ளிரவு நேரத்தில் உத்தரவு வந்தது, பஞ்சாப் உயர் நீதிமன்றத்துக்கு மாறுதல் செய்யப்பட்டிருப்பதாக. கபில் மிஸ்ரா மீண்டும் தெருவில் இறங்கிக் கோஷமிடத் தொடங்கினார். *தேஷ் கே கட்டாரோன் கோ, கோலி மாரோ சாலோன் கோ!* நீதிமன்றத்திலிருந்து மறு உத்தரவு வரும்வரை இந்தக் கோஷம் தொடர்ந்து ஒலிக்கும்.

நீதிபதிகளை வைத்து விளையாடுவது புதிதல்ல. நீதிபதி லோயாவின் கதையை நாம் அறிவோம்.[2] 2002ஆம் வருடம் குஜராத் மாநிலத்தில் நரோடா பாட்டியாவில் 97 முஸ்லிம்களைக் கொலை செய்ததாகக் குற்றத் தீர்ப்பளிக்கப் பட்டவர்களில் ஒருவரான பாபு பஜ்ரங்கியை நாம் மறந்துவிட்டிருப்போம். அவர் பேசுவதை இப்போதும் யூட்யூப் காணொளியில் காணலாம்.[3] 'நரேந்திர பாய்' எப்படி நீதிபதிகளை 'சரிக்கட்டி', அவரைச் சிறையிலிருந்து மீட்டார் என்று உங்களுக்கு விளக்குவார்.

தேர்தலுக்கு முன்பாக இத்தகைய படுகொலைகள் நடந்தேறும் என்று எதிர்பார்க்கக் கற்றுக்கொண்டிருக்கிறோம். அவை வாக்குகளை ஒருமுகமாகக் குவிப்பதற்கும், ஆதரவாளர்களை ஒன்று திரட்டுவதற்கும் உதவக்கூடிய கொடூரமான தேர்தல் பிரச்சாரமாக ஆகிவிட்டிருக்கின்றன. ஆனால் தில்லிப் படுகொலைகள் பாஜக – ஆர்எஸ்எஸ் அவமானகரமாகத் தோல்வியைச் சந்தித்த தேர்தலுக்குச் சில நாட்கள் கழித்து நடந்துள்ளன. இது தில்லிக்குத்

தரப்பட்ட தண்டனை. வரப்போகும் பிகார் தேர்தலுக்கான அறிவிப்பு.

எல்லாமே ஆவணப்படுத்தப்பட்டிருக்கின்றன. கபில் மிஸ்ரா, பர்வேஷ் வர்மா, ஒன்றிய அமைச்சர் அனுராக் தாக்கூர், உ.பி. முதல்வர் யோகி ஆதித்யநாத், உள்துறை அமைச்சர் அமித் ஷா, பிரதமர் மோடி ஆகியோரின் வெறுப்பைத் தூண்டும் பேச்சுகள் அனைவரும் பார்க்கும்படியாகவும் கேட்கும்படியாகவும் எல்லாமே இணையத்தில் கிடைக்கின்றன. ஆனால் குடியுரிமைத் திருத்தச் சட்டத்தை எதிர்த்து முற்றிலும் அமைதியான முறையில் கிட்டத்தட்ட எழுபத்தைந்து நாட்கள் சாலைகளில் அமர்ந்து மறியல் செய்துகொண்டிருந்த ஆயிரக்கணக்கான முஸ்லிம் போராட்டக்காரர்களால்தான் – அவர்களில் பெரும்பாலோர் பெண்கள் – இந்தியா முழுக்க ரத்தக்களறியாகிவிட்டது என்பது போலத் தலைகீழாகச் சித்திரிக்கப்பட்டிருக்கிறது.

முஸ்லிம் அல்லாத சிறுபான்மையினருக்குக் குடியுரிமை அளிப்பதற்குத் துரிதத் தடவழியை அமைத்துத் தந்திருக்கும் குடியுரிமைத் திருத்தச்சட்டம் (CAA) முற்றிலும் அரசியல் சட்டத்துக்கு எதிரானது, முற்றிலும் முஸ்லிம்களுக்கு எதிரானது. தேசிய மக்கட்தொகை அடங்கல் (NPR) தேசியக் குடிமக்கள் பதிவேடு (NRC) ஆகியவற்றோடு சேர்ந்து இச்சட்டம் முஸ்லிம்களை மட்டுமல்லாது, போதிய இருப்பிட உரிமைச் சான்று ஆவணங்கள் இல்லாத 'கோலி மாரோ சாலோன் கோ!' என்று இப்போது ஆர்ப்பாட்டக் கோஷமிட்டுக் கொண்டிருப்பவர்களைக்கூட வாக்குரிமையற்றவர்களாக, இந்நாட்டுக்குச் சொந்தமில்லாதவர்களாக ஆக்கிவிடுகிறது. குடியுரிமை கேள்விக்குட்படுத்தப்படும்போது எல்லாமே கேள்விக்குரியதாகி விடுகின்றன – உங்கள் பிள்ளைகளின் உரிமைகள், உங்கள் வாக்குரிமை, உங்கள் சொத்துரிமை. ஹன்னா ஆரெந்த் சொன்னதைப்போல 'குடியுரிமை என்பது உங்களுக்கு உரிமைகள் இருப்பதற்கான உரிமையை வழங்குகிறது'. நான் சொல்வதை நம்பாதவர்கள் அஸ்ஸாமை நோக்கி அவர்கள் கவனத்தைத் திருப்பி, அங்குள்ள இந்துக்கள், முஸ்லிம்கள், தலித்துகள், ஆதிவாசிகள் என இருபது லட்சம் பேருக்கு என்ன நடந்திருக்கிறது என்று பார்க்க வேண்டும். இப்போது மேகாலயாவில் உள்நாட்டுப் பழங்குடியினருக்கும் பழங்குடி யினரல்லாத மற்றவர்களுக்கும் இடையே பிரச்சனை ஏற்பட்டிருக் கிறது. ஷில்லாங்கில் ஊரடங்கு அமல்படுத்தப்பட்டிருக்கிறது. மாநிலத்தின் எல்லைகள் அடைக்கப்பட்டிருக்கின்றன.

NPR – NRC – CAA ஆகியவற்றின் ஒரே நோக்கம் இந்தியாவில் மட்டுமல்லாது துணைக்கண்டம் மொத்தத்திலும் உள்ள

மக்களை நிலைகுலைய வைப்பதும் பிளவுபடுத்துவதுமே ஆகும். இவை உண்மையில் அமலாக்கப்படுமென்றால், இந்தியாவின் தற்போதைய உள்துறை அமைச்சர் 'கரையான்கள்' என்று வர்ணித்த லட்சக்கணக்கான பங்காளதேஷ் அகதிகளைத் தடுப்புக்காவலில் வைத்திருக்க முடியாது. அவர்களை நாட்டி லிருந்து வெளியேற்ற முடியாத நிலைதான் ஏற்படும். இவ்வளவு மோசமான சொற்களைப் பயன்படுத்தி, இவ்வளவு கேலிக்கிட மான, மோசமான திட்டத்தைச் செயல்படுத்தத் தொடங்கினால் அது பங்காளதேஷ், பாகிஸ்தான், ஆப்கானிஸ்தான் ஆகிய நாடுகளில் வசிக்கும் லட்சக்கணக்கான இந்துக்களை உடனடி யாகப் பாதிக்கும். வெளிநாட்டு இந்துக்கள்மீது பெரும் அக்கறை கொண்டிருப்பதாகப் பாசாங்கு காட்டும் இந்த அரசின் மதவெறி திரும்பிவந்து அதனையே தாக்கும் அபாயம் இருக்கிறது.

எந்த நிலைக்கு வந்துவிட்டிருக்கிறோம், பாருங்கள்.

1947இல் காலனிய ஆதிக்கத்திலிருந்து நாம் விடுதலை பெற்றதற்கு, இப்போதைய நமது ஆட்சியாளர்கள் நீங்கலாக, கிட்டத்தட்ட நம்மெல்லோராலும் நடத்தப்பட்ட போராட்டம்தான் காரணமாக இருந்திருக்கிறது. அதன் பிறகு நமது சமூக இயக்கங்கள், சாதி எதிர்ப்புப் போராட்டங்கள், முதலாளித்துவ எதிர்ப்பு, பெண்ணியப் போராட்டங்கள் போன்றவையே நமது பயணத்தை முன்னெடுத்து வந்துள்ளன.

1960களில் புரட்சிக்கான அறைகூவல் என்பது, நீதிக்கான கோரிக்கையாகவும், பொருள் வளங்கள் பரவலாகப் பகிர்ந்தளிப் படவும், ஆதிக்க வர்க்கத்தைத் தூக்கியெறிவதற்குமான இலக்கு களைக் கொண்டிருந்தது.

1990களில், காலகாலமாக வாழ்ந்துவந்த நிலங்களி லிருந்தும் கிராமங்களிலிருந்தும், லட்சக்கணக்கான மக்களை இடம்பெயரச் செய்வதற்கு எதிராகவும், இந்தியாவின் வருடாந்திர பட்ஜெட் ஒதுக்கீட்டைவிட இந்தியாவின் 63 பணக்காரர்களின் ஒட்டுமொத்தச் சொத்து மதிப்பை அதிகரித்துவிட்டு 130 கோடி மக்களை மென்மேலும் வறுமைக்குள் தள்ளிக்கொண்டிருக்கும் புதிய இந்தியாவை உருவாக்குபவர்களுக்கு எதிராகவும் நாம் போராட வேண்டியிருந்தது.

இப்போது, இந்த நாட்டைக் கட்டியமைத்ததில் எந்தப் பங்கும் வகித்திராதவர்களிடம் நமக்கான உரிமைகளைக் கெஞ்சிப் பெற வேண்டிய நிலைக்குத் தள்ளப்பட்டிருக்கிறோம். நாம் கெஞ்சிக்கொண்டிருக்கும்போது, அரசாங்கம் அது வழங்கும் பாதுகாப்பை விலக்கிக்கொண்டதைப் பார்க்கிறோம், நீதிமன்றங்கள் படிப்படியாகத் தமது கடமைகளைத் துறந்து

வருவதைப் பார்க்கிறோம், அதிகாரத்தில் இருப்பவர்களை எளியோர்களிடம் கொண்டுவரவும் எளியோர்களுக்கு அதிகாரத்தை வழங்கவும் வேண்டிய ஊடகங்கள் அதற்கு எதிராக இயங்கிவருவதைப் பார்க்கிறோம்.

இன்று 2020, மார்ச் 1 ஜம்மு கஷ்மீரின் சிறப்புத் தகுதியை அரசியல் சட்டத்தை மீறி ரத்து செய்த 210ஆவது நாள். ஆயிரக்கணக்கான கஷ்மீரிகளும் மூன்று முன்னாள் முதல்வர்களும் இன்னமும் சிறைப்பட்டிருக்கிறார்கள். மனித உரிமைகள்மீது நிகழ்த்தப்பட்ட ஒட்டுமொத்த அடக்குமுறையினால் லட்சக்கணக்கானோர் தகவல் இருட்டடிப்பில் வாழ்ந்து வருகின்றனர். பிப்ரவரி 26ஆம் தேதி தில்லியின் தெருக்கள் ஸ்ரீநகர் தெருக்களைப் போலிருந்தன. அன்றுதான் கஷ்மீரிச் சிறுவர்கள் ஏழு மாதங்கள் கழித்து முதல்முறையாகப் பள்ளிக்குச் சென்றார்கள். சுற்றியுள்ள எல்லோருக்கும் குரல்வளை நெரிக்கப்பட்டுக்கொண்டிருக்கும்போது பள்ளிகளுக்குச் சென்று என்ன ஆகப்போகிறது?

அரசியலமைப்புச் சட்டத்தினால் ஆளப்படாத, எல்லா நிறுவனங்களையும் பொள்ளலாக்கி வைத்திருக்கும் ஒரு ஜனநாயகம் பெரும்பான்மையினருக்கான அரசாக மட்டுமே ஆகிவிடும். அரசியலமைப்புச் சட்டத்தை முழுமையாகவோ, அல்லது அதன் சில பகுதிகளுக்காகவோ நீங்கள் அதனோடு உடன்படவோ, முரண்படவோ செய்யலாம். ஆனால் இந்த அரசைப்போல அரசியலமைப்புச் சட்டம் என்ற ஒன்று இல்லவே இல்லை என்பதுபோல நடந்துகொள்வது ஜனநாயகத்தை முற்றிலுமாகத் தகர்த்துவிடுவதாக இருக்கிறது. ஒருவேளை அதுதான் அவர்களுடைய நோக்கமாகவும் இருக்கக்கூடும். இது கோவிட்–19இன் நமது வடிவம். நாம் நோயுற்றிருக்கிறோம்.

எங்கிருந்தும் நமக்கு உதவி வருவதாகத் தெரியவில்லை. நல்லெண்ணம் கொண்ட அயல்நாடு எதுவும் நமக்கு இல்லை. ஐ.நா. என்ற ஒன்று இருப்பதாகத் தெரியவில்லை.

தேர்தலில் வெற்றி பெற வேண்டுமென்ற நோக்கத்தில் உள்ள எந்த அரசியல் கட்சியும் அறம் சார்ந்த நிலைப்பாட்டை எடுக்காது, எடுக்கவும் முடியாது. ஏனென்றால் ரத்த நாளங்களில் நெருப்புத்தான் பாய்ந்து கொண்டிருக்கிறது. அமைப்பு அழிந்து கொண்டிருக்கிறது.

இப்போது நமக்குத் தேவை, மக்களுக்குத் தேவையான, ஆனால் அவர்களுக்குப் பிடிக்காததைச் செய்பவர்கள். தம்மை அபாயத்துக்கு உட்படுத்திக் கொள்ளத் தயாராக இருப்பவர்கள். உண்மையைச் சொல்வதற்குத் தயாராக இருப்பவர்கள். துணிச்சல்

மிகுந்த பத்திரிகைக்காரர்களால் அது முடியும். அப்படி அவர்கள் இருந்திருக்கிறார்கள். துணிச்சல் மிக்க வழக்கறிஞர்களால் அது முடியும். அப்படி அவர்கள் இருந்திருக்கிறார்கள். கலைஞர்கள் – அழகான, அற்புதமான, துணிச்சல் மிக்க எழுத்தாளர்கள், கவிஞர்கள், இசைக் கலைஞர்கள், ஓவியர்கள், திரைக் கலைஞர்களால் அது முடியும். அந்த அழகு நமது தரப்பில்தான் இருக்கிறது. எல்லாமும்.

ஆற்ற வேண்டிய வேலை நமக்கு நிறைய இருக்கிறது. வெல்வதற்கு ஓர் உலகமும் இருக்கிறது.

9

பெருந்தொற்று ஒரு தலைவாயில்*

‘வைரலாகிவிட்டது’. இதுவரை சாதாரண மாகப் பயன்படுத்திவந்த இச்சொற்றொடரை இனி யாரேனும் உடல் நடுங்காமல் சொல்ல முடியுமா? கதவின் கைப்பிடி, அட்டைப்பெட்டி, காய்கறிப் பை – இவற்றின் மேலெல்லாம் உறிஞ்சல் திண்டுகளை எல்லா திசையிலும் நீட்டிக்கொண்டு, நம் நுரையீரல்களுக்குள் நுழைந்து ஒட்டிக்கொள்ளத் தயாராக இருக்கும் கண்ணுக்குத் தெரியாத உயிரினமல்லாத நுண்ணுயிரிகள் கூட்டமாக மொய்த்திருக்குமோவென்று கவலைப்படாமல் தொடுவதற்கு இனி யாராவது இருப்பார்களா? முன்பின் அறியாதவரை முத்தமிட, பேருந்தில் ஓடிப்போய் ஏற, பயமில்லாமல் நம் குழந்தைகளைப் பள்ளிக்கு அனுப்ப யாராவது இனித் தயாராக இருப்பார்களா? சாதாரணச் சந்தோஷங்களைக் கூட அவற்றில் ஒளிந்திருக்கும் அபாயங்களை அலட்சியப்படுத்தி யாராவது அனுபவிக்க முடியுமா? நம்மில் யார்தான் இப்போது ஒரு தொற்றுநோய் வல்லுநராக, வைராலஜிஸ்ட்டாக, புள்ளியியல் நிபுணராகத் தீர்க்கதரிசியாக இல்லை? ஓர் அதிசயம் நடக்காதாவென்று எந்தவொரு விஞ்ஞானியோ மருத்துவரோ ரகசியமாக வேண்டாமல் இருக்கிறார்? அறிவியலுக்கு எதிரியாக இருக்கும் எந்த மதகுரு ரகசியமாகவாவது அறிவியலில் சரணடையாமல் இருக்கிறார்? இந்த வைரஸ் பல்கிப் பெருகிக்

* முதலில் வெளியானது *Financial Times*, 4 April 2020

கொண்டிருக்கையில், நகரங்களில் திடீரென அதிகரித்திருக்கும் பறவைப் பாடல்களையும், நடுத்தெருவுக்கு வந்து நடனமாடும் மயில்களையும், மௌனித்திருக்கும் சூழலையும் ரசிக்காமல் இருப்பவர் யார்?

இதை எழுதும்போது உலகெங்கும் பாதிக்கப்பட்டிருப்பவர்களின் எண்ணிக்கை பத்து லட்சத்தை நெருங்கிக் கொண்டிருக்கிறது. கிட்டத்தட்ட 50,000 பேர் இறந்திருக்கிறார்கள். இது கோடிக்கணக்கில் உயரலாம் என்று கணிப்புகள் தெரிவிக்கின்றன. வர்த்தகம், சர்வதேச முதலீடுகளின் வழியில் வைரஸ் குறுக்கிட்டு, பெரும் சேதாரங்களை விளைவித்திருக்கிறது. இப் பயங்கரக் கொள்ளைநோய் மனிதர்களை அவர்களுடைய நாட்டையும் நகரத்தையும் வீட்டையும் விட்டு வெளியே வரவிடாமல் முடக்கிப்போட்டிருக்கிறது.

முதலீடுகளின் வரத்து முடங்கியிருந்தாலும் இந்த வைரஸின் இருப்பு பல்கிப் பெருகிக்கொண்டிருக்கிறது. லாபம் பெருகவில்லை. இதனால் பணப்புழக்கம் எதிர்த்திசையில் திரும்பியிருக்கிறது. குடியேற்றக் கட்டுப்பாடுகளையும், பயோமெட்ரிக், டிஜிட்டல் கண்காணிப்புகளையும், அனைத்து விதமான தரவுப் பகுப்பாய்வுகளையும் இது பயனற்றதாக்கியிருக்கிறது. இப்போது இவற்றால் மிகக் கடுமையாகப் பாதிக்கப்பட்டிருப்பவை உலகின் மிகவும் வலிமை வாய்ந்த, பணக்கார நாடுகள்தான். ஆர்ப்பாட்ட நடை போட்டுக்கொண்டிருந்த முதலாளித்துவ இயந்திரம் ஸ்தம்பித்து நின்றிருக்கிறது. இந்த முடக்கம் தற்காலிகமானதாகவே இருக்கலாமென்றாலும், இந்த நேரத்தில் இந்த இயந்திரத்தின் பாகங்களை நிதானமாக ஆராய்வதற்கு நமக்கு நேரம் கிடைத்திருக்கிறது. இதன் பாகங்களைச் சரிசெய்ய முடியுமா அல்லது வேறு சிறந்த இயந்திரத்தைத் தேர்ந்தெடுக்க வேண்டுமா என்று நாம் முடிவெடுக்க வேண்டும்.

இந்தப் பெருந்தொற்றைக் கையாண்டுவரும் பெருந்தலைகளுக்குப் போர் குறித்துப் பேசுவதில் பெரும் விருப்பம் உண்டு. இவர்கள் போர் என்ற சொல்லை உருவகமாகக்கூடப் பயன்படுத்துவதில்லை; நேரடி அர்த்தத்திலேயே உச்சரிப்பவர்கள். இது மட்டும் உண்மையான போராக இருந்திருந்தால் அமெரிக்காவைவிடத் தயார்நிலையில் வேறு யாராவது இருந்திருக்க முடியுமா? அதன் முன்களப் பணியாளர்களுக்கு உடனடியாகத் தேவைப்படுபவை முகக்கவசமும் ஒத்துப் பஞ்சுகளும் கையுறைகளும் என்றில்லாமல் துப்பாக்கிகளும் ஸ்மார்ட் வெடிகுண்டுகளும் பதுங்கு குழித் தகர்ப்பான்களும்

நீர்மூழ்கிக் கப்பல்களும் போர் விமானங்களும் அணுகுண்டுகளும் என்று இருந்திருக்குமானால் பற்றாக்குறை ஏற்பட்டிருக்குமா?

தினமும் இரவு நேரங்களில் நியூயார்க் நகரின் ஆளுநர் செய்தியாளர்களைச் சந்திக்கும் நிகழ்ச்சிகளை உலகத்தின் மறுபகுதியிலிருக்கும் நாம் ஆர்வத்தோடு பார்த்துவருகிறோம். ஆளுநர் தெரிவிக்கும் விஷயங்களை நம்மால் எளிதில் ஜீரணித்துக் கொள்ள முடிவதில்லை. அவர் தெரிவிக்கும் புள்ளிவிவரங்கள், நிரம்பி வழியும் அமெரிக்க மருத்துவமனைகள், சொற்ப ஊதியத்தில் கடுமையான பணிச்சுமையில் உழலும் செவிலியர்கள் குப்பைப் பைகளிலிருந்தும் பழைய மழைக்கோட்டுகளி லிருந்தும் முகக் கவசங்களைத் தயாரித்துக்கொண்டிருப்பது, தம்முயிரைப் பணயம் வைத்து நோயுற்றவர்களுக்கு உற்றுழியுதவி புரிந்துகொண்டிருப்பது பற்றியெல்லாம் அவர் விவரிப்பதைக் கேட்டுக்கொண்டிருக்கிறோம். அமெரிக்க மாநிலங்கள் தங்களுக்குள் போட்டியிட்டுக்கொண்டு வென்டிலேட்டர்களுக் காகப் போராடுவதையும், எந்தெந்த நோயாளிகளுக்குச் சிகிச்சையளிப்பது யார் யாரையெல்லாம் சிகிச்சை வழங்காமல் சாக விடுவது என்பதில் அமெரிக்க மருத்துவர்கள் எதிர்கொள்ளும் ஊசலாட்டத்தையும் அறிந்துகொள்கிறோம். 'கடவுளே! இதுதான் அமெரிக்காவா!' என்று திகைத்துப் போகிறோம்.

இந்த அவலம் மிகவும் உண்மையானதாக, பிரம்மாண்டமான தாக, உடனடியாக நம் கண்முன்னே விஸ்வரூபம் எடுப்பதாக இருக்கிறது. ஆனால் இதுவொன்றும் புதிதல்ல. பல வருடங்களாகத் தண்டவாளத்தில் சிதைவுண்ட நிலையில் திக்கித் திணறி ஓடிக்கொண்டிருந்த ரயில்தான் இது. நோயாளிகளை – மருத்துவமனை அங்கியில், உள்ளே ஒன்றும் அணிந்திராமல், குற்றுயிராகக் கிடக்கும் நோயாளிகளை – இரக்கமின்றித் தூக்கிவந்து வெளியே தெருமுனையில் எறிகின்ற காணொளி களை யாரால் மறந்திருக்க முடியும்? செல்வாக்கு இல்லாத ஏழை எளிய மக்களுக்கு அமெரிக்க மருத்துவமனைகளின் கதவுகள் மூடியிருப்பது வழக்கமாக நடப்பதுதான். ஒருவர் எந்தளவுக்கு நோயுற்றிருக்கிறார், எவ்வளவு துன்பப்பட்டுக்கொண் டிருக்கிறார் என்பதெல்லாம் அவர்களுக்கு ஒரு பொருட்டே அல்ல. இதுநாள்வரை – அதாவது, இந்த 'வைரஸ்' சகாப்தத்துக்கு முன்பு வரை – ஏழை மக்களின் நோய்கள் செல்வச் செழிப்பான சமூகத்தின் ஆரோக்கியத்தைப் பாதித்திருக்கவில்லை. ஆனாலும், அனைவருக்குமான சுகாதார நலத்திட்டங்களுக்காகக் குரலெழுப்பிவரும் அமெரிக்க செனட்டர் பென்னி ஸாண்டர்ஸை அமெரிக்க அதிபர் வேட்பாளராக முன்னிறுத்த அவரது கட்சியே தயங்கிக்கொண்டுதான் இருக்கிறது.

அருந்ததி ராய்

வலதுசாரி இந்துத்துவத் தேசியவாதிகளால் ஆளப்படும் என் பணக்கார – ஏழை நாடான இந்தியாவைப்பற்றி என்ன சொல்ல? நிலப்பிரபுத்துவத்துக்கும், மத அடிப்படைவாதத்துக்கும், சாதிக்கும், முதலாளித்துவத்துக்கும் இடையில் எங்கோ சிக்கித் தொங்கிக்கொண்டிருக்கும் நாடு இது. டிசம்பர் மாதம் வூஹானில் திடீரென்று வெடித்த கொள்ளை நோயைக் கட்டுப்படுத்தச் சீனா போராடிக்கொண்டிருந்தபோது, இந்திய நாடாளுமன்றத்தில் அப்போது நிறைவேற்றியிருந்த ஒரு சார்பான, முஸ்லிம்களுக்கு எதிரான குடியுரிமைச் சட்டத்தை எதிர்த்து ஆயிரக்கணக்கில் போராடிக்கொண்டிருந்தவர்களை இந்திய அரசாங்கம் அடக்கிக்கொண்டிருந்தது.

பிரேஸில் நாட்டு அதிபரும், அமேசான் காடுகளை நிர்மூலமாக்கிக் கொண்டு வருபவரும், கோவிட் தொற்று என்பதே பொய்ப் பிரச்சாரம் என்று கூறுபவருமான ஜேர் பொல்சோனரோ இந்தியக் குடியரசு விழா நிகழ்ச்சியில் தலைமை விருந்தினராகக் கலந்துகொண்டு, புதுதில்லியை விட்டுச் சென்ற சில நாட்கள் கழித்து ஜனவரி 30ஆம் தேதி இந்தியாவின் முதல் கோவிட் – 19 தொற்று கண்டறியப்பட்டது. ஆனால் ஆளும்கட்சிக்கு பிப்ரவரி மாதத்தில் இந்த வைரஸ் பிரச்சனையைக் கவனிக்க முடியாத அளவுக்கு வேறு முக்கியமான பணிகள் இருந்தன. பிப்ரவரி கடைசி வாரத்தில் அமெரிக்க அதிபர் டொனால்ட் ட்ரம்ப் அரசுமுறைப் பயணமாக வருகிறார். குஜராத் மாநிலத்தில் ஒரு விளையாட்டு அரங்கில் அவர் கலந்து கொள்ளும் நிகழ்ச்சிக்கு லட்சக்கணக்கானோர் வருவார்கள் என்று அவரிடம் ஆசைகாட்டப்பட்டிருக்கிறது. இவை எல்லாவற்றுக்கும் நிறையப் பணமும் நேரமும் செலவாகும்.

மேலும் பாஜக தனது உக்கிரத்தை அதிகரிக்காவிட்டால் நிச்சயமாகத் தோற்றுவிடும் என்ற நிலையில் தில்லி சட்டமன்றத் தேர்தலும் அதற்கு முன் இருந்தது. எதிர்பார்த்ததைப் போலவே அதன் இந்து தேசியவாதப் பிரச்சாரத்தை முழுவீச்சில் ஆரம்பித்தது. நேரடியாக வன்முறையைத் தூண்டும்படியான கோஷங்கள், 'துரோகிகளைச்' சுட்டுத்தள்ள வேண்டுமென்ற அச்சுறுத்தல்கள்.[1]

இருந்தாலும் தோற்றது. அதன் தோல்விக்குத் தில்லியின் முஸ்லிம்கள்தான் காரணம் என்று தண்டனையும் தரப்பட்டது. தில்லியின் வடகிழக்குப் பகுதியில் வாழும் அடிமட்ட முஸ்லிம் தொழிலாளர்கள்மீது இந்து வெறியர்கள் ஆயுதங்களோடு கொலைவெறித் தாக்குதல்களில் இறங்கினர். வீடுகள், கடைகள், மசூதிகள், பள்ளிக்கூடங்கள் தீக்கிரையாகின. தாக்குதல் வரும் என்று எதிர்பார்த்திருந்த முஸ்லிம்கள் திருப்பித் தாக்கத் தொடங்கினர். முஸ்லிம்களும் சில இந்துக்களுமாக ஐம்பது

பேருக்கு மேல் கொல்லப்பட்டனர். ஆயிரத்துக்கும் மேற்பட்டோர் அப்பகுதி இடுகாடுகளில் அமைக்கப்பட்ட அகதிகள் முகாம்களில் தஞ்சமடைந்தனர். சாக்கடைகளிலிருந்து சிதைந்த நிலையில் உடல்கள் இன்னமும் எடுக்கப்படுகின்றன. இதற்கிடையில் அரசு அலுவலர்கள் கோவிட்–19 குறித்த முதல் ஆலோசனைக் கூட்டத்தை நடத்துகின்றனர். பெரும்பாலான இந்தியர்கள் கைகளைச் சுத்தப்படுத்திக்கொள்ளும் 'ஹேண்ட் சானிடைஸர்' என்ற கிருமிநாசினி பற்றி முதன்முதலாகக் கேள்விப்படுகின்றனர்.

மார்ச் மாதமும் பரபரப்பாக இருந்தது. முதல் இரண்டு வாரங்களும் மத்தியப் பிரதேசத்திலிருந்த காங்கிரஸ் அரசைக் கவிழ்த்துவிட்டு பாஜக அரசைப் பதவியேற்க வைப்பதில் கழிந்தன. மார்ச் 11ஆம் தேதி உலக சுகாதார அமைப்பு (WHO) கோவிட் – 19ஐப் பெருந்தொற்று என அறிவித்தது. இரண்டு நாட்கள் கழித்து இந்திய சுகாதாரத் துறை கோவிட்–19 ஒன்றும் 'சுகாதார அவசர நிலை அல்ல' என்று அறிவித்தது. இறுதியில் பிரதமர் நாட்டு மக்களுக்கு உரையாற்றினார். முன் தயாரிப்பு எதையும் அவர் மேற்கொண்டிருக்கவில்லை. பிரான்சு, இத்தாலி ஆகிய நாடுகளில் மக்களுக்குச் சொல்லப்பட்டதைக் கிளிப்பிள்ளை போல இங்கே ஒப்பித்தார். 'சமூக இடைவெளி' கடைப்பிடிக்க வேண்டிய அவசியத்தை எடுத்துரைத்தார் (சாதி வேறுபாடுகள் நிறைந்திருக்கும் இந்தியச் சமூகத்தில் இதைப் புரிந்துகொள்வது எளிதுதான். மார்ச் 22ஆம் தேதி நாடு முழுக்க 'மக்கள்' ஊரடங்கு என்று அறிவித்தார். இந்த நெருக்கடியைத் தனது அரசு எப்படிக் கையாளப்போகிறது என்று அவர் சொல்லவில்லை. பதிலாக மக்களை வீட்டு பால்கனிக்கு வந்து சுகாதாரப் பணியாளர்களுக்கு நன்றி தெரிவிக்கும் விதமாக மணிகளை ஒலித்து, பாத்திரங்களைக் கரண்டியால் தட்டி ஒலியெழுப்பச் சொன்னார். அந்த நேரம்வரை இந்தியாவிலிருந்து தொற்றுக் காப்புடைகளும் சுவாசக் கருவிகளும் இந்தியச் சுகாதாரப் பணியாளர்களுக்கும் மருத்துவமனை களுக்கும் ஒதுக்கிவைக்கப்படாமல் வெளிநாடுகளுக்கு ஏற்றுமதி செய்யப்பட்டுவந்தன என்பதை அவர் குறிப்பிடவில்லை.

நரேந்திர மோடியின் கோரிக்கை மக்களால் உற்சாகத்துடன் ஏற்கப்பட்டது. பாத்திரங்களை அடித்துச் சத்தமெழுப்பியபடி ஊர்வலங்கள் நடந்தன, கூட்டமாக நடனமாடினார்கள். சமூக இடைவெளி கடைப்பிடிக்கப்படவில்லை. அடுத்துவந்த தினங்களில் பாஜக ஆதரவாளர்கள் மாட்டுச் சாணத்தை உடம்பெங்கும் பூசிக்கொண்டார்கள், பசுவின் கோமியத்தைப் பரிமாறும் விருந்துகள் நடத்தப்பட்டன. இவர்களோடு போட்டி போட்டுக்கொண்டு பல முஸ்லிம் அமைப்புகள் வைரஸை வெல்வதற்கு இறைவனால்தான் முடியுமென்ற கோஷத்துடன்

மசூதிகளில் ஒன்றுகூட அழைப்பு விடுத்தன. மார்ச் 24ஆம் தேதி இரவு 8 மணிக்கு மோடி மீண்டும் தொலைக்காட்சியில் தோன்றினார். அன்று நள்ளிரவு முதல் இந்தியா முழுவதும் முழு ஊரடங்கு அமல் செய்யப்படுவதாக அறிவித்தார். எல்லாக் கடைகளும் மூடப்படும். வாகனப் போக்குவரத்து முற்றிலுமாகத் தடை செய்யப்படுகிறது. இந்த முடிவை அவர் ஒரு பிரதமர் என்ற முறையில் எடுக்கவில்லை, நம் குடும்பத்தின் மூத்த உறுப்பினர் என்ற முறையில் எடுத்திருப்பதாகச் சொன்னார். 138 கோடி மக்கள் வாழும் தேசத்தில், தேசம் தழுவிய முழு அடைப்புக்கு யாரும் தயாராக இல்லாத நிலையில், மாநில அரசுகளைக் கலந்தாலோசிக்காமல் இப்படியொரு தடாலடியான முடிவை யாரால் எடுக்க முடியும்? இந்தியப் பிரதமர் எடுக்கும் நடவடிக்கைகள் எல்லோமே நாட்டு மக்கள் என்பவர்கள் ஒருபோதும் நம்பத் தகுந்தவர்களல்லர், திடீர்த் தாக்குதல் நடத்தி பணியவைக்கப்பட வேண்டிய துஷ்டர்கள் என்பதுபோலவே அவர் நினைப்பதைக் காட்டுகின்றன.

எனவே ஊரடங்கு நம்மெல்லோரையும் முடக்கிப் போட்டது. மருந்து வல்லுநர்களும், தொற்றுநோய் சிகிச்சையாளர்களும் இந்த நடவடிக்கையைப் பாராட்டினார்கள். கருத்தளவில் அவர்களுடைய நிலைப்பாடு சரிதான். ஆனால் இந்த ஊரடங்கு எதற்காக அறிவிக்கப்பட்டதோ அதற்கு நேரெதிரான விளைவுகளை உண்டாக்கும் என்று அவர்கள் யாரும் எதிர்பார்த்திருக்கமாட்டார்கள். கொஞ்சமும் முன்யோசனையோ முன்னேற்பாடுகளோ இன்றி அறிவிக்கப்பட்ட உலகின் மாபெரும் ஊரடங்கு, மாபெரும் தண்டனையாக மாறிவிட்டதை அந்த வல்லுநர்கள் நிச்சயமாக ஆதரிக்கமாட்டார்கள்.

பகட்டாரவாரங்களை விரும்பும் மனிதர் ஈடிணையற்ற ஒரு பகட்டாரவாரத்தை நடத்திக்காட்டிவிட்டார்.

இந்தியா அதன் அவமானத்துக்குரிய மறுபக்கத்தை – அதன் மிருகத்தனமான உள்ளமைப்பை, சமூக – பொருளாதார ஏற்றத்தாழ்வை, துன்பத்தில் உழல்பவர்கள்பால் அது காட்டும் அலட்சியத்தை – இந்த மகா ஊரடங்கின்போது பட்டவர்த்தனமாகத் திரைவிலக்கிக் காட்டியதை உலகம் திகைப்புடன் பார்த்தது. ஒளித்து மறைத்து வைக்கப்பட்டிருந்தவற்றைச் சட்டென்று வெளிச்சமிட்டுக் காட்டிவிட்ட வேதியியல் சோதனை போல இவ்வூரடங்கு ஆகிவிட்டது. கடைகள், உணவகங்கள், தொழிற்சாலைகள், கட்டுமானத் தொழில்கள் அனைத்தும் மூடப்பட்டன. செல்வந்தர்களும் மத்திய வர்க்கத்தினரும் தமது தாழிடப்பட்ட குடியிருப்புப் பகுதிகளுக்குள் முடங்கினர். நமது நகரங்களும் பெருநகரங்களும் அதன் தொழிலாள வர்க்கத்தினரை

– குடிபெயர்ந்த அயல் மாநிலத்தவரை – தேவையற்ற உதிரிகளாகக் கருதி விரட்டியடித்தன. பெரும்பாலோர் அவர்களை வேலைக்கு வைத்திருந்த முதலாளிகளாலும் நிலக்கிழார்களாலும் துரத்தப் பட்டவர்கள். அடைக்கலம் புக ஓரிடமுமின்றி, வாகனப் போக்குவரத்துமின்றி இளையோர், முதியோர், ஆண்கள், பெண்கள், குழந்தைகள், நோயாளிகள், குருடர்கள், ஊனமுற்றவர்கள் எனப் பசியோடும் தாகத்தோடும் தமது சொந்தக் கிராமங்களை நோக்கிக் கால்நடையாக நீண்ட பயணத்தைத் தொடங்கினர். அவர்கள் நாட்கணக்காக நடந்தார்கள். பதாவுன், ஆக்ரா, அஸம்கர், அலிகர், லக்னோ, கோரக்பூர். எல்லோமே நூற்றுக்கணக்கான மைல்கள் தொலைவில் இருக்கும் ஊர்கள். சிலர் வழியிலேயே இறந்துபோயினர்.

ஊருக்குச் செல்வதே பசியை ஆற்றிக்கொள்ளத்தான் என்று அவர்களுக்குத் தெரிந்திருந்தது. தம்மிடம் வைரஸ் தொற்று இருக்கலாம், அதனால் அவர்களுடைய குடும்பத்தினருக்கும், பெற்றோர்களுக்கும், வீட்டில் உள்ள முதியோர்களுக்கும் தொற்றுப் பரவக்கூடும் என்பதையும் அவர்கள் அறிந்திருக்கக்கூடும். அவர்களுக்குத் தேவையாக இருந்தது சற்றுப் பரிச்சயமான சூழலும், தங்குவதற்கு இடமும், இருத்தலுக்கான கௌரவமும், உணவும் மட்டுமே. அன்பும் ஆதரவும் கிடைக்காவிட்டாலும் பரவாயில்லை என்ற நிலை. அவர்கள் நெடுவழியில் நடந்து செல்லும்போது காவல்துறையினரால் மிருகத்தனமாக அடிக்கப்பட்டார்கள், அவமானப்படுத்தப்பட்டார்கள். காரணம், அவர்கள் ஊரடங்கை மீறிவிட்டார்கள். இளைஞர்களுக்கு நெடுஞ்சாலையில் முட்டிபோடவும், தோப்புக்கரணம் போடவும் தண்டனை தரப்பட்டது. பரேய்லி நகருக்கு வெளியே சிலரைக் கும்பலாக உட்காரவைத்து அவர்கள்மீது கிருமிநாசினியை ஹோஸ்பைப் மூலம் தெளித்த அவலமும் நடந்தது. இடம்பெயர்ந்து செல்லும் மக்களால் வைரஸ் கிராமங்களுக்குப் பரவிவிடும் என்று அரசு நினைத்ததால் மாநிலத்தின் எல்லைகள் நடந்து செல்பவர்களுக்குக்கூட மூடப்பட்டன. பல நாட்களாக நடந்துவந்தவர்கள் தடுத்து நிறுத்தப்பட்டு, அவர்கள் எங்கிருந்து புறப்பட்டு வந்தார்களோ அந்த நகரங்களில் அமைக்கப்பட்ட முகாம்களுக்கே வலுக்கட்டாயமாகத் திருப்பியனுப்பட்டார்கள்.

வயதானவர்களுக்கு 1947இல் நாட்டுப் பிரிவினையின் போது மக்கள் லட்சக்கணக்கில் இடம்பெயர்ந்தது நினைவுக்கு வந்தது. ஆனால் தற்போதைய இடப்பெயர்வு வர்க்க வேறுபாட்டால் செலுத்தப்பட்டது; மதத்தின் காரணமாக நிகழ்ந்ததல்ல. இருப்பினும், இடம்பெயர வைக்கப்பட்டோர் இந்தியாவின் அடிமட்ட வறியோர் அல்லர். நகரங்களில்

(இப்போதுவரை) வேலைபார்த்து வந்தவர்கள். அவர்களுக்கு வீடு என்பது இருந்தது. வேலையற்றவர்களும் வீடற்றவர்களும் ஆதரவற்றவர்களும் நகரங்களிலும் கிராமங்களிலும் அவர்கள் இருந்த இடத்திலேயே இருந்தார்கள். இந்தப் பெருந்தொற்றுத் தொடங்குவதற்கு முன்பே அவலநிலையில் இருந்தவர்கள்தாம் அவர்கள். இவ்வளவு கொடூரமான நிலையில் நாட்கள் கழிந்து கொண்டிருந்த போதிலும் உள்துறை அமைச்சர் அமித் ஷா பொதுவெளிக்கு வராமல் தலைமறைவாகவே இருந்தார்.

தில்லியிலிருந்து மக்கள் இடம்பெயரத் தொடங்கியதற்குப் பின், நான் வழக்கமாக எழுதும் ஒரு பத்திரிகையிடமிருந்து ஊடகவியலாளர் அனுமதிச்சீட்டை வாங்கிக்கொண்டு, தில்லிக்கும் உத்தரப் பிரதேச எல்லைக்கும் இடையிலிருந்து காஸிப்பூர் என்ற இடத்துக்குச் சென்றேன்.

நான் கண்ட காட்சி பைபிளில் வருவதைப்போலிருந்தது. அப்படியும் சொல்லிவிட முடியாதுதான்: இதைப்போன்ற மக்கள்திரளை பைபிள் கண்டிருக்காது. சமூக இடைவெளியை வலியுறுத்துவதற்காக அமல் செய்யப்பட்ட ஊரடங்கு அதற்கு எதிர்மறையான விளைவுகளையே ஏற்படுத்தியது – கூட்ட நெரிசல் நினைத்துப் பார்க்க முடியாத அளவுக்கு அதிகரித்திருந்தது. இந்தியாவின் ஊர்களிலும் நகரங்களிலும் இதே நிலைமைதான் காணப்பட்டது. பிரதான சாலைகள் காலியாக இருந்தாலும், ஏழை மக்கள் இடவசதியற்ற இடங்களிலும் சேரிகளிலும் சந்தைகளிலும் அடைக்கப்பட்டிருந்தார்கள்.

சொந்த ஊரை நோக்கி நடந்து சென்றுகொண் டிருந்தவர்களிடம் நான் பேசிய எல்லோருக்கும் வைரஸ் பற்றிய பயம் இருந்தது. ஆனால் அந்தப் பயம், வேலையிழப்பு, எதிர்கால நிச்சயமின்மை, பசி, காவல்துறை அடிகள் இவற்றோடு ஒப்பிடுகையில் குறைவாகவே இருந்தது. அன்று முஸ்லிம் தையல்காரர்கள் சிலரிடம் பேசினேன். சில வாரங்களுக்கு முன்புதான் முஸ்லிம்களுக்கு எதிரான இனக்கலவரத்தில் சிக்கிப் பிழைத்துவந்தவர்கள் அவர்கள். அவர்களில் ஒருவர் சொன்னது என்னை வெகுவாகப் பாதித்தது. அவர் ஒரு மரத்தச்சர். ராம்ஜீத் என்ற அவர் நேபாளத்தின் எல்லையில் உள்ள கோரக்பூருக்கு நடந்து சென்றுகொண்டிருந்தார்.

"மோடி ஜி இந்த ஊரடங்கை அறிவித்தபோது, அவரிடம் எங்களைப் பற்றி யாரும் சொல்லியிருக்கமாட்டார்கள் என்று நினைக்கிறோம். அல்லது அவருக்கு எங்களைப்பற்றி எதுவுமே தெரியாமலும் இருக்கலாம்," என்றார். அவர் 'எங்கள்' என்று சொன்னது சுமார் 46 கோடி பேரைப் பற்றி.

இந்தியாவின் மாநில அரசுகள் (அமெரிக்காவைப் போலவே) இந்த நெருக்கடியை அனுதாபத்துடனும் அக்கறையுடனும் கையாண்டன. தொழிலாளர் சங்கங்கள், தனி நபர்கள், சில நல்லெண்ணக் குழுவினர் உணவு, மளிகைப் பொருட்களை மக்களுக்கு வழங்கினர். மாநில அரசுகள் கோரிய நிவாரண நிதியுதவிகள் மத்திய அரசால் உடனடியாகக் கவனிக்கப்பட வில்லை. பிரதமரின் தேசிய நிவாரண நிதியில் பணம் இல்லை யென்று தெரிந்தது. அதற்குப் பதிலாக, புதிதாகத் தொடங்கப்பட்ட, சற்று மர்மமாக இருந்த PM-CARES என்ற கணக்குக்கு நிதியுதவிகள் குவியத் தொடங்கின.[2] மோடியின் படத்தோடு கூடிய உணவுப் பொட்டலங்கள் தோன்றத் தொடங்கின. இவற்றோடு பிரதமரின் யோகாசனக் காணொளிகளும் சுற்றுக்கு வந்தன. மோடியின் உருவத்தை போட்டோஷாப் செய்து, கட்டுமஸ்தான உடற்கட்டோடு, யோகாசனம் செய்கிற காணொளிகள் வீட்டில் அடைப்பட்டிருக்கும் மக்களை இலகுவாக்குவதற்காக வெளியிடப்பட்டதாகச் சொல்லப்பட்டது.

இந்தச் சுயமோகம் மிகவும் எரிச்சலூட்டக்கூடியதாக இருக்கிறது. அந்த ஆசனங்களில் ஒன்று பிரெஞ்சு நாட்டுப் பிரதமரிடம் பிரச்சினைக்குரிய ரஃபேல் போர்விமான பேரத்தில் வழங்குவதற்காக ஒப்புக்கொண்ட 8.5 பில்லியன் டாலரை, சில லட்சக்கணக்கான மக்களின் பசியைத் தீர்ப்பதற்காகப் பயன்படுத்திக்கொள்வதற்கு வேண்டிக்கொள்ளும் 'விண்ணப்ப – ஆசனமாக' இருக்கலாம். நிச்சயமாக பிரெஞ்சுக்காரர்கள் நம் நிலையைப் புரிந்துகொள்வார்கள்.

ஊரடங்கு இரண்டாவது வாரமாகத் தொடர, பொருட்கள் வரத்து கடுமையாகப் பாதிக்கப்பட்டிருக்கிறது. மருந்துகள், அத்தியாவசியப் பொருட்கள் கிடைப்பது அரிதாகியிருக்கிறது. ஆயிரக்கணக்கான லாரி டிரைவர்கள் போதிய உணவின்றி, நீரின்றி நெடுஞ்சாலைகளில் இப்போதும் கைவிடப்பட்டு நின்றிருக்கிறார்கள். அறுவடைக்குத் தயாராக இருந்த பயிர்கள் அழுகிக்கொண்டிருக்கின்றன. பொருளாதார நெருக்கடி வந்துவிட்டது. அரசியல் நெருக்கடி ஏற்கனவே தொடர்ந்து கொண்டிருக்கிறது. நாட்டின் முக்கிய ஊடகங்கள் கோவிட் செய்தியை 24x7 முஸ்லிம்களுக்கு எதிரான பிரச்சாரமாக மாற்றியிருக்கின்றன. ஊரடங்கு அறிவிக்கப்படுவதற்கு முன் தப்லீக் ஜமாத் என்ற அமைப்பு தில்லியில் நடத்திய கூட்டத்தினால்தான் வைரஸ் எல்லா இடங்களுக்கும் பரவியிருப்பதாக ஊடகங்கள் மொத்த முஸ்லிம் சமூகத்தையும் குற்றம்சாட்டிவருகின்றன. இந்தச் செய்திகளின் ஆதாரத் தொனி, முஸ்லிம்கள்தான்

இந்த வைரஸைக் கண்டுபிடித்து, ஜிஹாத்தின் ஒரு பகுதியாக வேண்டுமென்றே எல்லா இடங்களிலும் பரப்பியிருக்கிறார்கள் என்பதாக இருக்கிறது.

கோவிட் நெருக்கடி இன்னும் வந்தடையவில்லை. அல்லது ஏற்கனவே வந்துவிட்டும் இருக்கலாம். நமக்குத் தெரியவில்லை. ஆனால் ஒன்று மட்டும் நிச்சயம். இந்நெருக்கடி பெரிதாக நம்மீது கவியும்போது அதற்குச் சாதி, மத, வர்க்கச் சாயங்கள் நிச்சயமாகப் பூசப்படும். இன்று (ஏப்ரல் 2) இந்தியாவில் 2000 பேருக்குத் தொற்று உறுதிசெய்யப்பட்டுள்ளது. 58 பேர் மரணமடைந் திருக்கின்றனர். இந்த எண்ணிக்கை நம்பத் தகுந்ததல்ல. போதிய அளவில் சோதனைகள் மேற்கொள்ளப்பட வில்லை. நிபுணர்களின் கருத்துக்கள் ஒவ்வொரு விதமாக இருக்கின்றன. சிலர் லட்சக்கணக்கில் பாதிக்கப்படுவார்கள் என்று ஊகிக்கின்றனர். சிலர் இதை மிகைப்படுத்திய கூற்றாகப் பார்க்கின்றனர். நெருக்கடி உச்சத்தை அடையும்போதுகூட அதன் உண்மையான ஆகிருதியை நம்மால் உணர முடியாது என்றே தோன்றுகிறது. இன்னமும் மருத்துவமனை நிலவரங்களை முழுமையாக அறிந்துகொள்ளவில்லை என்பதும் நாம் அறிந்ததே.

ஒவ்வொரு வருடமும் இந்தியாவில் பத்து லட்சம் குழந்தைகள் வயிற்றுப் போக்கினாலும், சத்துணவுப் பற்றாக்குறை யாலும் இறந்துபோகின்றன. இருபது இலட்சம் பேருக்கு மேல் எலும்புருக்கி நோயால் இறந்துபோகிறார்கள் (உலக அளவில் இந்நோயால் பாதிக்கப்பட்டவர்களில் இது 25 சதவீதம்). இவை மட்டுமன்றி ரத்தசோகை, சரியான சத்துணவு இல்லாமை போன்ற காரணங்களால் மிகச் சாதாரண நோய்கூட உயிரைப் பறித்து விடும் அளவுக்கு பலவீனமானவர்களாக லட்சக்கணக்கானோர் இருந்துவருகின்றனர். நமது நாட்டின் பொது மருத்துவமனைகளும் கிளினிக்குகளும் இவர்களுக்கு முழுமையான சிகிச்சையளிக்க முடியாமல் திணறிவருவதுதான் யதார்த்த நிலை.[3] இப்படியிருக்க, தற்போது ஐரோப்பாவும் அமெரிக்காவும் எதிர்கொண்டிருக்கும் தீவிர நெருக்கடி இந்தியாவுக்கு வருமென்றால் நமது மருத்துவமனை களால் அதைச் சமாளிக்கவே முடியாது. இப்போதே எல்லா மருத்துவமனைகளும் தமது பல்வேறு சிகிச்சைப் பிரிவுகளை வைரஸ் நோயாளிகளுக்காக மாற்றியிருக்கின்றன. புதுதில்லியின் புகழ்பெற்ற எய்ம்ஸ் மருத்துவமனையின் தீவிரச் சிகிச்சைப் பிரிவு தற்போது மூடப்பட்டிருக்கிறது. இப்பிரம்மாண்டமான மருத்துவமனையில் இடமில்லாமல் வெளியே நடைபாதையில் தங்கியிருந்த, புற்றுநோய் அகதிகள் என்றழைக்கப்படும் நூற்றுக்கணக்கான புற்றுநோயாளிகள் ஆடுமாடுகளைப்போல விரட்டியடிக்கப்பட்டிருக்கிறார்கள்.

ஏராளமானோர் நோயுற்று வீட்டிலேயே இறந்துபோவார்கள். அவர்களைப்பற்றி செய்தியே வெளியில் வராது. புள்ளிவிவரங்களில் அவர்கள் இடம்பெற மாட்டார்கள். சில ஆய்வுகள் இந்த வைரஸுக்குக் குளிர் சாதகமாக இருப்பதாகச் சொல்கின்றன (வேறுசிலர் இதை மறுக்கிறார்கள்). இதற்கு முன் நமது நாட்டின் கொடூரமான வெயில் காலத்தை இவ்வளவு கண்மூடித்தனமாக யாரும் எதிர்பார்த்துக் காத்துக்கொண்டிருந்ததில்லை.

நமக்கு ஏற்பட்டிருப்பது என்ன? ஆம், இது ஒரு வைரஸ். அறம் என்பதுடன் இதனை இணைத்துப் பார்ப்பதற்கு எந்த நியாயமும் இல்லை. ஆனால் இது வெறும் வைரஸ் மட்டுமல்ல, அதற்கும் மேலே. நமக்குப் புத்தி புகட்டுவதாகக் கடவுள் இதை அனுப்பிவைத்திருப்பதாகச் சிலர் நம்புகின்றனர். இந்த உலகம் முழுவதையும் தனது கட்டுப்பாட்டுக்குள் கொண்டுவருவதற்காகச் சீனா செய்திருக்கும் சதி என்று சிலர் சொல்கின்றனர்.

எதுவாக இருப்பினும், கோவிட் – 19 பராக்கிரமம் மிக்கவர்களையெல்லாம் மண்டியிடவைத்து உலகம் மொத்தத்தையும் ஸ்தம்பிக்கவைத்திருக்கிறது. நமது உள்ளங்கள் முன்னும் பின்னுமாக அலைபாய்ந்து, 'சகஜநிலை'க்குத் திரும்புவதற்கும், நமது எதிர்காலத்தைக் கடந்த காலத்தோடு சேர்த்துத் தைத்து, இந்தப் பிளவை நம் நினைவுகளிலிருந்து அழித்துவிடுவதற்கும் ஏங்கிக்கொண்டிருக்கிறோம். ஆனால் இந்தப் பிளவு மறையவில்லை. எதிரிலேயே இருக்கிறது. இப்பயங்கர விரக்திச் சூழலின் நடுவே, நமக்கு நாமே கட்டிக்கொண்டிருக்கும் உலக அழிவுநாள் இயந்திரத்தை என்ன செய்வதென்று மறுபரிசீலனை செய்ய இது நமக்கு வாய்ப்பளித்திருக்கிறது. சகஜ நிலைக்குத் திரும்புவதைவிட மோசமானதாக வேறு எதுவும் இருக்க முடியாது. வரலாற்று ரீதியாகப் பார்த்தால், பெருந்தொற்றுகள் மனிதர்களை அவர்களது கடந்தகாலத்திலிருந்து துண்டித்து, அவர்களுக்கான புதிய உலகத்தை உருவாக்க வைத்திருக்கின்றன. இதுவும் அத்தகைய ஒன்றுதான். இது ஒரு தலைவாயில். ஒரு உலகத்திலிருந்து இன்னொன்றுக்கு இடையில் இருக்கும் நுழைவாயில்.

நமது பாரபட்சம், நமது வெறுப்பு, நமது பேராசை, நமது தகவல் சேகரிப்புகள், காலாவதியான நமது எண்ணங்கள், மறைந்துபோன நமது ஆறுகள், புகைமண்டிய வெளி ஆகியவற்றின் பிரேதங்களைக் கட்டியிழுத்துக்கொண்டு இந்த வாசலை நாம் கடந்து போகலாம். அல்லது சொற்பச் சுமைகளோடு, இன்னோர் உலகத்தை ஏற்றுக்கொள்ளும் திறந்த மனதோடு இலேசாக நடந்துசெல்லலாம். அந்த இன்னோர் உலகத்தை அடைவதற்குத் தயாராகவும் இருக்கலாம்.

Acknowledgements

For their foresight, their insight, their work, and for long! conversations that helped me write these essays, I thank:

Aijaz Hussain, Tarun Bhartiya, Parvaiz Bukhari, Mayank Austen Soofi, Abdul Kalam Azad, Ahraful Hussain, Bonojit Hussain, Sanghamitra M. Misra, Harsh Mander, Teesta Setalvad, Prashant Bhushan, Kancha Illiah Shepherd, Alok Rai, Shaj Mohan, Divya Dwivedi, and Roman Gautam.

David Godwin, who has been there from the beginning.

Simon Prosser, my publisher, who makes all things possible.

Lisette Verhagen, without whom my mind would be a ball of wax.

For being my comrade and my intellectual family, Anthony Arnove.

Sanjay Kak, who walks with me.

Notes

1– *வதைக்கப்பட்ட நகரங்களின் மீது எந்த மொழியில் மழை பொழிகிறது?*

1. Devanagari, known earlier as Nagari, which means 'belonging to a city' - or, in the case of language, 'spoken in a city' - was the script used primarily by Brahmins in the northern and western regions of the Indian subcontinent. It is the script in which Sanskrit, the language of the scriptures traditionally recited by Brahmin priests, is written. That is why it came to be known as Devanagari. Deva means 'god' or 'divine'

2. Geeta Pandey, 'An "English Goddess" for India's Down – Trodden', BBC News, 15 February 2011, www.bbc.com/news/world-south-asia-12355740.

3. The English policy in my mother's school has since been completely reversed. Now, only Malayalam is taught in junior classes.

4. See Arundhati Roy, 'Why I am Returning My Award', *Indian Express*, 5 November 2015, https://indianexpress, com/article/opinion/columns/why-i-am-returningmy-award/.

5. *அருந்ததி ராய், சின்ன விஷயங்களின் கடவுள் (காலச்சுவடு பதிப்பகம்*, 2012), 222

6. Arundhati Roy, 'The End of Imagination', in *My Seditious Heart: Collected Non-fiction* (Chicago: Haymarket Books. 2019), 10, 11.

7. While NGOs and news reports suggest a toll of 2,000 persons (see 'A Decade of Shame' by Anupama Katakam, *Frontline*, 9 March 2012), the then Union Minister of State for Home, Shriprakash Jaiswal (of the

Congress Party), told Parliament on 11 May 2005 that 790 Muslims and 254 Hindus were killed in the riots; 2,548 were injured and 223 persons were missing. See 'Gujarat Riot Death Toll Revealed', BBC News, 11 May 2005, http://news.bbc.co.uk/1/hi/world/south asia/4536199.stm.

8. அருந்ததி ராய், பெருமகிழ்வின் பேரவை (காலச்சுவடு பதிப்பகம், 2021) 15.

9. மேலது, 16.

10. மேலது,19,20

11. மேலது, 26-27

12. This assertion was made by Badri Narain Upadhyaya 'Premghan' while speaking at the Hindi Sahitya Sammelan in 1912. Alok Rai, *Hindi Nationalism* (Hyderabad: Orient Longman, 2001), 53.

13. Ibid., 52.

14. Ibid., 57.

15. Atul Chandra, 'Language Row in UP Assembly: Sanskrit Allowed, Urdu Not', Catch News, 30 March 2017, www.catchnews.com/politics-news/language-row-in - up-assembly-sanskrit-allowed-urdu-not-5630.html.

16. 'BSP Corporator Takes Oath in Urdu, is charged with "Intent to Hurt Religious Sentiments"', *The Hindu*, 14 December 2017, www.thehindu.com/news/national/ other-states/bsp-corporator-takes-oath-in-urdu-is-charged-with-intent-to-hurt-religious-sentiments/article 21665609.ece.

17. அருந்ததி ராய், பெருமகிழ்வின் பேரவை (காலச்சுவடு பதிப்பகம், 2021) 55-56

18. மேலது, 57.

19. Jawed Naqvi, 'The Lost Precious Pearls of Gujarat', *National Herald*, 2 September 2017, www.nationalheraldindia.com/opinion/the-lost-precious-pearls-of gujarat.

20. அருந்ததி ராய், பெருமகிழ்வின் பேரவை (காலச்சுவடு பதிப்பகம், 2021), 180.

21. மேலது, 73.

22. மேலது, 107.

23. Pablo Neruda, 'LXVI', *The Book of Questions*, trans. William O'Daly (Port Townsend, WA: Copper Canyon Press, 1991), 66.

2– அபாயகரமான ஜனநாயகச் சூழலில் தேர்தல் காலம்

1. Chandan Haygunde, 'Elgaar Parishad Probe: Those Held Part of Anti-Fascist Plot to Overthrow Govt, Pune Police Tells Court', *Indian Express*, 30 August 2018, https://indianexpress.com/article/india/elgaar-parishad probe-those-held-part-of-anti-fascist-plot-to-overthrow govt-pune-police-tells-court-5331832/.

2. Lokniti-CSDS-ABP News Mood of the Nation Survey. Round 3, www.lokniti.org/otherstudies/lokniti-csds abp-news-mood-of-the-nation-survey-round-3-18.

3. Michael Safi, 'Demonetisation Drive That Cost India1.5m Jobs Fails to Uncover "Black Money"', *Guardian*, 30 August 2018, www.theguardian.com/world/2018/aug/ 30/india-demonetisation-drive-fails-uncover-blackmoney.

4. https://www.forbes.com/sites/naazneenkarmali/2020/06/22/mukesh-ambanis-22-billion-coup-propels-him-back-into-the-ranks-of-the-worlds-top-10-richest/#43fbbda83b9a; https://www.businessinsider.in/gautam-adanis-wealth-multiplied-nearly-3-times-in-the-last-four-years/articleshow/71304596.cms

5. Amit Agnihotri, 'Reliance Defence Granted Offset Contract in Rafale Deal without Licence: Congress', *New Indian Express*, 27 July 2018, www.newindianexpress. com/nation/2018/jul/27/reliance-defence-granted-offset-contract-in-rafale-deal-without-licence congress-1849429.html.

6. '1992: Mob Rips Apart Mosque in Ayodhya', BBC, 'On This Day', http://news.bbc.co.uk/onthisday/hi/dates/ stories/december/6/newsid-3712000/3712777.stm.

7. Zeba Siddiqui, 'India Leaves Four Million Off Assam Citizens' List, Triggers Fear'. Reuters, 30 July 2018, https://in.reuters.com/article/nrc-assam-national-register-citizens/india-leaves-four-million-off-assamcitizens-list-triggers-fear-IDINKBNiKLOCE.

3– காயமுற்றுப் பிடிபட்ட நம் இதயங்கள்

1. Hilal Mir, 'In Pulwama Bomber Adil Ahmad Dar's Village, It's Another Day, Another Death', *HuffPost India*, 18 February 2019, www.huffingtonpost.in/entry/ pulwama-attack-just-another-detail-for-suicide-bomber-adil-dars-village in 5c699doie4b033a79943 aoda.

2. 'Pulwama Blast: At Least 40 CRPF Personnel Killed, Deadliest Attack in 20 Years', *HuffPost India*, 14 February 2019, www.huffingtonpost.

in/entry/pulwama-attack-at-least-30-crpf-personnel-dead-pm-modi-calls attack-despicable-in-5c656f42e4bobcddd40f3026.

3. '400 People Killed in Kashmir so Far in 2018, Highest in Almost 10 Years', Reuters, 23 November 2018, www. huffingtonpost. in/2018/11/23/400-people-killed-inkashmir-so-far-in-2018-highest-in-almost-10 years a 23597844/.

4. Aijaz Hussain, 'In Life and Death, Fight Against India Joins Kashmir Teens', Associated Press, 16 January 2019, https://apnews.com/06975c4b8a25470898cd9cıb 6b7050dı.

5. Ankur Pathak, ' "Abhinandan", "Balakot", "Pulwama": Bollywood Producers Fight to Register "Patriotic" Movie Titles', *HuffPost India*, 28 February 2019, www. huffingtonpost.in/entry/abhinandan-balakot-pulwama-bollywood-producers-fight-to-register-patrioticmovie-titles in 50778498e4b0952f89de441b.

6. 'PM Narendra Modi Can Trace 3 Kg Beef but Not "350 kg" RDX, Says Congress's Haroon Yusuf', *Indian Express*, 22 February 2019, https://indianexpress.com/ article/india/three-kg-beef-can-be-traced-but-not-350-kg-rdx-haroon-yusuf-asks-5595856/.

7. Ritu Sarin, 'Pulwama Attack: Intelligence Failure ... We are at Fault Also, Admits Governor', *Indian Express*, 15 February 2019, https://indianexpress.com/article/ india/kashmir-pulwama-crpf-attacks-intelligence failure-governor-satya-pal-malik-5584865/.

8. 'Days Ahead of Pulwama Blast, Intelligence Warned of Possible IED Attacks: Report', *Outlook,* 15 February 2019, www.outlookindia.com/website/story/india-newsdays-ahead-of-pulwama-blast-intelligence-warned-of possible-suicide-attacks-report/325491.

9. See Arundhati Roy, '#MeTooUrban Naxal', *HuffPost India*, 30 August 2018, www.huffingtonpost.in/2018/ 08/30/arundhati-roy-says-me-too-urban-naxal a 23512718/.

10. Shubhajit Roy, 'India Strikes Terror, Deep in Pakistan: Next Step, Diplomatic Outreach', *Indian Express*, 27 February 2019, https://indianexpress.com/article/india/ iaf-air-strike-pakistan-india-balakot-jaish-e-mohammad-mirage-5602259/.

11. Villagers Near Balakot Say Indian Warplanes Missed Jaish-Run Madrasa by a Kilometre', Reuters, 26 February 2019, www.huffingtonpost.in/entry/villagers-walakot-india-warplanes-missed-jaish-run-madrasa-by-a-kilometre in 50752946e4bobf1662033467.

12. Muneeza Naqvi, 'India Says It Has Struck Militants across Kashmir Frontier', Associated Press, 29 September 2016, https://apnews.com/6355e09f1f364ca7b94d535df29c99a7.

13. Maria Abi-Habib and Austin Ramzy, 'Indian Jets Strike in Pakistan in Revenge for Kashmir Attack', *The New York Times*, 25 February 2019, www.nytimes.com/2019/ 02/25/world/asia/india-pakistan-kashmir-jets.html.

14. 'Pakistani Jets Violate Indian Air Space, Drop Bombs on Way Out', *HuffPost India*, 27 February 2019, www.huffingtonpost.in/entry/pakistani-jets-violate-indian-airspace-drop-bombs-on-way-out-in 5C7625ebe4 boo31d956348eb; 'India Shot Down One Pakistani Aircraft, One Indian Pilot Missing: MEA', *HuffPost India*, 27 February 2019, www.huffingtonpost.in/entry/indiashot-down-one-pakistani-aircraft-one-indian-pilot-missing-mea-in-50765df4e4b08c4f55559ce4; Maria AbiHabib and Hari Kumar, 'Pakistani Military Says It Downed Two Indian Warplanes, Capturing Pilot', *The New York Times*, 27 February 2019, www.nytimes. com/2019/02/27/world/asia/kashmir-india-pakistan aircraft.html.

4–இலக்கியத்தின் மொழி

1. Arundhati Roy, 'The Doctor and the Saint', in *My Seditious Heart: Collected Non-fiction* (Chicago: Haymarket Books, 2019), 676, note 20.

5–நிசப்தமே பேரொலி

1. Haseeb A. Drabu, "Modi's Majoritarian March to Kashmir', *The New York Times*, 8 August 2019, www.nytimes. com/2015/08/08/opinion/modis-majoritarian-march to-kashmir.html.

2. Sameer Yasir, Suhasini Raj, and Jeffrey Gettleman, 'Inside Kashmir, Cut Off from the World: "A Living Hell" of Anger and Fear', *The New York Times*, 10 August 2019, www.nytimes.com/2019/8/10/world/asia/kashmir india-pakistan.html.

3. See Vindu Goel, 'What is Article 370, and Why Does It Matter in Kashmir?', *The New York Times*, 5 August 2019, www.nytimes.com/interactive/2019/world/asia/ india-pakistan-crisis.html. See also A. G. Noorani, "Murder of Insaniyat, and of India's Solemn Commitment to Kashmir", *The Wire*, 13 August 2019, https:// thewire.in/law/murder-of-insaniyat-and-of-indias-solemn-commitment-to-kashmir.

4. Drabu, 'Modi's Majoritarian March to Kashmir'.

5. See Sunil S. Amrith, 'The Race to Dam the Himalayas', *The New York Times*, 1 December 2018, www.nytimes. com/2018/12/01/opinion/himalayas-mountains-dams.html.

6. See 'Kashmir Special Status Explained: What are Articles 370 and 35A?', Al Jazeera, 5 August 2019, www. aljazeera.com/news/2019/08/kashmir-special-status-explained-articles-370-35a-190805054643431.html. See also Venkatesh Nayak, "The Backstory of Article 370: A True Copy of J&K's Instrument of Accession', *The Wire*, 26 October 2016, https://thewire.in/history/publicfirst-time-jammu-kashmirs-instrument-accession-india.

7. Haryana Chief Minister's Bizarre "Joke" on Kashmiri Daughters-in-Law', NDTV, 10 August 2019, www. ndtv.com/india-news/haryana-chief-ministermanohar-lal-khattars-bizarre-joke-on-kashmiri daughters-in-law-2083255.

8. See Mike Thomson, 'Hyderabad 1948: India's Hidden Massacre', BBC News, 24 September 2013, www.bbc.com/news/magazine-24159594.

9. See Khalid Bashir Ahmad, 'Circa 1947: A Long Story', *Kashmir Life*, 5 November 2014, https://kashmirlife. net/circa-1947-a-long-story-67652/.

10. See United Nations Security Council, Resolution 47 [S/726), 21 April 1948, pp. 3-8, https://undocs.org/S/RES/47(1948)

11. See Pankaj Mishra, 'Death in Kashmir', *New York Review of Books*, 21 September 2000, www.nybooks.com/art icles/2000/09/21/death-in-kashmir/.

12. Muzamil Jaleel, 'Why Kashmiris Want a Fair Probe into the Killings of Pandits, Prosecution of Guilty', *Indian Express*, 8 August 2017, https://indianexpress.com/ article/explained/why-kashmiris-want-a-fair-probe-into the-killings-of-pandits-prosecution-of-guilty-4786855/.

13. See Azad Essa's interview with Mridu Rai, 'Kashmir: The Pandit Question', Al Jazeera, 1 August 2011, www. aljazeera.com/indepth/spotlight/kashmirtheforgotten conflict/2011/07/2011724204546645823.html.

14. See Azad Essa, 'Kashmiri Pandits: Why We Never Fled Kashmir', Al Jazeera, 2 August 2011, www.aljazeera. com/indepth/spotlight/kashmirtheforgottencon flict/2011/07/201176134818984961.html.

15. Association of Parents of Disappeared Persons and Jammu Kashmir Coalition of Civil Society, *Torture: Indian State's Instrument of Control in Indian Administered Jammu and Kashmir*, February 2019, http://jkccs.

net/ wp-content/uploads/2019/05/TORTURE-IndianState%E2%80%99s-Instrument-of-Control-inIndian-administered-Jammu-and-Kashmir. pdf. See also Judith Matloff, 'Kashmiri Mothers Hunt for Lost Sons', *Christian Science Monitor*, 1 February 2008, www.csmonitor.com/ World/Asia-South-Central/2008/0201/po7503-wosc.html.

16. Ellen Barry, 'An Epidemic of "Dead Eyes" in Kashmir as India Uses Pellet Guns on Protesters', *The New York Times*, 28 August 2016, www.nytimes.com/2016/08/29/world/asia/pellet-guns-used-in-kashmir-protests cause-dead-eyes-epidemic.html.

17. See Chapter 3. See also Basharat Peer, 'The Young Suicide Bomber Who Brought India and Pakistan to the Brink of War', *The New York Times*, 2 March 2019, www. nytimes.com/2019/03/02/opinion/sunday/ kashmirindia-pakistan.html.

18. ANI, 'Before Abolishing Article 370, Indian Army Identified Possible Trouble Spots in Kashmir', *Economic Times*, 8 August 2019, https:// economictimes.indiatimes.com/news/defence/before-abolishing-article-370indian-army-identified-possible-trouble-spots-in kashmir/ articleshow/70583869.cms.

19. See Alasdair Pal, 'India Boosts Hindu Pilgrimage to Holy Cave in Conflict-Torn Kashmir', Reuters, 28 July 2019, https://uk.reuters.com/ article/uk-indiakashmir-pilgrimage/india-boosts-hindu-pilgrimageto-holy-cave-in-conflict-torn-kashmir-IDUKKCNUN04Q.

20. Vishnu Som, 'Paks(istan) Army Landmine, Sniper Rifle Found in Amarnath Yatra Route: Army', NDTV, 2 August 2019, www.ndtv. com/india-news/army-says-confirmed-intel-of-terrorists-backed-by-pakistan army-trying-to-disrupt-amarnath-yatra-2079339.

21. 'Leave Kashmir ASAP: J&K Govt Issues Advisory for Amarnath Yatra Pilgrims and Tourists', *India Today*, 2 August 2019, www.indiatoday. in/india/story/leave kashmir-j-k-administration-issues-security-advisor for-amarnath-pilgrims-1576494-2019-08-02.

22. Shaswati Das, 'Mehbooba Mufti, Omar Abdullah Arrested After Scrapping of Article 370', Mint, 5 August 2019, www.livemint.com/ politics/news/mehbooba-muftiomar-abdullah-arrested-after-scrapping-of-article 370-1565015217174.html.

23. Muzaffar Raina, 'Disarmed Fall Guys of Article 370' *Telegraph* (India), 10 August 2019, www.telegraphindia. com/india/disarmed-fall-guys-of-article-370/cid/1696748.

24. Promit Mukherjee, 'India's Modi Trumpets Kashmir, Muslim Marriage Moves in Independence Day Speech', Reuters, 15 August 2019, https://

uk.reuters.com/art icle/uk-india-independenceday-modi/indias-modi-trumpets-kashmir-muslim-marriage-moves-in independence-day-speech-IDUKKCNIV50K4.

25. Indrajit Kundu, "Kashmir Effect: Rebel Groups Ban Independence Day Celebrations in Northeast', *India Today, 14 August 2019*, www.indiatoday.in/india/story/ kashmir-effect-rebel-groups-ban-independence-day celebrations-in-northeast-1580947-2019-08-14.

26. See Charlie Phillips, 'The Hour of Lynching: The Killing of Muslim Cow Farmers in India', *Guardian*, 24 May 2019, www.theguardian.com/news/2019/may/24/the-hour-of-lynching-the-killing-of-muslim-cow-farmers in-india.

27. See Pankaj Mishra, "The Other Face of Fanaticism'. *New York Times Magazine*, 2 February 2003, www. nytimes.com/2003/o2/02/magazine/the-other-face-of-fanaticism.html. See also Dhirendra K. Jha, 'How the RSS Became involved in Running the Bhonsala Military School', *Caravan*, 26 April 2017, https://caravanmagazine.in/vantage/the-rss-bhonsala-military-school dhirendra-k-jha.

28. See Rollo Romig, 'Railing Against India's Right-Wing Nationalism Was a Calling. It Was Also a Death Sentence', *New York Times Magazine*, 14 March 2019, www. nytimes.com/2019/03/14/magazine/gauri-lankesh-murder-journalist.html.

29. Ram Madhav, "This Election Result is a Positive Man date in Favour of Narendra Modi', *Indian Express*, 24 May 2019, https://indianexpress.com/article/opinion/ columns/lok-sabha-elections-result-narendramodi-bjp-government-congress-5745313/.

30. 'Rajya Sabha: UAPA Bill Passed Despite Opposition Fears', *The Hindu*, 2 August 2019, www.the hindubusinessline.com/news/uapa-amendment-bill-gets-rajya-sabha-approval/article28796520.ece.

31. Siddharth Varadarajan, 'Allowing the State to Designate Someone as a "Terrorist" Without Trial is Dangerous', *The Wire*, 2 August 2019, https://thewire.in/rights/ uapa-bjp-terrorist-amit-shah-nia.

32. See Geeta Pandey, 'Jai Shri Ram: The Hindu Chat Became a Murder Cry', BBC News, 10 July 2019. bbc.com/news/world-asia-india-48882053.

33. See Abhishek Angad, 'Tabrez Ansari 18th Mob Violence Victim in Jharkhand in Three Years', *Indian Express* 1 July 2019, https://indianexpress.com/article/india/ tabrez-ansari-18th-mob-violence-victim-in-jharkhandin-three-years-5808122/.

6 – முடிவை அறிவிக்கும் சமிக்ஞைகள்

1. Ephrat Livni, 'Nearly 2 Million People in India Have Just Been Rendered Stateless by a Bureaucratic Act', Quartz India, 31 August 2019, https://qz.com/1699761/indiasnational-register-of-citizens-makes-nearly-2-million stateless/.

2. Annalisa Merelli, 'The BJP's Threat to Restrict Indian Citizenship Unmasks the Ugliest Side of Nationalism', Quartz India, 11 April 2019, https://qz.com/india/ 1591557/bjp-threat-to-restrict-indian-citizenship targets-muslims/.

3. Rebecca Ratcliffe, 'India Set to Withdraw Kashmir's Special Status and Split It in Two', *Guardian*, 5 August 2019, www.theguardian.com/world/2019/aug/05/india-revoke-disputed-kashmir-special-status.

4. See Masha Gessen, "The Right to Have Rights and the Plight of the Stateless', *New Yorker*, 3 May 2018, www.newyorker.com/news/our-columnists/the-right-to-have-rights-and-the-plight-of-the-stateless.

5. Narendra Modi, 'Full Text of Modi's First Speech After Historic Election Victory', *Business Insider*, 26 May 2019, www.businessinsider.in/full-text-of-modi-speech-lok sabha-election-2019/articleshow/69467611.cms.

6. Krishna N. Das, 'Hindu Group Behind Modi's Rise in India Opens Up as Elections Near', Reuters, 18 September 2018, www.reuters.com/article/us-india-election-rss/hindu-group-behind-modis-rise-in-india-opens-up-as-elections-near-IDUSKCNiLYiGI.

7. Avinash Dutt Garg, Muzaffarnagar: Tales of Death and Despair in India's Riot-Hit Town', BBC News, 25 September 2013, www.bbc.com/news/world-asia-india-24172537.

8. Sruthi Gottipati and Annie Banerji, 'Modi's "Puppy" Remark Triggers New Controversy over 2002 Riots', Reuters, 12 July 2013, https://in.reuters.com/article/ narendra-modi-puppy-reuters-interview/modis-puppy-remark-triggers-new-controversy-over 2002-riots-IDINDEE96B08S20130712.

9. Sai Manish, '86% of Currency by Value in India Are of Rs 500 & Rs 1,000 Denominations', *Business Standard*, 9 November 2016, www.business-standard.com/article/ economy-policy/86-of-currency-by-value-in-india-areof-rs-500-rs-1-000-denominations-1161108014161.html.

10. Asit Ranjan Mishra, 'Arvind Subramanian Speaks Up, Says Demonetisation Was a Draconian Move', Mint, 30 November 2018,

www.livemint.com/Politics/Zway-zfaFCtXQsAdyoJ LWK/Arvind-Subramanian-speaks up-says-demonetisation-was-a-drac.html.

11. Anand Patel, 'Cat Finally Out of the Bag: Unemployment at 45-Year High, Government Defends Data', *India Today*, 31 May 2019, www.indiatoday.in/business/ story/india-unemployment-rate-6-1-per-cent 45-year-high-nsso-report-1539580-2019-05-31.

12. Concern Worldwide and Welthungerhilfe, 2019 *Global Hunger Index by Severity*, www.globalhungerindex.org/results.html

13. Archis Mohan, 'BJP Richest Political Party with Rs.10.03 Billion Income in FY17: ADR', *Business Standard*, 11 April 2018, www.business-standard.com/article/politics/bjp-richest-political-party-with-rs-10-03 billion-income-in-fy17-adr-118041001008 1.html.

14. Sanjay Singh, 'Mohan Bhagwat Meets Diplomats: Signs of "Secretive" Sangh Shedding Reticence', Firstpost, 13 September 2017, www.firstpost.com/politics/mohanbhagwat-meets-diplomats-signs-of-secretive-sangh shedding-reticence-4039533.html.

15. Sidharth Bhatia, 'The Cruel Irony of the German Ambassador's Visit to the RSS Headquarters'. *The Wire*, 20 July 2019, https://thewire.in/world/german ambassador-walter-lindner-rss-headquarters.

16. Maria Abi-Habib and Sameer Yasir, 'Court Backs Hindus on Ayodhya, Handing Modi Victory in His Bid to Remake India', *The New York Times*, 8 November 2019,www.nytimes.com/2019/11/08/world/asia/ayodhya supreme-court-india.html.

17. Alison Saldanha and Chaitanya Mallapur, "Crime Rate against Dalits Increased by 25% from 2006 to 2016; Cases Pending Investigation Up by 99%', Firstpost, 9. April 2018, www.firstpost.com/india/crime-rate-against-dalits-increased-by-25-from-2006-to-2016 cases-pending-investigation-up-by-99-4419369.html.

18. Bilal Kuchay, 'Dalit Children Beaten to Death in India for Defecating in Public', Al Jazeera, 26 September 2019, www.aljazeera.com/news/2019/09/dalit-childrenbeaten-death-india-defecating-public-190926110 658711.html. See also Annalisa Merelli, "The Problem with the Gates Foundation's Award to Narendra Modi', Quartz India, 27 September 2019, https://qz.com/ 1714568/why-is-the-gates-foundations-award to-narendra-modi-controversial/.

19. Samah Hadid, 'A Gulf Red Carpet for Modi and Silence for Kashmir', *Asia Times*, 22 August 2019, www.asiatimes.com/2019/08/opinion/a-gulf-red-carpet-formodi-and-silence-for-kashmir/.

20. 'Kashmir under Lockdown: All the latest updates' Al Jazeera, 27 October 2019, www.aljazeera.com/news/ 2019/08/india-revokes-kashmir-special-status-latest updates-190806134011673.html.

21. Satyajeet Kumar, 'Tabrez Ansari Lynching: New Medical Report Suggests Cardiac Arrest Was Due to Skull Fracture, Other Injuries', *India Today*, 13 September 2019, www.indiatoday.in/india/story/intoday.in/india/story/tabrez-ansari-lynch ing-medical-report-cardiac-arrest-skull-fracture jharkhand-police-1598668-2019-09-13.

22. Rupinder Kaur et al., 'Hunted: India's Lynch Files', The Quint Lab. Special interactive report available online at www.thequint.com/quintlab/lynching-in-india/.

23. Michael D. Shear, 'At Rally for India's Modi, Trump Plays Second Fiddle But a Familiar Tune', *The New York Times*, 22 September 2019, www.nytimes.com/2015/09/22/us/politics/trump-modi-houston-rally.html.

24. *A Night at the Garden*, directed by Marshall Curry (Field of Vision, 2019), https://anightatthegarden.com/.

25. Kai Schultz, 'India's Soundtrack of Hate, with a Pop Sheen', *The New York Times*, 10 November 2019, www. nytimes.com/2019/11/10/world/asia/india-hindutvapop-narendra-modi.html. See also Sheikh Saaliq, 'India's "Patriotism Pop Songs Urge Hindus to Claim Kashmir', Associated Press, 22 August 2019, https://apnews.com/3df3740cf220 4553b66c8bgaoazdo8fs.

26. Scroll staff, 'Jammu and Kashmir: 125 Projects Cleared on Forest Land Since Augus, Only 97 Approved Last Year', Scroll.in, 21 October 2019, https://scroll.in/ latest/941222/jammu-and-kashmir-125-projectscleared-on-forest-land-since-august-only-97approved-last-year.

27. Furquan Ameen, 'Normalcy in Kashmir? Government Ad Says It All', *Telegraph* (India), 12 October 2019, www.telegraphindia.com/india/normalcy-in-kashmir government-ad-says-it-all/cid/1711019.

28. Suhasini Raj and Jeffrey Gettleman, 'Abused by Soldiers and Militants, Kashmiris Face Dangers in Daily Life', *The New York Times*, 15 September 2019, www.nytimes. com/2019/09/15/world/asia/kashmir-india-militants. html. Aijaz Hussain, 'Kashmiris Allege Night Terror by Indian Troops in Crackdown', Associated Press, 14 September 2019, https://apnews.com/52bo6a124a5a4469984793d3c208733d.

29. Mudasir Ahmad, 'Fearing Arrest, Youth in Srinagar Avoid Hospitals, Treat Pellet Injuries Themselves', *The Wire*, 2 September 2019, https://

thewire.in/rights/ fearing-arrest-youth-in-srinagar-avoid-hospitals-treat pellet-injuries-themselves.

30. Niha Masih and Joanna Slater, 'Among the 3,000 Detained by Indian Authorities in Kashmir: Children', *Washington Post*, 29 August 2019, www.washingtonpost. com/world/asia pacific/among-the-3000-detainedby-indian-authorities-in-kashmir-children/2019/08/29/1616b5co-c91C-11e9-9615-8f1a32962804- story.html

31. Ananthakrishnan G, 'Restrictions Only in the Mind, Not in J&K: Amit Shah', *Indian Express,* 30 September 2019, https://indianexpress.com/article/india/restrictionsonly-in-the-mind-not-in-jk-amit-shah-6039579/; *India Today* Web Desk, 'Phone Lines are Not Important for Kashmiris, Their Lives are Important: Satya Pal Malik, *India Today*, 14 October 2019, www.indiatoday.in/india/ story/phones-not-important-for-kashmiris-j-kgovernor-satya-pal-malik-1609175-2019-10-14; Press Trust of India, 'People Moving Around Freely in J&K: General Rawat', *Economic Times*, 25 September 2019, https://economictimes.indiatimes.com/news/defence/ people-moving-around-freely-in-jk-general-rawat/articleshow/71294201.cms.

32. Public Service Broadcasting Trust India, *What the Fields Remember*, directed by Subasri Krishnan, YouTube, uploaded 13 March 2016, www.youtube.com/watch?v=599LmFwHJwU.

33. Abdul Kalam Azad, 'The Struggle of "Doubtful Voters" Has Intensified in BJP's Assam', *The Wire*, 12 July 2017, https://thewire.in/law/assam-doubtful-voters sonowal.

34. '1,000 "Foreigners" Lodged in 6 Detention Centres inAssam, 28 Died in 3 Years: Home Ministry', *Outlook* Web Bureau, 27 November 2019, www.outlookindia. com/website/story/india-news-1000-foreignerslodged-in-6-detention-centres-in-assam-28-died-in-3 years-home-ministry/343142.

35. TNN, 'SC Strikes Down IMDT Act as Unconstitutional', *Economic Times*, 13 July 2005, https://economictimes.indiatimes.com/sc-strikes-down-imdt-act-as-unconstitutional/ articleshow/1168803.cms.

36. Dhananjay Mahapatra, 'Don't Drag Your Feet Over Illegal Migrants, SC [Supreme Court Tells Assam', *Times of India*, 1 April 2015, https://economictimes.indiatimes.com/ news/politics-and-nation/Dont-drag-your-feet-overillegal-migrants-SC-tells-Assam/articleshow/46766776.cms.

37. Ipsita Chakravarty, 'In Assam, the Congress [Party] Spars with BJP Over Its Chief Ministerial Candidate's Past', *Scroll*, 29 March 2016,

https://scroll.in/article/ 805772/in-assam-the-congress-spars-with-bjp-spar over-its-chief-ministerial-candidates-past.

38. 'Original Petitioner Assam Public Works Unhappy with "Flawed" NRC, Questions Software Used', News18, 31 August 2019, www.news18.com/news/india/originalpetitioner-assam-public-works-unhappy-with-flawed nrc-questions-software-used-2291933.html.

39. *Assam Sanmilita Mahasangha & Ors. v. Union of India & Ors.*, Supreme Court of India, 17 December 2014, www. nrcassam.nic.in/pdf/17%20 Dec%202014%20 Record%20Of%20Proceedings SUPREME%20 COURT.pdf.

40. 'India Excludes Nearly 2 Million people from Assam Citizen List', Al Jazeera, 31 August 2019, www. aljazeera.com/news/2019/08/nre-list-19-million excluded-india-citizens-list-190831044040215.html.

41. Press Trust of India, '1,000 Foreigners Tribunals to be Established in Phases, Assam Govt to Set Up 200 Additional FTs by Sep 1', News18, 12 July 2019, www. news18.com/news/india/1000-foreigners-tribunalsto-be-established-in-phases-assam-govt-to-set-up 200-additional-fts-by-sep-1-2228343.html.

42. Syeda Ambia Zahan, 'Assam NRC:6 Kill Selfin 13 Days as State Prepares Final List; Lack of Recourse Pushes Residents to Edge, Say Activists', Firstpost, 12 July 2019, www.firstpost.com/india/assam-nrc-6-kill-self-in-13days-as-state-prepares-final-list-lack-of-recourse pushes-residents-to-edge-say-activists-6984691.html.

43. See Newsclick Team, 'I Am "Miya" - Reclaiming Identity Through Protest Poetry', *Newsclick*, 1 July 2019, www.newsclick.in/I-am-miya-reclaiming-identity-protest-poetry-karwan-e-mohabbat.

44. Helen Regan, Swati Gupta, and Omar Khan, 'India Passes Controversial Citizenship Bill That Excludes Muslims', CNN, 17 December 2019, www.cnn.com/ 2019/12/11/asia/india-citizenship-amendment-bill-intl-hnk/index.html.

45. Rahul Tripathi, 'National Population Register to Include Aadhaar Details', *Economic Times*, 5 August 2019, https://economictimes.indiatimes.com/news/politicsand-nation/national-population-register-to-include aadhaar-details/articleshow/70528850.cms.

46. M. S. Golwalkar, *We or Our Nationhood Defined* (Nagpur: Bharat Publications, 1939), Hinduism E Books edition, 51-2, 99, 100, 104-5.

47. Ibid., 87-8.

7 – இடுகாடு பதில் அளிக்கிறது

1. See Chapter 6.
2. அருந்ததி ராய், *பெருமகிழ்வின் பேரவை* (காலச்சுவடு பதிப்பகம், 2021), 190.
3. Kritika Sharma Sebastian, 'We Want Freedom in India, Not from India: Kanhaiya', *The Hindu*, 5 March 2016, www.thehindu.com/news/national/other-states/wewant-freedom-in-india-not-from-india-kanhaiya/article8315890.ece.
4. 'Yogi's Revenge: UP Govt Sets Up Panel to Seize Property of CAA Protesters', *Clarion India*, 24 December 2019, https://clarionindia.net/yogis-revenge-upgovt-sets-up-panel-to-seize-property-of-caa-protesters/.
5. Liz Mathew and Abhinav Rajput, 'Minister Anurag Thakur Chants Desh Ke Gaddaron Ko, Poll Rally Crowd Completes Goli Maaro...*, Indian Express*, 28 January 2020, https://indianexpress.com/article/india/anurag-thakur-slogan-rithala-rally-6238566/.
6. 'Hours after Man Shot at Jamia Students, Amit Shah Asks Delhi Voters, "With Modi or Shaheen Bagh?" *Scroll India*, 31 January 2020, https://amp.scroll.in/latest/951665/hours-after-man-shot-at-jamia-students-amit-shah-asks-delhi-voters-with-modi-or-shaheen-bagh.
7. Agence France-Presse, 'India Can Now Defeat Pakistan "In 7-10 Days", Says Narendra Modi', *Live Mine*, 29 January 2020, www.livemint.com/news/india/india can-now-defeat-pakistan-in-7-10-days-says-narendramodi-11580304232357.html.
8. Kai Schultz, 'Indian Children's Book Lists Hitler as Leader "Who Will Inspire You"', *The New York Times*, 17 March 2018, www.nytimes.com/2018/03/17/world/asia/india-hitler-childrens-book.html.
9. Arundhati Roy, *The Doctor and the Saint: Caste, Race, and Annihilation of Caste, the Debate Between B. R. Ambedkar and M. K. Gandhi* (Chicago: Haymarket Books, 2018).
10. Dhirendra K. Jha, 'The Apostle of Hate', Caravan, 1 January 2020, https://caravanmagazine.in/reportage/historical-record-expose-lie-godse-left-rss.
11. M. K. Gandhi, *The Collected Works of Mahatma Gandhi* (eBook) (New Delhi: Government of India, Publications Division, 1999), vol. 1, 192-3.

12. ' "Go to Pakistan", Says India Officer as Leader Praises Crackdown', Al Jazeera, 28 December 2019, www. aljazeera.com/news/2019/12/pakistan-india-officer-leader-praises-crackdown-191228080506372.html.

13. Arup Roychoudhury, 'India's Top 63 Billionaires Have More Wealth Than 2018-19 Budget Outlay', *Business Standard*, 21 January 2020, www.business-standard. com/article/economy-policy/india-s-top-63billionaires-have-more-wealth-than-2018-19-budget outlay-12001 2100038 1.html.

14. 'Mettupalayam Untouchability Wall: The Fall of it and the Rise of Islam', *Dalit Camera*, 19 January 2020, www.dalitcamera.com/mettupalayam-untouchability-wall-the fall-of-it-and-the-rise-of-islam/.

15. அருந்ததி ராய், பெருமகிழ்வின் பேரவை (காலச்சுவடு பதிப்பகம், 2021), 96-97.

16. Neethu Joseph, 'Police Complaint against Kerala Critic for "Offensive" Remarks against Arundhati Roy', *News Minute*, 2 February 2020, www.thenewsminute.com/ article/police-complaint-against-kerala-critic offensive-remarks-against-arundhati-roy-117351.

17. 'Human Shield: Paresh Rawal Wants Arundhati Roy [to] be Tied to Army Jeep Instead of Stone Pelter', *Times of India*, 22 May 2017, https://timesofindia.indiatimes. com/india/human-shield-paresh-rawal-wantsarundhati-roy-be-tied-to-army-jeep-instead-of-stone pelter/articleshow/58785670.cms.

18. Babu Bajrangi, 'After Killing Them I Felt Like Maharana Pratap', *Tehelka*, 1 September 2007.

19. A. Vaidyanathan, '14 Gujarat Riots Convicts Get Interim Bail, Supreme Court Orders Social Service', NDTV, 28 January 2020, www.ndtv.com/india-news/gujarat-riotssupreme-court-grants-bail-to-14-convicted-in-a-case orders-them-to-do-social-and-spiri-2170755.

20. அருந்ததி ராய், பெருமகிழ்வின் பேரவை (காலச்சுவடு பதிப்பகம், 2021), 71-74.

21. மேலது 74.

22. மேலது, 94.

23. மேலது., 425.

24. மேலது., 344

25. மேலது, 312-313, 329-330.

26. அருந்ததி ராய், *சின்ன விஷயங்களின் கடவுள்* (காலச்சுவடு பதிப்பகம், 2012)243.

27. அருந்ததி ராய், *பெருமகிழ்வின் பேரவை* (காலச்சுவடு பதிப்பகம், 2021), 431-433.

8–ரத்த நாளங்களில் நெருப்பு, அழிந்துகொண்டிருக்கும் அமைப்பு

1. Anumeha Yadav, 'Ground Report: Delhi Police Actions Caused Death of Man in InfamousNationalAnthem Video', *HuffPost India*, 1 March 2020, updated 2 March 2020, www.huffingtonpost.in/entry/delhi-riots-policenational-anthem-video-faizan in 5e5bb8e1c5b6010221126276.

2. See Chapter 5.

3. *The Truth: Gujarat 2002: Babu Bajrangi*, YouTube, 25 October 2007, www.youtube.com/watch?v=mfnti Fwvbo.

9–பெருந்தொற்று எனும் ஒரு தலைவாயில்

1. https://caravanmagazine.in/politics/delhi-policeignored-complaints-against-kapil-mishra-bjp-leaders- leading-mobs-delhi-violence

2. National Herald Web Desk, 'PM National Relief Fund Has Only 15% Funds as Cash', *National Herald*, 30 March 2020, www.nationalheraldindia.com/india/pm-national relief-fund-has-only-15-funds-as-cash.

3. Child malnutrition: Fatima Khan, 'Over 8.8 Lakh Deaths - India on Top in UNICEF Report on Under-5 Child Mortality in 2018', The Print, 17 October 2019, https://theprint.in/india/8-lakh-deaths-india-unicef-report-child-mortality-2018/306950/; Tuberculosis: Teena Thacker, 'India Continues to Record Maximum Number of Tuberculosis (TB) Cases', *Economic Times*, 17 October 2019, https://economictimes.indiatimes.com/ news/politics-and-nation/india-continues-to-record-maximum-number-of-tuberculosis-tb-cases-/ articleshow/71638359.cms.

பின்னுரை

அருந்ததி ராய் எழுத்திலிருந்துதான் எனது மொழியாக்கப் பணி தொடங்கியது. அவர் 2002ஆம் வருடம் குஜராத் வன்முறைகளையொட்டி எழுதிய கட்டுரைதான் என்னை மொழிபெயர்க்கத் தூண்டிய முதல் பொறி. அதன் பின்னர் அவருடைய இரண்டு நாவல்கள். இப்போது அவருடைய கட்டுரைத் தொகுப்புகளில் ஆகச்சிறந்ததாக நான் கருதும் 'ஆஸாதி'.

கஷ்மீர், தேசியக் குடிமக்கள் அடங்கல், தேசியவாத வெறியூட்டல்கள், பணமதிப்பிழப்பு, அந்நியர் களையெடுப்புத் திட்டங்கள், தேசிய மொழிக் கோஷங்கள், இந்தி மேலாதிக்கம், உருது மொழியை மதத்தோடு இணைக்கும் சதி, இலக்கியத்தின் மொழி, புனைவு X அல்புனைவு எழுத்துக்கள், இறுதியாகப் பெருந்தொற்று என ஒன்பது கட்டுரைகளில் அருந்ததி ராயின் குரல் அவருக்கே உரித்தான கூர்மையான நடையில் விரியும் இக்கட்டுரைகள் ராயின் அல்புனைவெழுத்துக்களின் உச்சம்.

இவற்றை மொழிபெயர்க்கும்போது எழுந்த ஐயங்களைத் தோழர் எஸ்.வி. ராஜதுரையுடன் கலந்தாலோசித்துக் கொண்டிருந்தது எனக்குப் பெரும் உதவியாக இருந்தது. அவருக்கும், என் மொழிபெயர்ப்புச் செயல்பாடுகளில் எப்போதும் துணை நிற்கும் அன்பு அண்ணன் கவிஞர் சுகுமாரனுக்கும், என்னைத் தொடர்ந்து அருந்ததி ராயோடு பயணிக்கவைக்கும் காலச்சுவடு கண்ணனுக்கும், கைப்பிரதியை மூலத்துடன் ஒப்புநோக்கித் திருத்தங்களைப் பரிந்துரைத்த நண்பர் அரவிந்தனுக்கும், நூலாக்கத்தில் பங்குபெற்ற காலச்சுவடு அலுவலக சகோதர சகோதரிகள், ஹெமிலா, ஸ்டெனோலின், மணிகண்டன் ஆகியோருக்கும், பிழைதிருத்தம் செய்த செந்தூரனுக்கும், மிகவும் அர்த்தபூர்வமாக அட்டை வடிவமைப்புச் செய்திருக்கும் நண்பர் றஷ்மிக்கும் என் இதயபூர்வமான வந்தனங்கள்.

ஆரணி,
டிசம்பர் 31, 2021.

ஜி. குப்புசாமி

அருந்ததி ராயின் இதர முக்கிய நூல்கள்

The Algebra of Infinite Justice
An Ordinary Person's guide to Empire
The Shape of the Beast
Listening to Grasshoppers
Broken Republic
Walking with the Comrades
My Seditious Heart (Complete collection of political essays)
In Which Annie Gives It Those Ones (Screen play)